NHỮNG VẤN ĐỀ THAM LUẬN
TẬP HAI

NHỮNG VẤN ĐỀ THAM LUẬN - *TẬP HAI*
Vũ Quý Kỳ

Bìa: Uyên Nguyên Trần Triết
Dàn trang: Bảo Thạch
Nhân Ảnh xuất bản 2025
ISBN: 9798349530272

VŨ QUÝ KỲ

NHỮNG VẤN ĐỀ THAM LUẬN

TẬP HAI

NHÂN ẢNH 2025

MỤC LỤC

LỜI GIỚI THIỆU

Trong cuốn "Những Vấn Đề Tham Luận" được xuất bản trước đây, tác giả trình bày hoàn toàn bằng Việt ngữ và hướng vào các độc giả trong nước. Kỳ này, Những Vấn Đề Tham Luận, Tập 2, được chia sẻ thêm với các bạn trẻ ở hải ngoại nhất là ở Hoa Kỳ và các quốc gia dùng Anh Ngữ. Do đó, có một vài chủ đề được viết bằng song ngữ Việt/Anh.

Mặt khác, phần lớn các chủ đề trong Tập 2 là những tiểu luận có tính cách thời sự sốt dẻo như hai cuộc bầu cử Tổng Thống tại Hoa Kỳ vào năm 2016 và 2020. Đặc biệt là tiểu luận số 3 bàn về cuộc Chiến Tranh Việt Nam từ giai đoạn 1945 tới 1963 chứa đựng nhiều tình tiết lịch sử do kết quả nghiên cứu của tác giả qua các cuộc phỏng vấn các cựu cán binh và cán bộ Cộng Sản đến từ Miền Bắc xuyên qua chương trình Chiêu Hồi, được viết bằng Anh ngữ. Tiểu luận số 4 được tác giả viết lại bằng Việt ngữ từ tiểu luận số 3. Cuối cùng tiểu luận số 5 là một cuộc nghiên cứu khá công phu về cuộc Cải Cách Ruộng Đất ở Miền Bắc, qua các cuộc phỏng vấn các hồi chánh viên đến từ Bắc Việt.

Cơ hội tình cờ.

Năm 1963, sau khi tốt nghiệp Kỹ Sư Điện tác giả đã trở về Việt Nam và phục vụ trong ngành Viễn Thông thuộc Tổng Nha Bưu Điện tại Sài Gòn. Ngoài công việc chuyên môn, tác giả làm thêm việc dịch thuật các tài liệu từ Anh ngữ sang Việt ngữ và ngược lại. Trong số các tài liệu cần dịch từ Việt ngữ sang Anh ngữ, tác giả nhận thấy có một tài liệu hấp dẫn đó là cuộc phỏng vấn các hồi chánh viên. Nó hấp dẫn một phần về phương diện chủ đề, một phần khác vì những câu hỏi và những trả lời cho thấy cả người phỏng vấn lẫn người được phỏng vấn đều nắm vững vấn đề đang được nghiên cứu.

Tác giả tiếp tục tìm thêm về các tài liệu này cũng như tác giả của tài liệu, và cuối cùng đã tìm được và làm quen với tác giả của các cuộc phỏng vấn thuộc loại trên và dần dần vô tình đã biến thành một thành viên của nhóm nhỏ chuyên nghiên cứu về xã hội học, đặc biệt là lãnh vực Cộng Sản Việt Nam.

Đây là một lãnh vực nghiên cứu tế nhị vì Cộng Sản rất sợ những ai tìm hiểu về bọn họ, và coi những người nghiên cứu này là kẻ thù nguy hiểm, cần phải tiêu diệt. Cũng vì lẽ đó, tác giả xin miễn phổ biến tên tuổi thật của những hồi chánh viên được phỏng vấn, cũng như tên tuổi của những người nghiên cứu.

Tác giả thành thật biết ơn những người bạn trong nhóm nghiên cứu đã đưa tác giả đến với nguồn gốc của sự thật, đồng thời biết ơn những hồi chánh viên đã cung cấp những nguồn tin tức quý báu để giúp hoàn thành tài liệu nghiên cứu này.

Trong số những hồi chánh viên mà tác giả may mắn được gặp, có anh Xuân Vũ là một số rất ít đã thoát ra khỏi Việt Nam sau biến cố 30 tháng 4, 1975. Tác giả Xuân Vũ đã xuất bản một số sách có giá trị lịch sử như: Xương Trắng Trường Sơn, Đường Đi Không Đến, Đến mà Chưa Đến, Những Văn Nghệ Sĩ Miền Bắc Mà Tôi Biết, Ba Nghìn Ngày Cố Thủ Củ Chi, v.v...

Những người hồi chánh viên còn kẹt lại ở Việt Nam đa số đã mang tên mới, nhưng tương lai của họ rất là bất trắc, và tôi không giám tiên đoán những gì sẽ xẩy đến với họ dưới chế độ man rợ ngày nay.

Kính chào quý vị độc giả và kính mời quý vị tham dự vào cuộc khám phá lịch sử đầy thú vị này.

Mùa Hè 2025.
Tác Giả Vũ Quý Kỳ.

CHƯƠNG 1
BẦU CỬ 2016 VÀ NỀN CHÍNH TRỊ HOA KỲ

Cuộc Tổng tuyển cử năm 2016 tại Hoa Kỳ đã tạo nên một tiếng vang lớn, nói đúng hơn, một chấn động trên thế giới, vì nó không những thay đổi hẳn đường lối chính tri đối nội của Hoa Kỳ mà nó còn thay đổi đường lối ngoại giao đối với nhiều nước trên thế giới, bạn cũng như thù.

Tại Sao Kết Quả Của Cuộc Tranh Cử Lại Gây Chấn Động Lớn Trong Nước Mỹ Và Trên Thế Giới?

Thứ nhất: kết quả bầu cử đã trái ngược với sự tiên đoán của hầu hết các cuộc thăm dò, của hầu hết các giới truyền thông, của hầu hết các nhà "đỉnh cao trí tuệ" (elite và pundit). Tuần báo Newsweek, ngay trước ngày bầu cử đã cho phát hành 125,000 số, in hình bà Clinton trên trang bìa và gọi bà là Bà Tổng Thống. Sang tới ngày thứ Tư, Newsweek vội vã thu hồi gấp số báo đã phát hành, chỉ sót lại 17 số bị lọt ra ngoài.

Thứ hai: Sự đắc cử của ông Trump đánh dấu một bước ngoặt cho thấy uy tín của giới truyền thông bị sứt mẻ lớn đối với một số lớn dân chúng Mỹ. Giới truyền thông bị kết án là có khuynh hướng bóp méo sự thật nhằm mục tiêu chính trị. Giới truyền thông đã bỏ rơi vai trò loan tin trung thực của đệ tứ quyền, và đã tự biến mình thành một nhóm đặc quyền đặc lợi (special interest group), **tự nguyện làm** "con chó nhỏ của một nhóm quyền lực lớn". Ngày 12 tháng 11, 2016, chủ nhà in báo New York Times, ông Arthur Sulzberger, phải công khai xin lỗi độc giả vì những bài bình luận và cách loan tin "không lương thiện", và nguyện sẽ tự cải tiến và sẽ loan tin một cách lương thiện ("honestly"). Những tờ báo thiên tả như New York Times, Newsweek, Washington Post, nếu không tự cải tiến, sẽ dần dần trở thành "báo lá cải".

Thứ ba: Cách thức tranh cử của ông Trump đã đi ra ngoài lề lối thông thường, quy ước thông thường, khiến cho tất cả các đối thủ của ông ta, nhất là giới truyền thông, trở thành loạn chiêu, và bị thua lớn, ngoài sự dự đoán của mọi người. "Political correctness" bị vứt vào sọt rác.

Thứ bốn: Sự đắc cử của ông Trump gây chấn động trên thế giới, vì thế giới bị giật mình sau một cơn ngủ gật dài 8 năm. Vị Tổng Thống mới của Hoa Kỳ chắc chắn sẽ không phải là một anh chàng khúm núm đi van xin mọi nước tha thứ cho Hoa Kỳ. Ông Trump sẽ làm gì đối với thế giới? Đó là một câu hỏi lớn mà chỉ có một số ít nhà lãnh đạo thế giới có thể đoán được. Khá nhiều người mang danh là lãnh đạo sẽ còn phải đi hỏi thầy bói và các chiêm tinh gia, để đoán giùm xem ông Trump sẽ làm gì.

Với một vài nhận xét ngắn gọn như trên, chúng ta hãy phân tích cuộc tổng tuyển cử mà nhiều người gọi là "có một không hai này".

Tại Sao Ông Trump Thắng Lớn?

1/. **Những nguyên do khách quan và bình thường**: Cuộc thắng cử của ông Trump có thể được gọi là bình thường nếu nhìn vào khuynh hướng chung của nền chính trị Hoa Kỳ. Bình thường như ta chịu khó theo rõi, cứ sau 8 năm của một đảng cầm quyền, một đảng khác lại lên thay, vì dân muốn có sự thay đổi, nếu đảng đương quyền không thực hiện được những điều đã hứa. Cái chu kỳ 8 năm có thể rút lại thành 4 năm nếu ông Tổng Thống đương quyền có dấu hiệu yếu kém không có khả năng giải quyết một tình trạng khủng hoảng. Một thí dụ là Tổng Thống Carter đối với tình trạng suy thoái kinh tế và cuộc khủng hoảng con tin ở Tehran. Cái chu kỳ 8 năm cũng có thể kéo dài thêm 4 năm nếu ông tổng thống đương quyền đạt được những thành quả đặc sắc như trường hợp ông Ronald Reagan kéo dài thêm 4 năm cho ông George H.W. Bush.

Nhìn trên bối cảnh lớn của cuộc bầu cử 2016, chúng ta thấy đại cương như sau: qua 8 năm chịu đựng Obama, một thành phần quan trọng của số cử tri Cộng Hòa bảo thủ đã vừa mệt vừa nổi giận và đổ xô đi bỏ phiếu cho ông Trump; một số cử tri Dân Chủ cũng mệt và chán, đã bỏ đảng và nhảy sang Cộng Hòa; một số khá đông cử tri độc lập cũng quyết định thay ngựa; và một điều ít ai ngờ là số cử tri hyspanic cũng như da đen bỏ cho Trump cao hơn con số cử tri của nhóm này bỏ cho ông Romney, bốn năm về trước.

Như vậy người ta sẽ ít ngạc nhiên nếu chịu khó ôn lại, trong chu kỳ 8 năm, ông Obama đã làm những gì để khiến cho đảng Dân Chủ sa hố vào năm 2016.

Khuyết điểm thứ nhất của ông Obama đưa đến sự thắng

cử của ông Trump là: mặc dầu ông Obama làm cho một số cử tri Dân Chủ hài lòng nhưng đã làm cho một thành phần quan trọng khác của dân chúng nổi giận vì những khuyết điểm khá lộ liễu của ông ta qua những hành động kỳ thị chủng tộc. Trong khi lớn tiếng chỉ trích thái độ kỳ thị chủng tộc của người khác, ông Obama thường hay có những hành vi thiên vị mỗi khi có một vụ đụng độ màu da. Ông thường lạm dụng vai trò Tổng Thống để can thiệp bênh vực đàn em da màu, không cần biết phân biệt phải trái, và trước khi có sự điều tra cũng như sự phán xử khách quan của cơ quan tư pháp. Khi lạm dụng quyền của hành pháp để xen lấn vào quyền tư pháp, ông Obama còn trắng trợn vi phạm sự phân quyền trong nền dân chủ Hoa Kỳ.

Trong 8 năm cầm quyền ông Obama còn làm cho người dân nổi giận và nghi ngờ lòng yêu nước của ông ta. Ông thường biểu lộ những hành động khuyến khích chia rẽ giữa các mầu da, giữa thường dân với cảnh sát, khuyến khích nổi loạn nhân danh mầu da.

Nếu người dân nghi ngờ lòng yêu nước của Obama, thì vợ ông ta là Michelle đã vô tình xác nhận rằng hai vợ chồng chẳng yêu gì nước Mỹ. Sau khi ông chồng được đề cử và trúng cử Tổng Thống, bà vợ buột miệng nói một câu để đời: "đây là lần đầu tiên tôi hãnh diện về nước Mỹ"! Điều này hiển nhiên cho thấy rằng suốt từ thời cha sinh mẹ đẻ bà ta vốn không yêu gì nước Mỹ. Và có lẽ bà ta chỉ "hãnh diện" về nước Mỹ trong vòng 8 năm, sau đó khi Obama hết làm tổng thống bà Michelle sẽ lại hết yêu nước Mỹ.

Nguyên do thứ hai khiến đảng Dân Chủ thất bại là : Ông Obama sẵn sàng bảo vệ tội phạm và hy sinh quyền hưởng an ninh của người dân Hoa Kỳ. Ông ta mặc nhiên chấp nhận và dùng ngân sách Liên Bang để hỗ trợ những "vùng an toàn cho tội phạm" (sanctuary cities) tại các thành phố lớn như New York, San Francisco, Seattle, Los Angeles, v.v...Obama và những lãnh tụ Dân Chủ cực kỳ thiên tả đã coi thường an ninh và sinh mạng của người dân Hoa Kỳ, và bảo vệ những phần tử tội phạm nhập cư bất hợp pháp. Họ hy vọng mua chuộc được hàng chục triệu người nhập cư gốc Hispanic. Nếu mua chuộc được những người này, và nếu tiếp tục ôm thêm nhiều triệu người nhập cư bất hợp pháp, thì tương lai của đảng Dân Chủ sẽ cực kỳ tươi sáng. Đảng Dân Chủ sẽ trở thành vô địch và đảng Cộng Hòa sẽ tiêu vong.

Thứ ba: Ông Obama không phải là người duy nhất có lỗi trong vấn đề nhập cư lậu. Nhiều ông tổng thống kể cả Cộng Hòa lẫn Dân Chủ đã lần khân không giải quyết vấn đề nhập cư lậu và khiến cho nó ngày càng trở nên nghiêm trọng và khó giải quyết. Tuy nhiên, ông Obama có trách nhiệm rất lớn vì đã khuyến khích nhập cư lậu bằng cách đưa ra chương trình ân xá (Amnesty plan), cho người nhập cư lậu được hưởng quyền lợi công dân, trong khi không tìm cách ngăn chặn và chấm dứt nhập cư lậu. Mức nhập cư lậu hiện nay lên cao tới mức 500 người mỗi ngày, tức là trên 150,000 người mỗi năm.

Một quốc gia có chủ quyền phải có khả năng, bổn phận, và sự quyết tâm bảo vệ biên cương của mình, và người ngoại quốc không được phép tự do đi ra đi vào qua biên giới như đi chợ. Một quốc gia không kiểm soát được biên cương của mình thì sớm muộn sẽ trở thành một cái chợ trời. Khi đã trở thành một cái chợ trời, nước Mỹ sẽ phải đối đầu với vấn đề trộm cướp, buôn lậu ma túy, tội phạm gia tăng, một phần do những người nhập cư từ bên ngoài đưa đến. Những thống kê mới nhất cho thấy những vụ giết người tại Chicago đã gia tăng

70% so với năm 2014. Tại Windy City, trong nửa năm đầu của 2016 có 600 vụ giết người, và theo tài liệu của FBI, những vụ giết người trên toàn nước Mỹ đã gia tăng 6.2%, và những vụ hiếp dâm gia tăng 9.6% trong cùng thời gian đó.

Thứ bốn: Ông Obama chủ trương và, được sự hậu thuẫn của một thành phần quan trọng của Đảng Dân Chủ, trong chính sách mở thoáng biên giới, cũng như chấp nhận tỵ nạn ào ạt của dân Hồi Giáo, mà không cần thanh lọc những thành phần khủng bố. Trong bối cảnh khủng bố Hồi Giáo xâm nhập để giết hại người Mỹ, đây là một chủ đề cực kỳ quan trọng đối với vấn đề an ninh của nước Mỹ, một vấn đề sinh tử của nước Mỹ mà ông Obama coi thường.

Nhiều người Mỹ nghĩ rằng Obama sẵn sàng hy sinh nền an ninh của nước Mỹ để phục vụ cho một mục tiêu ngoài nước Mỹ mà ông ta cho là cao hơn quyền lợi của nước Mỹ. Quyền lợi đó là của ai? Đây là một nghi vấn rất lớn đã ảnh hưởng đến cuộc tổng tuyển cử 2016.

Thứ năm: trong 8 năm cầm quyền ông Obama đã thất bại một cách thậm tệ trên phương diện kinh tế. Theo thống kê mới nhất, tỷ số người thất nghiệp hiện nay là 4.6% của tổng số 160 triệu những người làm việc, nghĩa là 160,000,000 x 4.6% = 7.36 triệu người thất nghiệp. Đó là con số do văn phòng tìm việc ghi nhận. Văn phòng này không thể ghi nhận số người thất nghiệp khác không chịu tới ghi danh.

Do đó, những thống kê về mức thất nghiệp kể trên chỉ là những "thống kê ảo". Gọi là "thống kê ảo" vì rất nhiều người đi xin việc đã chán nản sau 8 năm xếp hàng cả ngày và nhiều người đã chấp nhận con đường ăn welfare, food stamp là một lối sống tạm thời. Những con số sau đây sẽ làm rõ hơn thế nào là thống kê ảo:

Số người hưởng welfare/food stamps trước khi Obama nắm chính quyền: 35 triệu

" " " " " " " sau 8 năm Obama cầm quyền: 50 triệu

Điều này có nghĩa là số người hưởng welfare/food stamp đã tăng thêm: 15 triệu

Như thế có nghĩa là:

Thứ nhất: con số 7.36 triệu người thất nghiệp chỉ là con số do văn phòng kiếm việc làm ghi nhận.

Thứ hai: con số tăng thêm 15 triệu có thể là số người đã xếp hàng kiếm việc mà chán nản phải bỏ cuộc và ghi danh xin welfare/food stamps.

Với mấy con số thống kê nói trên, người ta có thể nói nhiều điều về sự nghiệp kinh tế của Obama.

Người ta có thể nói: với tổng số lao động 160 triệu người, và 50 triệu người thất nghiệp, tỷ lệ thất nghiệp tổng cộng dưới thời Obama đã tăng lên tới mức: (50:160)x100% = **31.25%**

Hoặc người ta có thể nói: với số gia tăng welfare/food stamp 15 triệu người, tỷ lệ **thất nghiệp gia tăng** dưới thời Obama là (15:160)x100% = **9.375%.**

Hoặc, nếu người ta giả dụ số người xin welfare/food stamp không hề khai thất nghiệp tại văn phòng tìm việc, thì tổng số thất nghiệp gia tăng dưới thời Obama là:

7.3 triệu + 15 triệu = 22.3 triệu.

Và tỷ lệ thất nghiệp thật sự gia tăng thêm: 22.3 triệu/160 triệu x 100% = **13.93** %.

Như thế có nghĩa là ông Obama đã in tiền thật nhiều cho người thất nghiệp hưởng welfare/food stamps để ghi nhận một "**tỷ lệ thất nghiệp ảo**" là 4.6 %.

Con số **22.3 triệu người thất nghiệp gia tăng** đó là con số làm sụp đổ "Obama's legacy".

Sự gia tăng số người ăn welfare food stamp đi đôi với lòng bất mãn và lòng tức giận bùng nổ. Đảng Dân Chủ không cần biết điều này. Truyền thông không cần biết điều này. Bà Clinton cũng không cần biết điều này, để rồi ôm mối hận khổng lồ vào cuối cuộc đời.

Ông Obama không phải là người duy nhất chịu trách nhiệm chính về tình trạng thất nghiệp tại Mỹ vì "out sourcing" tức là đem công ăn việc làm tại Mỹ ra nước ngoài, nhưng ông ta phải gánh trách nhiệm lớn vì đã không làm gì để thay đổi hoặc đảo ngược tình thế. Hơn nữa ông ta sẽ còn làm cho tình trạng thất nghiệp của Mỹ gia tăng qua hiệp ước TPP.

Cũng trên phương diện kinh tế, có dư luận cho rằng **sự tăng giá mạnh mẽ trên thị trường chứng khoán** sau hai nhiệm kỳ của ông Obama là một thước đo thành công về kinh tế của ông ta. Quả thật cho tới khi cuộc bầu cử diễn ra vào tháng 11, 2016, thị trường chứng khoán DOW lên tới mức 18,800 hoặc cao hơn. Tuy nhiên, chỉ số stock của DOW không được coi là thước đo những thành tựu về kinh tế, mà thực ra nó chỉ phản ảnh một trạng thái tâm lý và nó mong manh như một cái bong bóng xà bông, có thể dễ dàng bị "crashed" trong chốc lát vì một lý do bất ngờ nào đó.

Một bằng chứng cụ thể là trong vòng hơn ba tuần lễ sau khi ông Trump đắc cử, chỉ số DOW tăng vọt lên trên 19.300 cho tới khi bài này đang được viết. Nếu coi chỉ số đó là thước đo những thành tựu kinh tế của ông Trump thì không đúng vì ông ta chưa hề nắm chính quyền để có cơ hội thi hành chính sách kinh tế.

Thứ sáu: Obamacare thay vì tượng trưng cho sự nghiệp của Obama, đã trở thành sự thất bại có tính cách tiêu biểu, tượng trưng cho sự kiêu căng, lưu manh-phi dân chủ, lừa dối, bất chấp hiến pháp của đảng Dân Chủ.

. Kiêu căng như thế nào: những người sáng tác ra Obamacare, trong đó có Gruber, coi người dân Mỹ toàn là những người ngu, dễ bị lừa bịp (trong một video clip, Gruber nói dân Mỹ là những người ngu).

. Lưu manh-phi dân chủ như thế nào: Đảng Dân Chủ của Obama sử dụng đa số áp đảo để biểu quyết luật Obamacare trước khi công bố và thảo luận về đạo luật, bất chấp sự phản đối của phe đối lập. Ngay sau cuộc bầu cử năm 2008, phe Dân Chủ nắm đa số áp đảo tại Quốc Hội và Obamacare được ra đời. Đảng Dân Chủ cấp tốc đưa ra tài liệu 1,100 trang với hàng ngàn điều khoản quá phức tạp, khó hiểu, và đòi biểu quyết trong đêm cuối cùng của khóa họp Hạ Viện trước khi các dân biểu Quốc Hội nghỉ lễ Giáng Sinh để đi chơi ngày hôm sau. Đây là một đạo luật phức tạp mà chưa ai được đọc, chưa ai có thì giờ thảo luận. Khi bị phản đối, bà Pelosi ngang nhiên nói: cứ biểu quyết trước đi rồi thảo luận sau. Với đa số áp đảo vào năm đó, đảng Dân Chủ biểu quyết thông qua, bất chấp 258 dân biểu Cộng Hòa bỏ phiếu chống. Riêng ông Dân biểu Cao Quang Ánh là người Cộng Hòa duy nhất đã bỏ phiếu theo Dân Chủ.

. Người dân bị lừa như thế nào: ông Obama công khai hứa "if you like your doctor, you can keep your doctor". Thực tế cho thấy: trái ngược với lời hứa của Obama, nhiều triệu người Hoa Kỳ bị gạt vì không giữ được bác sĩ vốn điều trị cho mình. Mặt khác, nhiều bác sĩ không nhận Obamacare vì quá phức tạp, khó hiểu.

Người dân còn bị lừa bằng nhiều cách. Thủ tục ghi danh thật dễ dàng cho Obamacare, nhưng sau khi ghi danh rồi, người dân mới biết có được chấp nhận hay không và với Premium là bao nhiêu tùy theo mức lợi tức hàng năm. Ví dụ vào thời điểm năm ngoái, với lợi tức dưới 16 ngàn mỹ kim, premium phải trả là 30 mỹ kim. Nhưng năm nay nó đã tự động tăng lên 80 mỹ kim, vì Obamacare thiếu tiền.

Đối với những người độc thân, mức premium là 170 mỹ kim. Nếu không ghi danh bị phạt 90 mỹ kim. Giới trẻ là những người ngại gia nhập Obamacare nhất, và họ thà chịu phạt 90 mỹ kim còn hơn phải đóng 170 mỹ kim để đươc ông Obama "take care". Đây là một trong những lý do chính khiến Obamacare thất bại. Với dự trù thu vào 45 triệu mỹ kim sau 3 năm, hiện nay chương trình này mới thu được dưới 20 triệu, vì nhiều người trẻ không nhìn thấy nhu cầu gia nhập chương trình Obamacare.

Mặt khác, sau khi gia nhập được Obamacare rồi người ta mới khám phá ra nhiều khuyết điểm:

- Phạm vi trị bệnh rất giới hạn: chỉ chữa bệnh thường như cảm lạnh, nhức đầu, sổ mũi, v.v...

- Nếu chiếu quang tuyến X, hoặc imaging bệnh nhân phải trả 80%-90% phí tổn.

• Nếu nằm nhà thương, bệnh nhân cũng phải trả rất cao: 80%-90% phí tổn.

. Vi phạm hiến pháp như thế nào: sau khi áp dụng luật Obamacare, và gặp rất nhiều trục trặc, Obama đã tự ý thay đổi luật mà không thông qua Quốc Hội. Đây là một trong nhiều trường hợp vi phạm hiến pháp của ông Obama.

Thứ bẩy: về ngoại giao, nhiều người Mỹ coi ông Obama là một trong những tổng thống yếu kém nhất trong lịch sử ngoại giao của nước Mỹ. Những vụ đáng ghi nhớ nhất trong hai nhiệm kỳ tổng thống của ông gồm có: vụ Syria, vụ Benghazi, vụ điều đình lấy con tin Bowe Bergdahl, vụ điều đình với Iran về vũ khí hạch tâm. Ông Obama bị coi là một tổng thống tài tử và thiếu bản lãnh trong tương quan ngoại giao quốc tế, khiến cho quốc tế coi thường Hoa Kỳ.

Trên đây mới là tóm lược những sai lầm của Obama và của đảng Dân Chủ trong 8 năm qua, đã khiến cho dân Mỹ bất mãn và nổi giận. Đó là những niềm bất mãn tiềm ẩn, không nói ra được vì giới truyền thông thối nát đã ỉm đi, không thèm nghe tiếng nói của người dân. Giới truyền thông chỉ nói lên luận điệu xuyên tạc, bóp méo sự thật để thích hợp với tư duy chính trị thiên tả. Giới truyền thông đã vô tình hoặc cố ý che dấu sự bất mãn, sự nổi giận của một thành phần quần chúng quan trọng đối với Obama và đảng Dân Chủ. Đó là một nguy cơ đe dọa lớn đối với bất cứ ứng cử viên dân chủ nào trong năm bầu cử.

Điều bất thường lớn nhất là Ứng Cử Viên Tổng Thống của đảng Dân Chủ dường như đã không nhìn thấy nguy cơ nói trên vì quá chủ quan, vì coi thường đối thủ của mình, tự mình bịt mắt mình, hoặc để cho ngoại cảnh lừa dối mình qua giới truyền thông thiên tả và qua những cơ quan thăm dò dư luận (polling agencies) thiếu trung thực và cũng thiên tả.

2/. **Những yếu tố đặc biệt bất lợi cho ứng cử viên Dân Chủ**: Bà Clinton với quá khứ và hành vi trong thời gian qua đã tạo nên một số tình trạng bất bình thường. Mặt khác, xuất thân trong môi trường chính trị tả khuynh, bà Clinton cũng mang theo gánh nặng ý thức hệ, và bà ta đã phục vụ cho cái ý thức hệ đó với những tác dụng nhân quả. Trong số những nguyên nhân bất bình thường đưa đến thất bại cho bà Clinton, ta phải kể:

Thứ nhất: Trong vai trò thừa kế sự nghiệp của ông Obama, Bà Clinton đã dựa vào uy tín và thành tích của ông Obama mong kéo dài nhiệm kỳ của đảng Dân Chủ. Chỗ dựa mà bà Clinton đã lựa chọn là một chỗ dựa hụt hẫng vì những thành tích quá tệ của ông tổng thống này.

Dựa vào ông Obama với thành tích quá tệ về kinh tế là một nhược điểm không cần thiết của bà Clinton. Với mức nợ gia tăng trên 19 ngàn tỷ mỹ kim, Obama đã giúp cho người nghèo lại thêm nghèo, số người sống bằng welfare và food stamp tăng lên gần 50%; giới thợ thuyền thất nghiệp tại một số tiểu bang kỹ nghệ (Rust Belt) như Ohio, Pennsylvania, South Carolina, Michigan trở nên cực kỳ bất mãn sau 8 năm cầm quyền của ông Obama. Dĩ nhiên, họ là chỗ dựa "hụt" của bà Clinton. Tệ hơn nữa, mấy tiểu bang nói trên đã làm sụp đổ sự nghiệp của Hillary Clinton.

Dựa vào ông Obama với thành tích trong cuộc chiến tranh chống khủng bố Hồi Giáo thì lợi ít mà hại nhiều. Những vụ khủng bố của Hồi Giáo quá khích xẩy ra đều đều trên đất Mỹ và trên thế giới trong khi chính quyền Obama không giám gọi nhóm này là "Hồi Giáo Quá Khích" chỉ vì "political correctness". Đô Đốc hải quân Hoa Kỳ, James A. Lyons tố cáo Obama đã đem nhiều thành viên của Moslem brotherhood xâm nhập vào nhiều tầng lớp lãnh đạo chính quyền và cơ sở an-ninh Hoa Kỳ. Giám đốc CIA, John Brennan là người cải đạo sang Hồi Giáo.

Về mặt thành tích ngoại giao, dựa vào Obama là "chỗ dựa ảo" vì các nước trên thế giới coi thường Hoa Kỳ và mất tin tưởng vào khả năng lãnh đạo của Obama qua các vụ Benghazi, vụ Syria, khả năng đối phó với khủng bố Hồi Giáo quá khích. Đối với thế giới, Obama là một người "leader from behind".

Thái độ và chính sách của ông Obama đã làm một thành phần quan trọng của người dân Mỹ mất tin tưởng vào Obama nói riêng và bất cứ người thừa kế nào của chính sách Obama nói chung.

Thứ hai: Phải cấu kết với hệ thống quyền lực của Obama và Lynch. Cuộc "gặp gỡ bí mật bị tiết lộ" giữa ông Clinton và bà Bộ Trưởng Tư Pháp Lynch đã tạo một hình ảnh "không lành mạnh" khiến dư luận đặt dấu hỏi về sự cấu kết đen tối nhằm bao che cho bà Clinton và Clinton Foundation trong cuộc điều tra của Quốc Hội. Bà Clinton nổi tiếng là một luật sư rất giỏi về mánh mung, lại có ông chồng có "uy tín chính trị" cộng với thành tích "hút xì gà Monica" trong tòa Bạch Cung. Nếu bà Clinton có thể thắng cử và trở thành tổng thống thứ 45 của Hoa Kỳ và nếu đảng Dân Chủ thắng tại Thượng Viện và Hạ Viện, thì bà ta sẽ dễ dàng xóa bỏ những vụ điều tra làm bà ứa gan. Theo sự ước đoán của các đỉnh cao trí tuệ và giới truyền thông thì bà ta sẽ thắng lớn. Do đó bà ta sẵn sàng tạm thời muối mặt để cấu kết với quyền lực của Obama. Trong dân gian người ta gọi cái đó là "nín thở qua sông".

Cho đến khi ông Giám Đốc FBI công bố trước Quốc Hội là kết quả vụ điều tra bà Clinton cho thấy không đủ yếu tố cấu thành tội trạng để truy tố, thì "trăm họ" mới té ngửa ra và nghi ngờ rằng cả Bộ Tư Pháp lẫn Giám Đốc FBI đều là "bà con" của "nghi can" Hillary Clinton. Và như thế rất nhiều người nghĩ rằng sự cấu kết giữa bà Clinton với chính quyền Obama là một hệ thống chằng chịt, quấn quit, rối rít như mớ bòng bong.

Đứng trước sự thách thức to lớn và mối đe dọa nghiêm trọng nói trên, một số rất lớn công dân Mỹ cảm thấy lo sợ và nổi giận. Những người này gồm có những cử tri bảo thủ, xưa nay rất thụ động và vốn chủ trương "trùm chăn tại chỗ". Năm 2016, họ hết còn thụ động, và đổ xô đi bầu. Có rất nhiều cử tri dân chủ cũng bỏ phiếu chống lại "gà nhà Hillary". Rất nhiều cử tri vốn theo khuynh hướng độc lập cũng đã quyết định và biết mình phải bầu cho ai.

Thứ ba: Phải dựa vào thế đứng của ông chồng mà bà ta không đội trời chung, sự hợp tác giữa Hillary và Bill là một bản giao kèo "muôn năm trường trị" để kéo dài triều đại Clinton thêm nhiều năm cho tới cô con gái Chelsea. Vì giấc mộng quyền lực, hai ông bà sẵn sàng quên đi quá khứ không đẹp. Ông thì sẵn sàng quên đi những hành động "vũ phu" mà bà dành cho ông trong bóng tối gia đình. Bà thì sẵn sàng quên đi những sự phản bội mà ông dành cho bà và đã bị lôi ra ánh sáng của dư luận. Ở đây, những đỉnh cao trí tuệ gọi là "lấy quyền lợi dài hạn để biện minh cho hành động ngắn hạn".

Dĩ nhiên, hành động nào cũng có những hậu quả của nó. Hillary tạm nhẫn nhịn Bill vì giấc mộng quyền lực nhưng quyết định trả thù Bill bằng hành động tàn nhẫn đối với những người đàn bà cũ của Bill. Hành động này của Hillary bị lên án là vi phạm nữ quyền, và những lời đề cao nữ quyền của

Hillary không còn tính thuyết phục, mà còn mang tính thời cơ chủ nghĩa của một con người giả dối và gian ác.

Hậu quả của thế liên minh Bill-Hillary trở thành lợi bất cập hại khi dư luận tranh cử chính trị bươi móc và phơi bầy nội tình giả trá của đôi uyên ương có tầm vóc chính trị nặng ký nói trên. Vì nặng ký cho nên khi té thì cũng rất dễ bị chấn thương.

Thứ bốn: Phải dựa vào hệ thống làm ăn bất chính của Clinton Foundation. Trên danh nghĩa, Foundation này là một cơ sở từ thiện do sự đóng góp của thập phương. Trên thực tế cơ quan này bị dư luận lên án với nhiều tội danh và đang bị điều tra vì sự điều hành không minh bạch, lẫn lộn việc công với việc tư. Những tội danh chính là:

- Một cơ sở rửa tiền
- Clinton Foundation lẫn lộn việc tư với việc công của bộ ngoại giao khi bà Hillary làm ngoại trưởng
- Clinton Foundation dùng tiền của quỹ để chi phí cho đám cưới của Chelsea.

Là một cơ sở rửa tiền, trước hết Clinton dựng lên một công ty "từ thiện" tại Canada, vì theo luật Canada, công ty từ thiện không được phép nêu tên tuổi những người cho tiền.

Bước kế tiếp, công ty thu nhận tiền từ những chính phủ ngoại quốc và những tổ chức tư nhân trá hình. Có khoảng trên 1000 tổ chức như thế đã đóng góp cả nhiều tỷ mỹ kim cho công ty với mục tiêu "từ thiện" cần phải "che dấu trong bóng tối".

Từ công ty ma ở Canada, những món tiền kếch sù được

chuyển một cách hợp pháp sang Mỹ vào Clinton Foundation mà không phải kê khai nguồn xuất xứ.

Dĩ nhiên một phần nhỏ của quỹ đã được sử dụng một cách từ thiện và hợp pháp. Các giới chuyên môn ước lượng khoảng 10% tổng số thu.

Clinton Foundation thu nhận những chi phiếu kếch sù mỗi khi Bill hay Hillary diễn thuyết trên một diễn đàn trong nước cũng như ngoại quốc. Những chi phiếu này có thể là của nhiều cơ quan tài chánh lớn, của mấy chính phủ Ả Rập như Saudi Arabia, United Arab Emirate, Oman, và Qatar hay bất cứ "tổ chức đen" nào đó bỗng dưng "nổi máu từ thiện". Theo sự phân tích của Wall Street Journal, năm 2014, United Arab Emirate tặng Clinton Foundation từ 1 tới 5 triệu mỹ kim, Saudi Arabia tặng vào khoảng 10 tới 25 triệu mỹ kim, từ năm 1999. Qatar, một quốc gia Ả Rập ủng hộ nhóm khủng bố Hamas, đã tặng số tiền lên tới 5 triệu mỹ kim, và Oman cũng tương tự như vậy.

Tóm lại, vào khoảng 90% số tiền do Clinton Foundation thu được đã chui vào túi của Bill và Hillary một cách hợp pháp, và được sử dụng để trả lương nhiều người làm việc cho tổ chức, để đi du hành thế giới...và một phần được trả lại một cách hợp pháp cho chủ nhân đã rửa tiền, nhiều hay ít tùy theo nguyên tắc "thuận mua, vừa bán".

Trên đây là căn bản của hệ thống rửa tiền và cũng là mánh khóe "mua bán quyền lực" (influence peddling) đã khiến cho những người cầm cân pháp lý bị mất ăn mất ngủ khi những "nghi can" (suspect) nằm trong hệ thống quyền lực của siêu cường. Cũng vì số lượng tiền được rửa quá lớn như thế nên Hillary đã giám làm liều khi xóa đi trên ba chục ngàn email, và không ngần ngại nói dối trước Ủy Ban Điều Trần của Quốc Hội, với hy vọng che dấu những bí mật của Clinton foundation.

Tóm lại, Clinton Foundation tạo nên một thế lực cực kỳ lớn lao cho Hillary Clinton, và nếu trúng cử, bà ta sẽ trở thành vô địch. Nhưng nó cũng là một con dao hai lưỡi và có thể quay lại cắt đứt tay người sử dụng nó nếu ông Trump thắng cử.

Thứ năm: Hillary đã phải dựa vào hệ thống truyền thông thiên tả mà nhiều người nghĩ là vô địch và có có sức mạnh quyết định. Đã từ nữa thế kỷ nay, bất cứ chính khách nào cũng tìm cách vuốt ve truyền thông, và theo sự suy nghĩ thông thường, nếu ứng cử viên nào nắm được truyền thông là nắm chắc phần thắng cử. Trong cuộc tổng tuyển cử 2016, gần như cả thế giới nhìn thấy truyền thông nằm trong tay bà Clinton, và truyền thông nằm trong tay luật chơi "political correctness".

Những người quan sát bên ngoài đã nhìn thấy tình trạng toa rập loã lồ giữa truyền thông thiên tả và phe cánh của bà Clinton. Truyền thông đã luôn luôn tấn công ông Trump và không bỏ qua một cơ hội nào để bươi móc và xuyên tạc những lời ông Trump nói và việc ông Trump làm. Mặt khác truyền thông nín khe đối với những tin tức bất lợi cho phe cánh bà Clinton. Chương trình TV của CNN, tuần báo Newsweek, nhật báo New York Times là ba cơ quan tiêu biểu nhất họp lại thành ban "hòa tấu" để hát ca khúc Clinton.

Hành động nào cũng đều có những hậu quả của nó. Sự thiên vị lộ liễu của truyền thông và các cơ quan "polling" đã có nhiều tác dụng ngược, làm nổi giận rất nhiều người Mỹ. Họ không xuống đường ồn ào, nhưng biểu lộ sự tức giận bằng lá phiếu theo đúng truyền thống dân chủ.

Thứ sáu: Sự xuất hiện bất ngờ của Wikileak là một yếu tố

hết sức đặc biệt của cuộc tổng tuyển cử 2016. Thật khó mà ước lượng được ảnh hưởng của Wikileak đối với kết quả của cuộc bầu cử này. Nhưng chắc chắn có hai điều đã xẩy ra:

a/. Rất nhiều người thuộc phe Trump rất khoan khoái vì sự xuất hiện của Wikileak đã lột trần những hành động đáng nghi ngờ và đáng kết tội của ông bà Clinton mà truyền thông không bao giờ nhắc tới.

b/. Rất nhiều người trước kia mơ mộng về Clinton đã khựng lại và có quyết định mới. Những người này được mệnh danh là "Trump democrat" tức là những người democrat đã đổi ý theo Trump.

Thứ bẩy: Ảo tưởng về sức mạnh chính trị của mình là một nhược điểm chết người của Hillary Clinton. Với ảo tưởng này, bà Clinton đã bỏ rơi không vận động tại những tiểu bang vốn ngả về phe dân chủ và đã phí sức đi vận động tại những tiểu bang thiên Cộng Hòa. Bà ta đã mất 4 tiểu bang vốn trung thành với dân chủ là Ohio, South Carolina, Pennsylvania, và Michigan, cũng là 4 tiểu bang cật ruột của Obama.

Thứ tám: Bà Clinton không may gặp phải đối thủ là ông Trump, một người không giống những chính trị gia Cộng Hòa bình thường.

Và như người ta đã thấy, bà Clinton đã thua đậm, thứ nhất vì tỳ vết của ông Obama mà bà đã bắt buộc phải dựa vào, thứ hai vì những khuyết điểm và tỳ vết của hai ông bà Clinton, và thứ ba vì ông Trump là một đối thủ có hạng.

Ông Trump Là Ai?

Ông Trump, một người bị coi là vô danh tiểu tốt trong

chính trường, đã lừng lững tiến vào cuộc bầu cử sơ bộ của đảng Cộng Hòa và trong một thời gian ngắn đã đánh bại tất cả 16 đối thủ của ông ta. Khung cảnh bầu cử sơ bộ của đảng Cộng Hòa trong năm 2016 cũng là một khung cảnh bất thường. Không hiểu trong lich sử tranh cử sơ bộ của Hoa Kỳ có bao giờ có nhiều ứng cử viên như vậy hay không. Một trong những lý do chính khiến có nhiều ứng cử viên Cộng Hòa là: sau 8 năm cầm quyền của đảng Dân Chủ, cơ hội thay đổi rất hấp dẫn. Vì thế có nhiều ông bà Cộng Hòa muốn thử thời vận, và dĩ nhiên trong số những ứng cử viên này, tài năng cũng như bản lãnh và kinh nghiệm chính trị của mỗi người không đồng đều.

Nhưng đa số những ứng cử viên Cộng Hòa có một nét chung là: họ đều suy nghĩ theo quy ước thông thường (conventional) và họ đều bị trói tay trong lề lối "political correctness". Một số những ứng cử viên nổi bật lại tự trói tay mình vì những quyền lợi đặc biệt như địa phương, màu da, vấn đề di dân nhập cư. Điều đó khiến những ứng cử viên Cộng Hòa này trở thành những chính trị gia tầm trung bình hoặc trên trung bình và không nổi bật đối với quần chúng Mỹ trong giai đoạn dầu sôi lửa bỏng.

Ngoại trừ Donald Trump. Ông ta có một số đặc điểm sau đây:

- Trump không phải là một chính trị gia chuyên nghiệp

- Trump là một tỷ phú, và ông không cần lệ thuộc bất kỳ ai về vấn đề tiền bạc, do đó ông không mắc nợ ai hoặc bất cứ tổ chức nào về mặt chính trị.

- Trump bất chấp quy ước về political correctness.

- Trump giám nói toạc những điều ông suy nghĩ mà

không quan tâm tới sự xuyên tạc của truyền thông và các đỉnh cao trí tuệ.

- Trump bất chấp và coi thường dư luận của truyền thông thối nát

- Những luận điểm chính của Trump về di dân và biên giới, về bọn khủng bố Hồi Giáo, về kinh tế và công ăn việc làm, về toàn cầu hóa và người Mỹ thất nghiệp đã được sự hưởng ứng rất nồng nhiệt của một thành phần quan trọng trong quần chúng Mỹ, mặc dầu có sự xuyên tạc cố ý của truyền thông và các đỉnh cao trí tuệ.

- Nhờ có hệ thống facebook và twitting, Trump đi thẳng tới quần chúng mà không cần đi qua truyền thông như tất cả các chính trị gia bình thường. Vì thế Trump có một số quần chúng lớn mà không ai có thể biết, trừ Trump.

- Lợi điểm lớn nhất của Trump là bị đối thủ coi thường trước khi đọ sức.

- Lợi điểm lớn thứ nhì là truyền thông và đỉnh cao trí tuệ càng xỉ vả xuyên tạc thì sự ủng hộ Trump càng đi lên.

Trên đây là những đặc điểm của Trump mà mọi người dễ nhìn thấy. Trump cũng có một số khuyết điểm có thực, dễ nhìn thấy, và những khuyết điểm do truyền thông xuyên tạc nhằm mục đích bôi nhọ và triệt hạ.

Trong số những khuyết điểm dễ nhìn thấy của ông Trump ta phải kể là: ăn nói bừa bãi, thiếu lịch sự trong khi tranh cử, phát ngôn không đứng đắn với bạn trai về phụ nữ trong phòng thay quần áo công cộng, những vụ tình ái lăng nhăng khi còn trẻ. Những khuyết điểm do truyền thông thiên tả bịa đặt, xuyên tạc và phóng đại như: kỳ thị chủng tộc, kỳ thị đối với người di dân, hãm hiếp phụ nữ,v.v...

Bên cạnh những khuyết điểm dễ nhìn thấy của Trump, có nhiều chuyện về Trump không được phổ biến công khai, mà sau này những đương sự liên hệ đã kể lại, cho thấy những nét rất nhân bản, nhân hậu về Trump, không thể là một con người kỳ thị phái nữ, hoặc kỳ thị chủng tộc. Có một lần Trump đã tặng một người tài xế xe bus 10,000 mỹ kim vì ông này đã cứu sống một phụ nữ đang có ý định tự tử vì tuyệt vọng. Câu chuyện này xẩy ra rất lâu trước khi Trump có ý định ứng cử Tổng Thống.

Trong một trường hợp khác, một em bé 3 tuổi bị bệnh nặng và nguy kịch cần phải chở bằng máy bay từ Los Angeles tới New York để cấp cứu. Hãng máy bay từ chối vì sợ trách nhiệm trong cuộc hành trình. May cho em bé, ông Trump đã cho mượn máy bay riêng của ông và em bé đã được cứu sống.

Vào lúc vụ 9/11 đang diễn ra ông Trump đã tìm đủ cách trợ giúp cho trạm cấp cứu 711 để đến cứu nạn nhân của tòa tháp Twin Tower.

Trong một trường hợp khác, ông Trump đã tặng 25,000 mỹ kim cho một Thủy Quân Lục Chiến Mỹ để ông này làm lại cuộc đời sau khi bị tù oan tại Mễ Tây Cơ.

Và còn nhiều những chuyện ngắn tương tự về Trump để cho thấy những khía cạnh nhân bản của ông ta, khác với những lời kết tội về kỳ thị chủng tộc, miệt thị phụ nữ, v.v...

Tại sao có những cử tri bỏ phiếu cho Trump?

Có rất nhiều cử tri thầm lặng biết rõ về Trump. Có rất nhiều cử tri chỉ được nghe về Trump trên truyền hình và qua các lời bình luận cũng như tiên đoán của báo chí. Số cử tri ủng hộ Trump đã lên tới mức quan trọng đủ để đưa Trump vào Bạch Ốc. Theo những sự tiên đoán của giới đỉnh cao trí tuệ và giới truyền thông "biết hết" thì khả năng Trump sẽ thua là từ 80% tới 90%, và chỉ những người ngu mới bỏ cho Trump.

Cũng vì tin tưởng như thế nên trong đêm bầu cử bà Hillary Clinton đã chuẩn bị ăn mừng chiến thắng lớn, trước khi "rớt cái bịch". Tin theo truyền thông thì có ngày "phải đổ thóc giống ra mà ăn" là thế đó.

Tấn bi kịch nói trên của Clinton cho thấy số cử tri Mỹ bị coi là ngu thì hơi nhiều vì đã bỏ phiếu cho Trump. Những "cử tri ngu" này bỏ phiếu cho Trump vì họ đồng ý với bốn luận điểm lớn dưới đây:

- Phải bảo vệ biên giới
- Phải thanh lọc hệ thống nhập cư
- Phải đánh bại khủng bố Hồi Giáo quá khích
- Phải đem việc làm về cho người dân Mỹ

Cuộc bầu cử vừa qua (2016) đã lột trần huyền thoại về sức mạnh truyền thông và làm cho các đỉnh cao trí tuệ mất hết uy tín.

Cuộc bầu cử này còn là một bài học cho những chính trị gia hạng trung bình muốn chuẩn bị làm lãnh đạo trong tương lai.

Cuộc bầu cử này cũng là một bài học quá trễ cho Hillary Clinton, một bài học thấm thía và để đời. Nó còn là một bài học có một không hai trong lịch sử cận đại của Hoa Kỳ. Sau khi kiểm điểm về quá khứ, người ta có thể đoán gì được cho tương lai?

Khung Cảnh tương lai sau cuộc Tổng Tuyển Cử 2016

Cuộc Tổng Tuyển Cử 2016 là một cuộc tranh đấu gay go hiếm thấy trong lịch sử Hoa Kỳ, có hậu quả nghiêm trọng chẳng những ngay cho dân Mỹ mà còn cho thế giới. Sở dĩ nó gay go như vậy là vì dân Hoa Kỳ đã bị dẫn tới tình trạng chia rẽ trầm trọng và quyết liệt giữa hai phe Dân Chủ và Cộng Hòa. Chính quyền của ông Trump sẽ còn phải đối phó với tình trạng chia rẽ nói trên đang làm suy yếu tiềm năng của Hoa Kỳ.

Trong bối cảnh nói trên, ông Trump có một số nhu cầu ngắn hạn cũng như dài hạn cần thỏa mãn để thực hiện mục tiêu chiến lược đường dài của ông ta.

Bước thứ nhất, từ nay đến cuộc bầu cử bán phần quốc hội vào năm 2018, ông Trump có nhu cầu gia tăng sức mạnh của Cộng Hòa trong lưỡng viện quốc hội. Muốn được như vậy, ông Trump có nhu cầu giữ vững những người hiện đang ủng hộ ông bằng cách thực hiện những lời hứa "100 ngày". Những lời hứa này nếu được thực hiện 100% lại có một số tác dụng ngược về chính trị, gây thêm mâu thuẫn với những cử tri Dân Chủ.

Để ổn định và xoa dịu tình hình chia rẽ nói trên, ông Trump sẽ phải thực hiện được chương trình phát triển kinh tế ngắn hạn để lôi kéo thêm những cử tri Dân Chủ sang phía Cộng Hòa, tiêu biểu nhất là thêm nhiều công ăn việc làm cho người thất nghiệp.

Bước thứ hai, nếu thành công trong bước thứ nhất, ông Trump sẽ có thêm vốn chính trị để bước vào cuộc tái ứng cử Tổng Thống năm 2020. Để chuẩn bị cho việc ứng cử nhiệm kỳ 2, ông Trump có nhu cầu chặn đứng "out-sourcing" của các hãng xưởng lớn và mang công ăn việc làm từ ngoại quốc về trong nước. Ông sẽ thành công hay không? Người ta còn phải chờ xem.

Trong lãnh vực kỹ nghệ chế biến (manufacturing), ông Trump nhắm mang về cho Hoa Kỳ khoảng 5 triệu công ăn việc làm. Một nhà nghiên cứu của Wealth Authority cho rằng chỉ tiêu đó quá cao. 700,000 việc làm là con số dễ dàng đạt được trong thời gian tương đối ngắn. Về lãnh vực doanh nghiệp cỡ nhỏ (small business), Wealth Authority cũng hy vọng khu vực này có thể bỏ túi khoảng 360 tỷ để tái đầu tư, do sự áp dụng cơ cấu thuế mới. Chương trình đầu tư 2 ngàn tỷ mỹ kim của Trump vào lãnh vực hạ tầng cơ sở có thể đem lại lợi nhuận tức thời về kinh tế là 10%, tức là 2 trăm tỷ mỹ kim.

Về phương diện năng lượng, với sự gỡ bỏ những luật lệ trói tay trói chân, ngành khai thác năng lượng có thể hoạt động mạnh để cạnh tranh với thị trường quốc tế trong giai đoạn Trump cầm quyền. Sự phát triển trên phương diện khai thác năng lượng còn có ảnh hưởng hỗ trợ cho ngành kỹ nghệ chế biến.

Nói chung, trong những giai đoạn bất ổn về kinh tế, thế giới có khuynh hướng đổ dồn đầu tư vào Hoa Kỳ. Và đây là thêm một yếu tố thuận lợi cho Hoa Kỳ.

Trên đây mới là sự phác họa lộ trình nếu mọi sự êm đẹp trong hai năm đầu của Tổng Thống Trump. Đảng Dân Chủ có hiền lành để chấp nhận hợp tác hay không? Nhiều người không nghĩ như vậy.

Mặt khác đảng Cộng Hòa có hoàn toàn đứng sau ông Trump hay không? Người ta còn phải chờ xem. Cuộc bầu cử này đã đem lại sức mạnh chưa từng có trong 80 năm qua cho đảng Cộng Hòa. Nếu biết đoàn kết theo một mục đích chung, ông Trump và đảng Cộng Hòa hiện có cơ hội để thực hiện những thay đổi lớn. Đảng Cộng Hòa vốn ủng hộ tự do mậu dịch và không hoàn toàn nghĩ giống ông Trump về chính sách đối với dân nhập cư lậu. Vậy đảng Cộng Hòa nghĩ sao nếu ông Trump xét lại lập trường của Hoa Kỳ đối với TPP, và đưa ra những biện pháp mạnh về việc kiểm soát biên giới?

Mậu Dịch Tự Do, TPP và Toàn cầu hóa (Globalization)

David Ricardo là nhà kinh tế chủ trương **mậu dịch tự do** (free trade) vì cho rằng nó đem lại lợi ích cho cả người bán lẫn người mua. Nhờ có mậu dịch tự do, người sản xuất hàng hóa sẽ tìm nơi nào có nhân công rẻ, nguyên liệu rẻ để sản xuất và đem sản phẩm đó bán tại những nơi nào giá sản phẩm cao để lấy lợi tối đa. Đã từ lâu, các nhà sản xuất của Âu Châu, vì muốn tránh thuế lợi tức cao và giá nhân công cao, nên đã mang cơ sở sản xuất sang các nước chậm tiến để sản xuất hàng hóa với giá rẻ hầu cạnh tranh thành công trên thị trường thế giới. Tại Bắc Mỹ, hiệp ước NAFTA cũng được thành hình theo đường hướng nói trên. Đó là lý do đưa đến trào lưu **toàn cầu hóa**.

Cũng giống như hiệp ước NAFTA (North America Free Trade Agreement), hiệp ước TPP (TransPacific Pact-Free Trade Agreement) là một phần của kế hoạch toàn cầu hóa. Cả hai đều do đảng Dân Chủ thúc đẩy với chiêu bài phát triển ngoại thương để đem lại lợi ích cho mọi thành viên trong cộng đồng các nước hội viên. Tuy gọi là Free trade, nhưng ý nghĩa thực sự của hiệp ước lại không phải là tự do mậu dịch, vì mánh khóe thao túng giá biểu tiền tệ. Một ví dụ là: Trung Cộng tự hạ giá đồng "Nguyên" để chiếm ưu thế xuất cảng, gây thiệt hại cho các quốc gia giao thương với Trung Cộng, trong đó có Hoa Kỳ. Mặt khác, khuynh hướng "toàn cầu hóa" đi song song với "out sourcing" trong đó giới tài phiệt của các cường quốc kỹ nghệ mang kỹ thuật tân tiến tới các vùng kém mở mang, gọi là "các nước thứ ba", có nhân công rẻ để thiết lập những "công ty con".

Thâm Thủng Mậu Dịch (Trade Deficit) **và Thất Nghiệp**

Hậu quả thứ nhất là **thâm thủng mậu dịch**: nguyên do là hàng hóa sản xuất tại các nước nghèo có phí tổn rất rẻ, và khi nhập cảng vào Hoa Kỳ không phải chịu thuế hoặc đóng thuế thấp và giới tiêu thụ Hoa Kỳ rất hoan nghênh. Đối với giới tài phiệt và giới tiêu thụ Hoa Kỳ, toàn cầu hóa là điều đáng hoan nghênh. Đối với nước Mỹ thì lại là một chuyện khác. Trước kia người Mỹ mua một món hàng sản xuất trong nước, nay người Mỹ mua cùng một món hàng đó nhập cảng từ bên ngoài, trong khi người các nước thứ ba không cần mua hàng của Mỹ, và điều đó làm cán cân tương mại mất quân bình, có hại cho Mỹ. Nhập cảng nhiều hơn xuất cảng có nghĩa là tiền đi ra nhiều hơn tiền đi vào. Người ta gọi đó là thâm thủng mậu dịch. Riêng đối với Trung Cộng, hiện nay mỗi năm nước Mỹ thua thiệt 300 tỷ mỹ kim, và ngược lại Trung Cộng đạt được thặng dư mậu dich. Do thặng dư mậu dịch về phía Trung Cộng, hiện nay họ có 3000 tỷ mỹ kim ở ngân hàng dự trữ nước ngoài. Và Hoa Kỳ bị thâm thủng mậu dịch 8,000 tỷ mỹ kim.

Hâu quả thứ hai là, trong khi việc xuất cảng kỹ thuật đem lại công ăn việc làm cho các nước thứ ba, thì người Mỹ bị mất việc làm. Dưới thời Tổng Thống George W. Bush, số công ăn việc làm mất vào tay Trung Cộng là 2.4 triệu. Ngày nay tổng số người mất việc tại Mỹ là khoảng 14 đến 15 triệu.

Tại sao lại có sự vô lý như thế? Nguyên do là giới tài phiệt và giới đỉnh cao trí tuệ thúc đẩy toàn cầu hóa để họ đứng ngoài hưởng lợi. Trong khi quyền lợi của giới thợ thuyền Mỹ là nước giàu bị hy sinh, thì giới tài phiệt thâu lợi lớn. Cùng lúc đó các nước nghèo được hưởng lợi. Đây là một hình thức tái phân lợi tức trên quy mô quốc tế mà nước giàu bị hy sinh để làm lợi cho nước nghèo, nhân danh **công bình xã hội**. Trên quy mô nhỏ của quốc gia, những người chủ trương công bình xã hội (social justice warriors) dùng **vũ khí đấu tranh giai cấp** để lấy tiền của giai cấp giàu đưa cho cho giai cấp nghèo qua hình thức thuế lợi tức, an sinh xã hội.

Chủ trương nói trên được thực hiện ở nhiều quốc gia khác nhau dưới nhiều hình thức khác nhau. Ở Việt Nam, Hồ Chí Minh đã tiến hành đấu tranh giai cấp một cách sắt máu và cực kỳ dã man qua cuộc Cải Cách ruộng đất, theo khuôn mẫu của Trung Cộng và Nga Sô-Viết. Công bình xã hội đã giết chết ít nhất 170,000 nạn nhân trong cải cách ruộng đất, trước khi truất hữu tài sản và làm cho toàn dân Việt Nam nghèo khổ như nhau, ngoại trừ giới đỉnh cao trí tuệ trở thành tư bản đỏ.

Bên Âu Châu, khuynh hướng xã hội chủ nghĩa ôn hòa hơn, không có đổ máu. Tại Hoa Kỳ, khuynh hướng xã hội chủ nghĩa cũng khá sắt máu, phải đấu tranh liên tục với khuynh hướng Tự Do Kinh Doanh (Free Enterprise), còn được gọi là Tư Bản. Trải qua nhiều thập niên, hai khuynh hướng này thay nhau nắm chính quyền tùy theo sự lựa chọn của người dân. Cả hai khuynh hướng này đều đề cao "công bình xã hội", nhưng áp dụng những biện pháp khác nhau.

Khuynh hướng tự do kinh doanh **không chủ trương** tiêu

diệt người giàu để giúp người nghèo. Trái lại, họ cho rằng đa số người giàu là những nhà kinh doanh, là những người mang lại công ăn việc làm cho thợ thuyền nghèo. Những nhà kinh doanh này tương tự như những con gà đẻ trứng vàng. Nếu bảo vệ những còn gà này thì xã hội được lợi vì còn tiếp tục có trứng vàng. Nếu giết những con gà này thì hết trứng vàng để hưởng. Do đó những người theo Tự Do Kinh Doanh thường chủ trương giảm thuế cho những doanh nghiệp có lợi tức cao, nhằm mục đích nuôi nền kinh tế, khuyến khích phát triển, và nuôi công ăn việc làm cho thợ thuyền nghèo.

Khuynh hướng xã hội chủ nghĩa, trái lại, chủ trương phải đánh thuế nặng những doanh nghiệp để dùng tiền thuế bơm vào những chương trình xạ hội, như welfare-food stamp, chương trình healthcare, v.v...Nhưng hậu quả của chính sách này thường đưa đến việc đánh quỵ tư doanh, gây nên thất nghiệp, năng xuất tụt dốc, và kinh tế suy thoái. Hơn nữa khuynh hướng xã hội chủ nghĩa còn mang lại nhiều thiệt hại khác về kinh tế. Vì chủ trương nhà nước kiểm soát kinh tế, nên giới thư lại (bureaucrats) trở nên quá lớn. Những nhân viên nhà nước thường lười biếng, vô trách nhiệm, phí phạm của công. Do đó những cơ sở kinh tế, tài chánh do chính quyền quản trị thường thua lỗ. Nạn tham những hối lộ thường đưa đến đổ vỡ thất bại. Khuynh hướng xã hội chủ nghĩa thường đạt được thành quả ngắn hạn để đổi lấy thất bại trong dài hạn.

Nội dung chính của cuộc tranh chấp giữa phe xã hội chủ nghĩa và tự do kinh doanh nói trên nằm trong tất cả mọi cuộc tranh cử giữa hai đảng Dân Chủ và Cộng Hòa trong những thập niên gần đây. Toàn cầu hóa cũng đang là một chủ đề tranh chấp. Ngày nay, toàn cầu hóa có nghĩa là **Quốc Tế Hóa quyền lợi quốc gia** (lợi dụng Liên Hiệp Quốc để giải quyết vấn đề nội bộ quốc gia) để tiến tới phá bỏ biên cương theo điệu hát của Viêt Cộng "Ta mơ trần gian lúc san bằng hết biên thùy, chỉ còn loài người chỉ còn tình thương tràn trên thế giới".

Những người đẩy mạnh ba luận đề công bình xã hội, đấu tranh giai cấp, và toàn cầu hóa nói trên là những phần tử tự phong cho mình là "Đỉnh Cao Trí Tuệ" (những phần tử "Elite") nghĩa là biết hết những gì cần thiết cho đất nước Hoa Kỳ mà đám "quần chúng ngu si" không đủ khả năng để quyết định. Những đỉnh cao trí tuệ Hoa Kỳ theo khuynh hướng xã hội chủ nghĩa là những phần tử khá sắt máu chứ không hiền lành như Dân Chủ Xã Hội Âu Châu. Ta có thể đánh giá mức độ khát máu của họ qua những lời lẽ họ ca tụng Fidel Castro, một trùm độc tài đỏ của Cuba vừa mới chết. Họ khát máu, cuồng tín và lưu manh chứ không trung thực khi nói về dân chủ, công bình, tự do, bình đẳng. Họ đề cao tự do ngôn luận, nhưng tại nhiều diễn đàn đại học ở Hoa Kỳ, sinh viên thiên tả thường không cho những diễn giả nói những ý kiến khác với họ. Họ đề cao tự do, dân chủ nhưng lại hành hung đánh đập những cử tri bầu cho Trump. Họ đề cao công bình nhưng xúi dục những phần tử du đãng biểu tình bạo động chống Trump tại nhiều nơi sau khi cuộc bầu cử đã ngã ngũ.

Trên đây là khía cạnh tiêu cực của Hoa Kỳ đã để lộ ra nhân cuộc tổng tuyển cử 2016. Nó cho thấy ông Trump cần có một số hành động khôn ngoan về chính trị nhằm thuyết phục những phần tử tiêu cực thay đổi thái độ. Ông Trump cần có khả năng quy tụ đa số người dân chung quanh một mục tiêu mà họ coi là hấp dẫn và hợp lý. Những thành công vượt bực của ông Trump trong quá khứ khiến nhiều người dân Hoa Kỳ gửi gấm khá nhiều tin tưởng và hy vọng vào con người có đởm lược, bản lãnh hiếm có và khá lạ lùng này. Ông Trump sẽ thành công hay không? Thời gian sẽ trả lời.

Những khía cạnh tích cực gây phấn khởi cần được nhắc tới là phản ứng cấp thời của giới tài chính và kỹ nghệ Hoa Kỳ cho thấy họ ủng hộ ông Trump. Chỉ số stock gia tăng mạnh liên tiếp trong ba tuần lễ sau cuộc tuyển cử. Một số hãng xưởng kỹ nghệ đã lập tức bỏ chương trình đem kỹ nghệ Hoa Kỳ ra nước ngoài nhằm giữ công ăn việc làm cho thợ thuyền Mỹ. Hãng Carrier, hãng Ford, và hãng Apple là ba hãng đầu tiên cho thấy sự cảnh cáo của Trump có hiệu quả nhanh chóng. Người ta cần phải chờ đợi những thay đổi trong hai năm sắp tới để đánh giá chiều hướng tiến triển của chính quyền Trump.

Những đe dọa đối với kế hoạch của Trump

Trước khi trúng cử cũng như sau khi trúng cử, ông Trump đã từng cảnh cáo dân Mỹ về hiểm họa của một cuộc khủng hoảng tài chánh, vì nước Mỹ hiện mắc nợ hơn 19.5 ngàn tỷ mỹ kim. Ông Trump nhấn mạnh rằng nền kinh tế Hoa Kỳ đang ở trong tình trạng "Buble" giống như bong bóng xà bông, và chỉ cần một hành động tăng lãi xuất nhỏ cũng có thể làm cái "buble đó bị bể", và Hoa Kỳ có thể bị phá sản.

Người có quyền tăng lãi xuất là Thống Đốc Ngân Hàng Hối Đoái Trung Ương. Bà Thống Đốc có toàn quyền tăng hay giảm lãi xuất ngoài khả năng kiểm soát của Tổng Thống. Vì lý do trên, nếu cuộc khủng hoảng nói trên có xẩy ra, ông Trump mong rằng nó xẩy ra trước khi ông nhậm chức.

Ngoài ra, có rất nhiều tài phiệt thiên tả có thể có nhu cầu tạo ra khủng hoảng kinh tế cho nước Mỹ để kích thích giai cấp đấu tranh. Những tỷ phú thiên tả này gồm có George Soros, Tom Steyer và Donald Sussman, là những tài phiệt đã đầu tư nhiều triệu mỹ kim vào quỹ tranh cử của Hillary Clinton, mà xôi hỏng bỏng không.

Nếu không bị phá hoại, ông Trump có thể giải quyết món nợ 19.5 ngàn tỷ qua những kế hoạch kinh tế nhằm gia tăng tổng sản lượng quốc gia (GDP), bằng cách hạ thuế thay vì tăng thuế, với điều kiện lãi xuất được duy trì ở mức thấp như hiện nay. Khi GDP lên cao trên mức nợ, Hoa Kỳ có số tiền thặng dư để giảm dần mức nợ. Điều này đã từng xẩy ra trong quá khứ. Với bản lãnh sẵn có, người ta hy vọng ông Trump đã có một kế sách đối phó với những đe dọa có thể xẩy ra do những phần tử phá hoại. Tương lai sẽ cho biết niềm hy vọng trên có đứng vững hay không.

Trump và vấn đề Việt Nam

Chắc chắn chính sách ngoại giao của Trump nhắm ưu tiên củng cố sức mạnh của Hoa Kỳ là chính, và Trump sẽ không làm điều gì có lợi cho những chế độ Hồi Giáo hoặc Cộng Sản có ảnh hưởng nguy hại cho nước Mỹ, ở những mức độ khác nhau. Trung Cộng là một đối tác cực kỳ quan trong đối với nước Mỹ, và Trump có đủ bản lãnh đối phó bằng những biện pháp kinh tế. Nếu cần có những biện pháp quân sự, Trump có những cố vấn nặng ký về quân sự. Việt Nam là một đối tác không quan trọng lắm đối với chính sách ngắn hạn của Trump, và Việt Nam cần Trump hơn là Trump cần Việt Nam.

Trong giai đoạn bầu cử tổng thống vừa qua, nhiều cơ quan tuyên truyền trá hình của Việt Cộng đưa ra nhiều luận điệu làm cho nhiều cử tri hoang mang. Việt Cộng hy vọng người Việt tại Mỹ bỏ phiếu chống Trump. Dĩ nhiên có rất nhiều người Việt ở tiểu bang California đã dồn phiếu cho Dân Chủ, mặc dầu có tác dụng yếu như muối bỏ biển.

Ông Trump chưa có cơ hội để nói với người Việt Nam, nhưng một người Mỹ, Tiến Sĩ Soren Kirchner, có cảm tình với người Việt Nam, am hiểu về người Việt Nam vì đã hợp tác kinh doanh, kể cả dậy học, tại Việt Nam, và đã có ít lời để chia sẻ với người Việt Nam chúng ta. Dưới đây là tóm lược những điều ông ta muốn nói về Trump và Việt Nam:

"...Tôi đã bỏ nhiều thì giờ để viết sách, diễn thuyết và giảng dậy để khuyên các bạn không nên từ bỏ chủ quyền quốc gia của mình cho những phần tử ngoại bang chỉ vì mục đích được mua bán những sản phẩm tốt.

Tôi thấy nhiều bạn đang hoang mang và khó chịu về việc ông Trump thắng cử. Và tôi hiểu tại sao các bạn ngạc nhiên. Tôi đã dự đoán sự chiến thắng của ông Trump trên đài VOA và chương trình Quốc Khánh. Tôi đã tiên đoán đúng vì tôi không chịu ảnh hưởng của các chương trình truyền thông bóp méo tin tức của hệ thống toàn cầu hóa.

Vậy, ông Trump muốn gì cho Việt Nam?

1) Donald Trump muốn các bạn có một quốc gia mạnh mẽ, có biên giới mạnh mẽ, và người Việt Nam có quyền quyết định về những gì xẩy ra trong nước các bạn, chứ không bị các thế lực toàn cầu hóa quyết định.

2) Donald Trump muốn các bạn chế tạo những sản phẩm có chất lượng cao, và sản xuất một cách hữu hiệu nhất.

3) Donald Trump muốn các bạn biết rằng những thỏa hiệp thương mại song phương hiện hữu đã đủ tốt để các bạn làm ăn buôn bán với Hoa Kỳ. Các bạn không cần phải bán nước của mình cho các phần tử Toàn Cầu Hóa ngoại bang để được phép buôn bán với Hoa Kỳ.

4) Donald Trump muốn các bạn đi thăm và nhập cư vào Hoa Kỳ!! Không có gì đổi khác so với trước đây, miễn là các bạn hành động một cách hợp pháp. Ví dụ, nếu các bạn nhập cư lậu qua ngả Mễ Tây Cơ hay Gia Nã Đại, thì sẽ có vấn đề. Nếu các bạn sử dụng những thủ tục pháp lý hiện có thì Tổng Thống Trump sẵn sàng đón tiếp các bạn. Vậy các bạn cứ cảm thấy thoải mái...

5) Donald Trump không muốn can thiệp vào đường lối ngoại giao và nội chính của các bạn. Nghĩa là các bạn có thêm tự do, độc lập, và hy vọng có thêm hạnh phúc.

6) Donald Trump không có vấn đề với Putin, có nghĩa là Hoa Kỳ không muốn có chiến tranh hạch tâm với nước Nga vì vấn đề Syria. Chuyện này sẽ gây chết chóc cho cả tỷ người, sẽ hủy hoại môi trường và sẽ ảnh hưởng tai hại cho kinh doanh của Việt Nam.

Để kết luận: ***Tổng Thống Trump muốn tặng Việt Nam một món quà bất ngờ. Đây là cơ hội để các bạn cố gắng làm việc, tạo ra phẩm chất tốt và vực dậy quê hương của bạn, thay vì đem bán quê hương bạn cho giới tài phiệt toàn cầu hóa và đồng minh của họ.***

Phần trình bày trên đây có lẽ đủ để giải đáp những thắc mắc của người Việt Nam đối với sự thắng cử của ông Trump trong cuộc Tổng Tuyển Cử 2016. Và đây cũng là phần kết luận của bài nói truyện. (Bài nói truyện trên Paltalk)

Ngày 4 tháng 12, 2016

CHƯƠNG 2
TỔNG TUYỂN CỬ 2020 TẠI HOA KỲ

Phần A Tâm Trạng Căng Thẳng

Trong vòng hơn 50 năm qua, tại Hoa Kỳ chưa bao giờ có một cuộc tổng tuyển cử căng thẳng như cuộc bầu cử 2020. Dù là đảng Cộng Hòa hay đảng Dân Chủ, cuộc bầu cử kỳ này có tính cách quyết định cho tương lai nước Mỹ trong những thập niên sắp tới. Vì thế cả hai đảng đều có những nhu cầu cực kỳ gay gắt phải thắng cử trong năm 2020. Điều này khiến cho cả hai đảng đều có những động thái đặc biệt, có ảnh hưởng lớn đến cử tri, khiến cho mọi người thấy cử tri của hai đảng đã có những hành động công khai chỉ trích lẫn nhau một cách cực kỳ mạnh mẽ, hơn là trong những kỳ bầu cử trước kia. Vì thế người ta không mấy ngạc nhiên khi thấy cộng đồng người Mỹ gốc Việt cũng bộc lộ nhiều dấu hiệu căng thẳng trong thái độ chính trị, đối với hai đảng Cộng Hòa và Dân Chủ.

Đứng trước hoàn cảnh nói trên, câu hỏi được đặt ra là: tại sao lại xảy ra tình trạng chính trị đặc biệt nói trên?

Muốn trả lời câu hỏi đó, người ta phải tìm hiểu tận gốc về hậu quả của cuộc bầu cử 2016.

I. Hậu quả của cuộc bầu cử 2016

Cuộc tổng tuyển cử sắp tới vào năm 2020 là hậu thân của cuộc tổng tuyển cử 2016. Đối với một học giả chính trị thờ ơ, cuộc tuyển cử 2016 cũng chỉ là một trong những cuộc tuyển cử bình thường trong nền chính trị của Hoa Kỳ: một triều đại của đảng Dân Chủ đã ra đi và được thay thế bằng một triều đại của đảng Cộng Hòa, như đã từng xảy ra trong quá khứ, qua 44 ông tổng thống Hoa Kỳ trong thời gian hơn 200 năm nay tại Hoa Kỳ. Đâu có gì lạ? Đối với một số người quan sát chính trị tinh ý một chút thì hậu quả của cuộc tổng tuyển cử 2016 đã diễn ra không bình thường chút nào, vì một số đặc điểm sau đây:

1. Những hiện tượng gần và dễ thấy

Thứ nhất: Đa số giới truyền thông dòng chính, đa số đỉnh cao trí tuệ *(elite)*, đa số học giả dòng chính *(main stream pundits)*, và đa số giới thăm dò quần chúng qua "polling", đều tiên đoán Hillary sẽ thắng cử với đa số phiếu cực lớn. Kết cuộc, Donald Trump đã thắng quá lớn với phiếu cử tri đoàn. Điều này đã khiến cho Hillary và các đồng chí Dân Chủ của bà ta lâm vào tâm trạng nửa khùng nửa điên.

Thứ hai: Đa số giới truyền thông dòng chính đã không kèn không trống "thoái vị", từ bỏ vai trò cao quý của mình trong công tác loan tin trung thực. Họ biến thành một bọn "hát thuê-viết mướn" cho một phe đảng chính trị vì lý do tiền bạc, hoặc vì lý do tư thù cá nhân, hoặc bất cứ lý do bậy bạ nào khác. Đây là một tình trạng sa đọa chính trị cực kỳ quan trọng đã diễn ra tại Hoa Kỳ, có tính cách đe dọa nền chính trị Dân Chủ của quốc gia vĩ đại này. Nhóm truyền thông này đã biến nhiệm vụ loan tin trung thực thành một nghề bịa tin tức, bóp méo tin tức, nhằm phục vụ một phe nhóm chính trị. Họ đã lạm dụng cái lỗ hổng của "quyền tự do ngôn luận" do hiến pháp công nhận, nhưng không ấn định trách nhiệm. Chính những kẻ làm truyền thông vi phạm quyền hiến định nói trên.

Thứ ba: Một biến cố mới đã diễn ra, có tính cách đe dọa nền dân chủ của Hoa Kỳ. Đó là một số khá đông chính trị gia thuộc phe đảng Dân Chủ thiên tả đã không chấp nhận kết quả của cuộc bầu cử hợp pháp, hợp hiến như thường lệ, và quyết định lật ngược kết quả bằng mọi cách, kể cả bất hợp pháp. Những chính trị gia này thuộc nhóm gia-nô nằm vùng, được gọi là *"Deep State",* đã cấu kết với nhau để tạo ra một vụ án chính trị, nhằm bịa đặt và tố gian rằng "*ông tổng thống đắc cử đã thông đồng với nước Nga trong cuộc tuyển cử" (Russian collusion)*. Đây là cái "Nuclear Option" thứ nhất của đảng Dân Chủ: một "Giải pháp Tuyệt vọng". Sau ba năm điều tra, và 32 triệu mỹ kim chi tiêu hoang phí, vụ án chính trị gian lận bị vỡ lở, và nhiều thành viên đảng Dân Chủ trong vụ án gian lận, lớn hơn vụ Watergate, đang chờ ngày ra tòa để bị xét xử.

Thứ tư, còn nghiêm trọng hơn vụ án "thông đồng với Nga", ngay đầu năm 2017, đảng Dân Chủ bước vào một giai đoạn thoái trào trên nhiều phương diện căn bản:

a/ Đảng Cộng Hòa nắm toàn bộ Hành Pháp, Thượng Viện và Hạ Viện.

b/ Đa số các Thống Đốc tiểu bang là Cộng Hòa.

c/ Tối Cao Pháp Viện đang đi vào một chu kỳ thay đổi

trong đó đảng Cộng Hòa đang tiến tới chỗ nắm đa số áp đảo. trong một thời gian kéo dài nhiều thập niên.

d/ Đây là một nguy cơ rất lớn đe dọa vị thế tồn vong của đảng Dân Chủ, nếu đảng này không chịu lột xác để thay đổi.

Nguy cơ nói trên đã khiến cho nhiều người Dân Chủ trở thành nửa điên nửa khùng. Một dân biểu tiểu bang Minnesota, ông Keith Ellison đã chủ trương dùng bạo lực để chống lại ông Trump. Ông này dường như thuộc nhóm Antifa, hoặc ít nhất ủng hộ đường lối hoạt động của Antifa, một tổ chức Cộng Sản. Và người ta biết rằng nhiều thành viên Antifa đã hành hung những người ủng hộ Tổng thống Trump. Họ là một bọn côn đồ, và cũng bị coi là bọn khủng bố. Họ chủ trương dùng bạo động để bịt miệng những người ủng hộ Tổng thống Trump.

Thứ năm, hậu quả của tâm trạng nửa điên nửa khùng đã khiến nhiều đảng viên Dân Chủ đã chọn con đường tắt, bắt tay với khuynh hướng xã hội Mác Xít, thay vì sửa đổi đường lối chính sách, để thành công hơn trên đường dài. Họ theo đuổi giải pháp đấu tranh giai cấp và chiếm chính quyền bằng bạo động. Đảng Dân Chủ muốn "cướp chính quyền" theo kiểu của Hồ chí Minh, khiến những người Việt thiên tả và những người Việt ngây thơ rất khoái. Họ nghĩ rằng chính quyền sắp rơi vào tay đảng Dân Chủ. Còn lâu!

Thứ sáu, ngay từ năm 2017, khuynh hướng xã hội Mác Xít bạo động đã bắt đầu xuất hiện, với những bọn côn đồ của đảng Dân Chủ đe dọa những người ủng hộ Tổng thống Trump tại nhà riêng, hoặc tại những nơi công cộng như tiệm ăn, tiệm khiêu vũ, tiệm chiếu bóng (cinema). Những người "Dân Chủ côn đồ" này hành động giống y chang bọn "con cháu bác Hồ", nghĩa là vừa đánh trống vừa ăn cướp. Trong khi đòi hỏi tự do ngôn luận, thì chúng đã cấm quyền tự do ngôn luận của người khác, sử dụng bạo lực đối với những người phát biểu khác chính kiến, những người ủng hộ Trump.

Hành động côn đồ nói trên cho thấy tâm trạng khùng điên muốn giật sập nền dân chủ pháp trị của Hoa Kỳ. Thái độ bạo hành của phe Dân Chủ cho thấy bề ngoài thì họ hung hăng, nhưng trong lòng họ chứa chất một niềm sợ hãi vì họ đang mất dân. Họ đang mất phương hướng và mất tư cách lãnh đạo. Họ đang giống như một con thú dữ bị dồn vào bước đường cùng, đang vùng vẫy một cách điên cuồng, một cách thiếu thông minh. Đảng Dân Chủ đang giống như một con thuyền bị gẫy cột buồm và mất bánh lái, nhưng vẫn quyết định ra khơi, mặc dầu không biết đi về đâu.

Thứ bảy, vì thế qua những tháng bạo loạn vừa qua, người dân Mỹ thấy gì? Người dân Mỹ đi tới kết luận là Đảng Dân Chủ hiện nay chỉ giỏi phá hoại, gây đốt phá và chết chóc, nhưng chưa có một thành tích xây dựng từ ba bốn năm qua. Chẳng những giỏi phá hoại, đảng Dân Chủ trong Hạ Viện còn từng bước cản trở Tổng thống Trump trong cố gắng thực thi lời hứa hẹn với dân. Đây là một kết luận cực kỳ tai hại cho tương lai gần của đảng Dân Chủ trong cuộc bàu cử năm 2020 và một thời gian đáng kể sau đó.

2. Nhìn xa hơn---Những bước đi quan trọng của Tổng Thống Trump: đột phá và nhất quán

Nếu cuộc bầu cử năm 2020 là một cuộc trưng cầu ý dân để đánh giá Tổng Thống Trump và đảng Cộng Hòa, thì những câu hỏi nào sẽ được nêu lên? Đó là những vấn đề quan tâm chính của người dân, mà năm 2016 đã đưa ông Trump vào Tòa Bạch Ốc:

- Kinh Tế: đem việc làm về Mỹ, sau nhiều năm "outsourcing" (việc làm chạy ra nước ngoài)

- Chấm dứt nhập cư lậu (*illegal immigration*), thanh lọc hệ thống nhập cư

- Bảo vệ biên giới

- Đánh bại khủng bố (Hồi Giáo quá khích)

Mặc dầu những cản trở tối đa của Đảng Dân Chủ, những thành công của Tổng thống Trump thật là không ngờ.

Nguyên nhân chính đem lại thành công cho Trump là:

a/ Tổng thống Trump biết mình phải làm gì;

b/ Tổng thống Trump biết phương pháp nào để đạt mục đích;

c/ Tổng thống Trump có khả năng thương thuyết xuất sắc;

d/ Tổng thống Trump luôn luôn đi trước đối thủ một bước khi ra đòn.

Ông Trump biết phải làm gì khi đối diện với một số quốc gia, và một số vấn đề phải giải quyết. Đối với Syria, ông quyết định rằng quốc gia này không phải là quyền lợi sinh tử của Hoa Kỳ. Do đó ông đã quyết định rút ra khỏi Syria, vì không muốn bị lôi cuốn vào một cam kết lâu dài, trong khi có mối quan tâm lớn hơn nhiều ở Á Đông. Đối với Iran, ông Trump đã thi hành một biện pháp quyết liệt: hạ sát tướng Soleimani. Nhưng qua một trung gian, ông Trump cho lãnh đạo Iran biết là vấn đề phải được ngưng lại ở đó, mặc dầu ông có khả năng thi hành những biện pháp quyết liệt hơn. Sở dĩ như vậy, vì Tổng thống Trump muốn tập trung nội lực để giải quyết vấn đề Trung Cộng và không muốn trải quân ra quá mỏng tại những chiến trường kém quan trọng.

Đối với các quốc gia Ả Rập, lập trường của Tổng thống Donald Trump là không can thiệp quân sự vào những mâu thuẫn đã diễn ra cả ngàn năm nay, giữa các người Ả Rập với nhau. Ông muốn để cho người Ả Rập tự giải quyết những mâu thuẫn nội bộ. Tuy nhiên, ông không từ chối khả năng làm một đồng minh. Saudi Arabia là một đồng minh đắc lực của Hoa Kỳ trong mặt trận chống ISIS. Mặt khác, vì là đồng minh cật ruột của Do Thái, ông Trump không ngừng tìm cách giải tỏa những mâu thuẫn giữa Do Thái và các nước lân bang Ả Rập. Hiệp ước mới đây giữa Do Thái và United Arab Emirates là một thí dụ.

Đối với NATO, ông Trump đòi hỏi cách ứng xử công bằng giữa hai bên. Do đó NATO phải chia sẻ trách nhiệm phòng thủ, và võ trang. Ông Trump rất khó chịu khi Đức liên kết hệ thống dẫn dầu với Nga. Một hành động có hậu quả chiến lược bất lợi cho NATO.

Giống như Tổng thống Reagan và Tổng thống Bush cha, Tổng thống Trump thả lỏng giây cương trong lãnh vực chiến thuật, để các tướng lãnh toàn quyền hành động ngoài chiến trường. Do đó, ông đã đạt những kết quả rất xuất sắc tại Trung Đông. Tổng thống Trump chủ trương xây dựng một khả năng quân sự vô địch với mục tiêu là "không bao giờ phải đụng đến nó". Nói vắn tắt là duy trì hòa bình trên thế mạnh. Những người như Obama và Clinton thì không bao giờ hiểu được câu nói đó.

Trong khi phe đảng Dân Chủ mê man trong cơn "mộng du", tiến hành chiến dịch truất phế Tổng thống Donald Trump (*impeachment*), thì ông lặng lẽ tiến hành những chương trình củng cố nền tảng pháp lý, chính trị và xây dựng căn bản kinh tế. Cho tới tháng 12, 2019, Tổng thống Donald Trump đã được Thượng Viện chuẩn y 187 quan tòa Liên Bang, vượt xa hai Tổng Thống George W. Bush và Bill Clinton trong cùng một thời gian. Tại hệ thống tòa án Circuit Court, khi ông Trump đắc cử, có 13 tòa án do Dân Chủ nắm đa số. Sau 3 năm ông Trump cầm quyền, có 7 tòa án đã trở thành Cộng Hòa nắm đa số.

Cũng trong thời gian "mộng du" *(sleepwalking)* đó của đảng Dân Chủ, chính Quốc Hội Dân Chủ đã giúp ông Trump đạt được hiệp ước USMCA *(The United States-Mexico-Canada Agreement).* Đảng Dân Chủ gián tiếp thú nhận họ đã "mê tít" một phần chương trình của Tổng thống Trump. Về mặt kinh tế, sau ba năm ngồi tại Tòa Bạch Ốc White House, Tổng thống Trump đạt được nhiều thắng lợi kinh tế mà các đời tổng thống khác chưa hề đạt được. Cứ mỗi tháng lại có gần 300 ngàn người có việc làm. Tính gộp lại trong ba năm đầu tiên, có khoảng 9 triệu người kiếm được việc làm.

Sau khi đảng Dân Chủ tỉnh cơn "mộng du", họ thấy Ông Trump đã lặng lẽ đạt được nhiều thắng lợi lớn lao quá. Vì thế căn bệnh khùng điên của họ càng trở nên trầm trọng. Và căn bệnh này đã ảnh hưởng tới vấn đề tranh cử của Đảng Dân chủ. Những người tinh ý chịu khó quan sát chiến dịch tranh cử của những người khùng điên này trên màn truyền hình sẽ thấy nhiều hoạt cảnh vui đáo để.

3. Chiến dịch tranh cử của đảng Dân Chủ

Có ba chủ đề đáng nghiên cứu về cuộc tranh cử của đảng Dân Chủ, đó là: nội dung, diễn viên, và giải pháp tuyệt vọng (nuclear option).

-- **Nội dung**

Nội dung của cuộc tranh cử do các ứng cử viên đề ra là một điều mọi người quan tâm. Qua mười mấy tháng tranh cử của giai đoạn sơ khởi *(primary),* những người quan sát không ghi nhận được nhiều tư tưởng sáng giá của phe chính thống. Không phải là phe Dân Chủ thiếu tư tưởng sáng giá, nhưng dường như họ cố tình giấu kín không cho quốc dân biết. Đây có vẻ là cách làm ăn bất chính "à-la-mode de" Pelosi khi bà ta đưa ra chương trình Obamacare mười năm về trước: bỏ phiếu chấp thuận trước rồi hãy thảo luận sau.

Trên đây là nói về lập trường chính thức của đảng Dân Chủ trong giai đoạn sơ khởi "primary", là giai đoạn mà chưa ai có tư cách nhận mình là đại diện cho đảng ta. Trong giai đoạn này người ta được nghe đầy hai con ráy về những chương trình cứu nước, bằng những giải pháp mà nói chung có tính cách ảo tưởng của chủ nghĩa Marxist. Nó ảo tưởng vì họ đề ra những chương trình chi tiêu quá lớn làm cho người dân Mỹ sẽ bị "ba đời khánh tận", mà sự thành công thì không có gì bảo đảm. Người ta không được nghe những chương trình có tính cách thực tiễn, như: Làm thế nào để người dân có thêm việc làm? Làm thế nào để có thêm tiền bỏ vào túi người dân? Làm thế nào để cân bằng mậu dịch với Trung Cộng và lấy về số thất thu mậu dịch 8,000 tỷ mỹ kim mất vào tay Trung Cộng? vân vân ...

Sau khi điểm sơ qua về nội dung của cuộc tranh cử, ta hãy nhìn lại xem ai sẽ là đại diện cho những nội dung khác nhau.

Đó là vấn đề "diễn viên" trong cuộc tranh cử sơ bộ *(Primary Contest).*

-- Diễn viên trong cuộc tranh cử sơ bộ

Dĩ nhiên, dưới đây là nhận xét qua con mắt chủ quan của tôi. Và tôi thành thực nhận thấy toàn bộ những diễn viên trên 20 nhân vật, không có ai sáng giá, ngoại trừ ông Berny Sanders là người có khả năng ăn nói và phân tích sự việc. Nếu tôi là một thành viên của đảng Dân Chủ thì tôi phải vô cùng thất vọng. Điều nhận xét này thực ra không khác xa với kết quả sau mấy tháng tranh cử, cho thấy không có ai nổi bật lên trên những người khác. Tất cả giống như một đàn cóc nhái ễnh ương kêu ì ộp và chen lấn nhau trong một đêm mưa lớn mùa hè.

Trong đám cóc nhái ễnh ương đó, đảng Dân Chủ đã "nhặt đại" ra một đại diện làm ứng cử viên tổng thống. Đó là Joe Biden, người đã bị trượt ứng cử viên tổng thống trước kia vì **tài đạo văn** của người khác. Trong tương lai, Joe Biden còn có thể bị kẹt vào một vụ tham nhũng với Ukraine và Trung Cộng. Chúng ta hãy tạm thời quên đi những vụ tham nhũng nói trên. Điều mà đảng Dân Chủ đang lo sốt vó là truyện tranh cử với đảng Cộng Hòa sắp tới. Ông Biden có đủ khả năng đấu võ mồm với ông Trump hay không? Sau 47 năm làm chính trị tại Hạ Viện, Thượng Viện, rồi làm phó Tổng Thống, Ông Biden có thành tích gì để so sánh với Ông Trump?

Điều làm đảng Dân Chủ lo lắng nhất là Ông Biden đang đi vào bóng xế của cuộc đời, với một bộ óc lú lẫn và một khả năng tuyệt vời về ăn nói loạng quạng, nói trước quên sau. Làm sao ông Biden có thể đấu với Ông Trump trong ba cuộc "Presidential Debates" sắp tới? Chính Bà Pelosi cũng khuyên

Ông Biden nên hủy bỏ cuộc tranh luận với Ông Trump.

-- **Giải Pháp Tuyệt Vọng** *(Nuclear option)*

Đem tất cả những thành công của ông Trump sau ba năm làm tổng thống để so sánh với những thành tích của ông Biden, đảng Dân Chủ không có một tia hy vọng nào để thắng. Trừ phi sử dụng một trong những thủ đoạn hạ cấp của giang hồ, với một cái hỗn danh là một "giải pháp tuyệt vọng" (nuclear option thứ hai). Đó là lý do mấy tháng nay, đất nước Hoa Kỳ đã nổ tung tại những thành phố hoặc tiểu bang thuộc đảng Dân Chủ: những vụ biểu tình phản kháng nhân danh chống kỳ thị theo sau bằng những cuộc đập phá, hành hung, cướp của, gây chết người. Thêm vào đó là việc đốt phá các công viên và các di tích lịch sử.

Chiêu bài chống kỳ thị đã làm mồi lửa cho những xúc động ban đầu, có ảnh hưởng không tốt cho chính quyền đương nhiệm của Liên Bang. Nó đặt chính quyền Liên Bang vào một vị trí khó xử. Nếu phản ứng mạnh bằng vũ lực, thì có thể làm bùng lên những phản ứng ở nhiều nơi khác, và càng làm cho câu chuyện bùng lớn hơn. Trái lại, nếu không có biện pháp can thiệp bằng công lực, thì chính quyền phải chịu trách nhiệm về những đốt phá tanh bành. Mặt khác, cảnh sát của các thị xã thuộc quyền điều động của Thị Trưởng hoặc Thống Đốc tiểu bang chứ không thuộc quyền Liên Bang.

Chính vì lý do trên, đảng Dân Chủ ban đầu coi giải pháp tuyệt vọng này là "vũ khí cao cấp" để gỡ thế cờ bí, và quyết định không cho chính quyền liên bang can thiệp. Đồng thời khai thác tình trạng rối loạn cho mục tiêu chính trị, và ngăn cản không cho cảnh sát hành động để đem lại trật tự. Ngoài ra, những người thuộc phe Dân Chủ còn đề nghị giải thế lực lượng cảnh sát.

Những tai to mặt lớn của đảng Dân Chủ như Pelosi, Nadler, Maxine Watters, Kamala Harris, và giới truyền thông dòng chính đã sáng tác những bản hợp tấu để thổi lửa vào những cuộc bạo loạn. Kamala Harris khuyến khích tiếp tục bạo loạn, ngay cả khi đã xong bầu cử. Black Lives Matter hợp tác với bọn khủng bố Marxist là những kẻ giương ngọn cờ "công bình xã hội", trong khi những nhóm chạy cờ đàng sau là những thành phần ngây thơ, không biết là mình bị lừa bịp cho mục tiêu tranh cử.

Nhưng cái gì cũng có hậu quả của nó. Khi cơn rối loạn bắt đầu, nhiều người ngây thơ nhẹ dạ đã hưởng ứng những cuộc biểu tình tại một số địa điểm của đảng Dân Chủ, vì họ vốn theo khuynh hướng dân chủ cấp tiến. Khi cơn rối loạn kéo dài, đời sống của người dân bắt đầu trở nên khó khăn, và người dân bắt đầu mở mắt ra và nhìn thấy mưu mô đen tối của đảng Dân Chủ. Họ trở nên bất mãn.

Cuối tháng 8, 2020, Don Lemon của đài CNN đã nghĩ là nên chấm dứt cái "giải pháp tuyệt vọng" nói trên, vì có thể gây bất lợi cho đảng Dân Chủ nhất là cho Biden. Ngày Chủ Nhật 30 tháng 8, 2020, cơn bạo loạn "nhân tạo" đã gây ra một vụ nổ súng chết người như thường lệ tại Portland, Oregon. Nhưng lần này Biden đã lên án vụ bạo loạn.[1] Câu hỏi được đặt ra: "cuộc bạo loạn đã diễn ra từ ba tháng qua, tại sao ông Biden lại im thin thít, không có một lời lên án nào, cho tới bây giờ?" Dân biểu Dan Crenshaw (Cộng Hòa - TX) đã trả lời câu hỏi trên: Biden nói như thế chỉ vì dư luận quần chúng đã xoay chiều *"...you're only commenting now because the polling told you to"*.[2]

-- **Gió đang xoay chiều**.

Những cuộc bạo loạn do đảng Dân Chủ thổi phồng lên có thể trở thành con dao hai lưỡi gây phản tác dụng cho đảng Dân Chủ, và có thể làm Biden mất phiếu như chơi. Tới đầu tháng 9, cái nóng của mùa Hè đang bắt đầu hạ nhiệt, chờ cái mát của mùa Thu. Đảng Dân Chủ đang nhìn thấy cái "nuclear option" thứ hai lại thất bại, như cái nuclear option thứ nhất (cuộc điều tra *Russia - Collusion*). Đảng Dân Chủ có một cái nuclear option thứ ba không?

Ta hãy chờ xem.

Sự phân tích trên đây chỉ nhằm tóm lược hậu quả của cuộc bầu cử 2016. Những phân tích kế tiếp sẽ trình bầy một cách chi tiết những thành công của Ông Trump trong thời gian 4 năm qua.

31 tháng 8 năm 2020

References

1. Hank Berrien. Aug 30, 2020 Daily Wire.com. Biden's statement on Twitter:

"The deadly violence we saw overnight in Portland is unacceptable. I condemn violence every kind by anyone, whether on the left or the right. And I challenge Donald Trump to do the same".

2. Ibid.

Phần B. TỔNG THỐNG TRUMP VÀ VẤN ĐỀ MẬU DỊCH

Cách Giải quyết Vấn Đề

Như đã được trình bầy trong phần A, chúng ta đã ôn lại hậu quả của cuộc tổng tuyển cử năm 2016, là một biến cố cho thấy đảng Dân Chủ đang đi vào một giai đoạn suy thoái nghiêm trọng. Thay vì có những hành động khôn ngoan để xây dựng lại Đảng ta, những người Dân Chủ mất phương hướng đã lao đầu vào một cuộc đấu tranh với những hành động tuyệt vọng (nuclear options), vừa gian lận, vừa bạo động, tự làm mất uy tín đối với người dân thuộc mọi giới như: Hispanic, người Mỹ da đen v.v...

Chẳng những thế, giới lãnh đạo của đảng Dân Chủ còn tự làm mất uy tín đối với chính đảng viên Dân Chủ, khiến nhiều đảng viên Dân Chủ đã chia tay ý thức hệ qua phong trào "walk-away". Tronh khi đảng Dân Chủ đắm mình vào cơn nổi giận khùng điên, thì đối thủ của họ là ông Donald Trump đã lẳng lặng thực hiện những bước đi thực tiễn nhằm giải quyết những vấn đề sinh tồn của Hoa Kỳ. Trước hết là vấn đề Mậu Dịch *(Trade).*

Là một người thành công lớn về kinh doanh, ông Trump đã lựa chọn được những cố vấn thượng thặng về kinh tế và thương mại, và đã giải quyết được những vấn đề hóc búa trong tương quan quốc tế và đem lại thắng lợi lớn cho Hoa Kỳ.

1. Lối nhìn đột phá (độc đáo và có hậu quả quyết định)

Một trong những lý do chính giúp cho ông Trump thành công lớn là vì ông có một cái nhìn "**đột phá**" về thời đại mới trong khi những nhà lãnh đạo tầm thường như Bush "con",

Clinton, và Obama không có được. Trong tương quan quốc tế, trong khi ông Trump nhìn vấn đề theo nhãn quan của thế kỷ 21, thì các vị tổng thống kia còn nhìn dưới lăng kính của hậu đệ nhị thế chiến, hoặc khá lắm là cuộc chiến tranh lạnh.

Một thí dụ cụ thể là sự nhận định về bản chất của các thực thể: Trung Cộng, Liên Hiệp Âu Châu, Minh Ước Bắc Đại Tây Dương, Khối Ả Rập, Liên Hiệp Quốc, vấn đề Israel và Palestine, vấn đề Hồi Giáo vân vân. Bản chất và tầm quan trọng của các thực thể nói trên đã thay đổi hoàn toàn trong thời gian từ năm 1945 cho tới năm 2015. Do đó cách ứng xử của Hoa Kỳ đối với các thực thể nói trên không nhất thiết phải như cũ và nhiều khi cần thay đổi hoàn toàn. Một thí dụ thứ hai là cách nhận định chính xác về bản chất của các vấn đề quốc tế như mậu dịch (trade), toàn cầu hóa (globalization), vấn đề Khủng Bố Hồi Giáo, v.v... mà các nhà lãnh đạo Hoa Kỳ trước kia đã đánh giá sai hoặc hiểu lầm, hoặc lạnh cẳng và không dám đụng tới.

2. Lối nhìn Nhất Quán *(consistent and unified)*

Trong khi điều hành các vấn đề nội trị cũng như bang giao quốc tế, ông Trump luôn luôn đặt đất nước Hoa Kỳ và người dân Hoa Kỳ lên hàng đầu. Đó là nguyên lý nhất quán không bao giờ thay đổi của ông Trump. Điều này không có nghĩa là ông Trump có óc kỳ thị đối với những người không phải Hoa Kỳ, và các quốc gia ngoài Hoa Kỳ. Trái lại ông ta tôn trọng và đòi hỏi sự công bằng trong bang giao quốc tế, trong cách ứng xử giữa các quốc gia với nhau.

3. Mậu Dịch Và Lối Nhìn Nhất Quán - "Trade War Là Gì" ?

Trade War là chiến tranh thương mại. Đây là lúc chúng ta phải tìm hiểu chút đỉnh về "tự do mậu dịch" và chiến tranh mậu dịch, là vấn đề bắt nguồn từ một khái niệm kinh tế do *David Ricardo* đề xuất, và đưa đến hệ luận cho rằng tự do mậu dịch sẽ đem lại lợi ích cho cả người bán và người mua. Theo quan niệm của Ricardo, người sản xuất sẽ tìm nơi nào có giá nhân công rẻ, giá nguyên liệu rẻ để sản xuất với "giá thành" hạ thấp. Sau đó sản phẩm có giá thành hạ thấp sẽ được đem bán lại tại những nơi có giá cao để lấy lợi tối đa. Tóm tắt là: *"sản xuất ở nơi phí tổn thấp, bán lại ở nơi giá bán cao"*. Muốn được như thế phải có Tự Do Mậu Dịch.

4. Quy luật quan trọng của Tự Do Mậu Dịch là gì?

Muốn có tự do mậu dịch như quan niệm của Ricardo, điều kiện tiên quyết là phải có tự do cạnh tranh và tự do giao thương giữa nước này với nước kia mà không có sự can thiệp của chính quyền. Tự do giao thương có nghĩa là phải bãi bỏ hàng rào quan thuế giữa các quốc gia, và trong mỗi quốc gia, chính quyền phải bãi bỏ những chế độ "bao cấp" (subsidy), vì bao cấp là một mánh khóe giả tạo làm hạ giá thành, khiến cho sản phẩm có khả năng cạnh tranh mạnh hơn các quốc gia khác. Quan niệm tự do mậu dịch cũng ngăn cấm thủ đoạn phá giá hối xuất tiền tệ để giành ưu thế xuất cảng.

Chủ trương tự do mậu dịch là một phản ứng chống lại khuynh hướng "*mercantilism*" (chủ nghĩa trọng thương) tại Âu Châu vào giai đoạn các triều đại mấy ông vua Louis XIII, XIV, XV của Pháp. Đặc biệt là ông Tổng Trưởng Tài Chánh Jean-Baptiste Colbert của Pháp đã dùng biện pháp chiến tranh thương mại giành giựt với Anh, Áo, và Đức, để mang về nhiều quý kim, làm giàu cho nhà vua của Pháp (vua Louis XIV). Điểm cốt yếu của chủ trương "trọng thương" là nhà nước dựng lên hàng rào quan thuế *(tariff barrier)* để điều chỉnh xuất nhập cảng đưa đến sự cạnh tranh giữa Pháp và các quốc gia khác, giúp cho nhà vua được lợi, nhưng không giúp cho quyền lợi của người dân đen. Và khuynh hướng "trọng thương" thực sự đưa đến chiến tranh thương mại *(Trade War)* không có lợi cho người dân đen tý nào. Đó là lý do khiến cho quan niệm Tự Do Mậu Dịch được đề cao.

5. Trên thực tế, Tự Do Mậu Dịch có hiện hữu trên thế giới hay không?

Kể từ sau Đệ Nhị Thế Chiến đã có nhiều nỗ lực của các cường quốc kỹ nghệ khuyến khích giao thương giữa các quốc gia nhằm giúp giảm giá thành của sản phẩm. Do đó *World Trade Organization* (WTO, Tổ chức Mậu Dịch Quốc Tế) đã ra đời, và sau đó ít lâu, một số quốc gia trong vùng Thái Bình Dương đã ký kết hiệp ước TPP *(Trans-Pacific Partnership - Free Trade Agreement)* nhằm khuyến khích tự do mậu dịch giữa các nước trong khối.

Trên thực tế, ngoại trừ trong nội bộ Liên hiệp Âu Châu và khối NAFTA, chưa bao giờ có tự do mậu dịch trên toàn thế giới như người ta tưởng, vì hàng rào quan thuế vẫn hiện diện khắp nơi, làm lợi cho quốc gia này và làm hại cho quốc gia khác. Tại sao như thế? Rất đơn giản: ví dụ giữa Đức và Hoa Kỳ, cùng một sản phẩm thép, giả sử Đức đánh thuế 10% trên thép nhập cảng từ Hoa Kỳ, và nếu Hoa Kỳ đánh thuế 4% trên thép nhập cảng từ Đức, ta sẽ thấy người Đức sẽ có khuynh hướng bán thép cho Hoa Kỳ hơn là người Hoa Kỳ bán thép cho Đức. Khi Hoa Kỳ nhập cảng nhiều hơn xuất cảng, ta thấy có sự mất quân bình mậu dịch, thiệt hại cho Hoa Kỳ, và làm lợi cho Đức.

Khi có sự thất quân bình mậu dịch, do quốc gia này giành giật ưu thế với quốc gia kia, ta đã có một cuộc chiến tranh mậu dịch, như trong thời kỳ "trọng thương" *(mercantile)* và trong thí dụ nói trên, Hoa Kỳ bị thua thiệt. Ta nói là Hoa Kỳ bị thâm thủng mậu dịch.

Và sự thực là chiến tranh mậu dịch nói trên đã diễn ra trong nhiều năm qua, giữa Hoa Kỳ và nhiều nước khác, nhất là Trung Cộng, và thường thường Hoa Kỳ nhường nhịn và chịu đựng sự thua thiệt. Nhưng không có người Mỹ nào la làng, mặc dù người Hoa Kỳ bị thiệt hại. Cho tới khi ông Trump quyết định điều đình với các quốc gia đối tác để chấm dứt tình trạng bất công đối với người Mỹ, thì có nhiều người la làng phản đối Trump: Thương Chiến! Thương Chiến! *(Trade War!).*

Điều lạ lùng là, trong mấy chục năm trước, các nước áp dụng thương chiến với Hoa Kỳ thì họ không la làng. Điều lạ lùng hơn nữa là trong số những người "la làng" có lắm người là chính trị gia Cộng Hòa, là những người ủng hộ tự do mậu dịch. Câu hỏi đặt ra là: tại sao trước kia họ không la làng mà bây giờ lại la làng?

Thứ nhất, có thể họ la làng vì một nhu cầu chính trị;

Thứ hai, có thể họ la làng vì họ không hiểu "tự do mậu dịch" là cái con "kỳ nhông" hay là con gì, mặc dầu các dân biểu nghị sĩ đều có chuyên viên kỹ thuật để cố vấn;

Thứ ba, có thể họ giả vờ không hiểu ý nghĩa của "tự do mậu dịch" để có thể tự do phát ngôn bừa bãi trong lúc đang ngủ mớ tại Quốc Hội (có khá nhiều người ngủ mơ trong chính trường Mỹ).

Và ông Trump quyết định thay đổi tình trạng mậu dịch bất công nói trên vì nó đã gây thiệt hại cho Hoa Kỳ: Thứ nhất, ông Trump quyết định rút ra khỏi hiệp ước đa phương TPP, là một hiệp ước còn đang chờ được Quốc Hội phê chuẩn. Hoa Kỳ đã tham gia hiệp ước TPP trong một cơn ngủ mơ, vì thế đã bị Trung Cộng lừa gạt. Thứ hai, Trung Cộng đã không bịp được Trump, và ông ta đã đòi Trung Cộng phải điều chỉnh tương quan thương mại để đem lại công bằng cho Hoa Kỳ. Sở dĩ Trung Cộng đã vi phạm nguyên tắc tự do mậu dịch qua hiệp ước TPP, là vì Hoa Kỳ, qua các đời tổng thống trước, đã để Trung Cộng xỏ mũi lôi đi, ngay cả trước khi có thỏa ước TPP.

6. Trung Cộng đã xỏ mũi Hoa Kỳ như thế nào?

Trung Cộng đã vi phạm nguyên tắc tự do mậu dịch bằng nhiều cách:

Thứ nhất, dùng biện pháp bao cấp cho hàng xuất cảng để hạ giá thành và gián tiếp làm giá thành hạ thấp trên lãnh vực xuất nhập cảng quốc tế (cạnh tranh bất chánh).

Thứ hai, khi nào cần thiết thì hạ giá đồng "Nguyên", cũng là một mánh khóe cạnh tranh xuất cảng.

Thứ ba, tăng cường và ưu đãi ngành sản xuất quốc doanh và đè bẹp tư doanh. Đây cũng là một vi phạm to lớn đối với mậu dịch tự do, vì nguồn vốn của nhà nước quá lớn trong cơ sở quốc doanh so với nguồn vốn tư nhân của các quốc gia đối tác, đưa đến tình trạng cạnh tranh không công bằng trong mậu dịch tự do.

Thứ bốn, dìm lương nhân công trong nước để giảm giá sản phẩm thêm một mức và tăng khả năng cạnh tranh.

Với một nhà nước chuyên chính như Trung Cộng, sự can thiệp thô bạo của nhà nước đã bóp méo mô hình mậu dịch song phương giữa Hoa Kỳ và Trung Cộng, trong khi những chính quyền tại Washington trước kia đã làm ngơ trong vấn đề mậu dịch "méo mó" với Trung Cộng. Hậu quả là: cho tới năm 2017, khi Tổng Thống Trump vào Tòa Bạch Ốc, tình trạng thâm thủng mậu dịch của Hoa Kỳ riêng đối với Trung Cộng là 300 tỷ mỹ kim mỗi năm. Và nhờ đó, Trung Cộng đã để dành được 3,000 tỷ mỹ kim ở ngân hàng dự trữ nước ngoài.

Trong khi đó tổng cộng số thâm thủng mậu dịch của Hoa Kỳ đối với Trung Cộng vào năm 2017 là 8,000 tỷ mỹ kim. Điều này có nghĩa là tình trạng ngủ mơ đã diễn ra trong khoảng ít nhất là 26 năm (chia 8,000 tỷ mỹ kim cho 300 tỷ mỹ kim mỗi năm), tức là bốn đời tổng thống Obama, George W. Bush, Clinton, và George H. Bush. Và các ông tổng thống của cả hai đảng Cộng Hòa và Dân Chủ đều phải chịu trách nhiệm ngang nhau đối với bi kịch thâm thủng mậu dịch nói trên.

7. Bước đột phá về mậu dịch

Để chấm dứt tình trạng thất lợi cho Hoa Kỳ, trước hết ông Trump đưa ra một quyết định có tính cách đột phá, đó là bác bỏ loại đối tác đa phương, trong đó các quốc gia có khuynh hướng về hùa với nhau để ăn hiếp và "làm thịt" Hoa Kỳ. Ông Trump điều đình với từng quốc gia theo lối song phương và đạt kết quả mong muốn.

Ông Trump đã đưa ra những đề nghị để đòi sự đối xử công bằng, theo đúng nguyên tắc tự do mậu dịch trong liên lạc thương mại với Hoa Kỳ: Trung Cộng phải bỏ chế độ bao cấp; bỏ tình trạng quốc doanh và phục hồi tư doanh; không được dìm lương công nhân; không được phá giá đồng Nhân Dân Tệ; và quan trọng nhất, phải cân bằng cán cân mậu dịch với Hoa Kỳ. Cuộc điều đình với Trung Cộng đã kéo dài. Vì Trung Cộng cù nhày, không chấp nhận đề nghị của Hoa Kỳ nên ông Trump đã phải dùng áp lực quan thuế. Trước hết Trump đã áp đặt thuế biểu 10% trên số lượng hàng hóa Trung Cộng trị giá 200 tỷ mỹ kim đang sắp nhập cảng vào Mỹ. Quyết định này đã gây một cơn chấn động làm thị trường chứng khoán Trung Cộng suy sụp 25% từ tháng 4 năm 2018.

Bước đầu tiên này đã để lộ ra tình trạng mong manh của nền kinh tế Trung Cộng, và ông Trump đã nắm chắc được nhược điểm của Trung Cộng. Khi Trung Cộng không tuân theo những đòi hỏi của Hoa Kỳ, thì ông Trump đã tăng mức thuế lên 25% trên số lượng hàng hóa 200 tỷ mỹ kim vào tháng 10 năm 2018. Trong giai đoạn điều đình mậu dịch dưới áp lực của ông Trump, đồng Nguyên của Trung Cộng, còn gọi là "nhân dân tệ" đã sụt giá 9% vào cuối năm 2018, và khối dự trữ ngoại hối của Trung Cộng giảm mất 1200 tỷ mỹ kim.

Đứng trước áp lực thương mại và quan thuế của Trump, Tập Cận Bình nghĩ rằng có thể dùng lá bài nông dân vùng Trung Tây Hoa Kỳ để gây khó khăn cho Mỹ, và Tập coi đó là một "vũ khí cao cấp". Nếu nông phẩm của Mỹ không xuất cảng được, thì những nông dân này, vốn là chỗ dựa nòng cốt của Trump, sẽ quay lại chống ông ta. Không may cho Tập, những nông dân này vẫn ủng hộ Trump, và ông Trump đã bồi thường 12 tỷ mỹ kim cho nông dân, một món tiền nhỏ để đánh thắng trong cuộc điều đình.

Một vũ khí cao cấp khác của Tập là thuê mướn một số khá lớn các học giả và chuyên gia Trung Quốc tuyên truyền rằng chính sách thuế quan của ông Trump có hại cho nền kinh tế Mỹ. Công cuộc tuyên truyền này không có kết quả. Và ông Tập lại sử dụng một "vũ khí cao cấp" khác là phá giá đồng nhân dân tệ để chống lại làn sóng tấn công của Trump. Tác dụng ngược của biện pháp này đã làm cho đời sống dân Tàu trở nên khó khăn hơn, tạo ra làn sóng chống đối ngầm trong dân chúng, và lan ra giới quan chức cán bộ.

Mặc dầu cuộc điều đình chưa đi tới đâu, nhưng bước tấn công đột phá của ông Trump cho thấy ông ta "trên cơ" ông Tập khá nhiều vì ông ở thế chủ động trên phương diện kinh tế và thương mại. Ông Trump hiểu rằng ông Tập dư biết Hoa Kỳ là một thị trường lớn nhất của Trung Cộng. Nếu Hoa Kỳ mất thị trường Trung Cộng thì điều đó chỉ gây thiệt hại cho Mỹ là 0.5% GDP, nhưng nếu Trung Cộng mất thị trường của Mỹ, thì sự thiệt hại đối với Trung Cộng là 6% GDP. Và đó là một cái đòn bẩy mà ông Trump sử dụng trong cuộc điều đình song phương. Sau khi xẩy ra cơn đại dịch, cuộc điều đình đi vào một khúc quanh mới. Ông Trump đã tố cáo với thế giới về dã tâm nguy hiểm và độc ác của Trung Cộng, và nhân đó mở một chiến dịch vận động trừng phạt Trung Cộng trên một quy mô lớn lao chưa từng có.

8. Trump đối phó với các khối liên kết quốc tế và Toàn Cầu Hóa

Mục tiêu của ông Trump trong mọi cuộc điều đình trong bang giao quốc tế là làm lợi cho nước Mỹ và dân Mỹ. Đó là nguyên tắc nhất quán của ông Trump trong cách giải quyết những vấn đề Liên Hiệp Âu Châu, Liên Minh Bắc Đại Tây Dương, NAFTA. Với nguyên tắc nhất quán nói trên, Trump không bị ràng buộc vào những mốc thời gian cứng nhắc.

a. Liên Hiệp Âu Châu và Minh Ước Bắc Đại Tây Dương là hai sản phẩm lịch sử của Hậu Đệ Nhị thế Chiến, được khai sinh vì nhu cầu sinh tồn chung của Tây Âu và Hoa Kỳ. Liên Hiệp Âu Châu *(European Union, EU)* và NATO *(North Atlantic Treaty Organization, NATO)* đã trưởng thành về kinh tế, chính trị và quân sự nhờ tiền bạc và vũ khí của Hoa Kỳ trợ giúp trong cuộc chiến tranh lạnh cho tới khi Liên Xô sụp đổ. Sau khi Liên Xô tan rã thành nhiều mảnh nhỏ, nhiều nước Đông Âu đã phục hồi nền độc lập của họ, và muốn gia nhập Liên Hiệp Âu Châu vì thấy sự hấp dẫn của nó. Do đó, cho tới năm 2012, số quốc gia trong Liên Hiệp Âu Châu đã lên tới 27 nước.

Như vậy Liên Hiệp Âu Châu và NATO là hai sản phẩm của thời hậu đệ nhị thế chiến cũng như chiến tranh lạnh cuối thế kỷ 20, mà Hoa Kỳ có nhu cầu gây dựng, giúp cho nó trưởng thành, và bảo vệ sự trường tồn của nó. Vì nhu cầu sinh tồn chung, Hoa Kỳ phải đóng góp tài chính, nhân lực và vũ khí trong giai đoạn chiến tranh lạnh.

Ngày nay chiến tranh lạnh không còn nữa. Mặt khác các nước Tây Âu của Liên Hiệp Âu Châu và NATO đã trưởng thành, đã đủ lông đủ cánh, và tự đứng trên hai chân của mình. Trong hoàn cảnh mới, dưới con mắt của ông Trump, các nước trong Liên Âu cũng như NATO có nhiệm vụ phải chia sẻ thêm trách nhiệm tài chánh để ít ra đỡ gánh nặng cho Hoa Kỳ. Đó là nội dung chính của những cuộc điều đình diễn ra giữa ông Trump và các nước Tây Âu. Mặc dầu có những cuộc mà cả, cãi vã, kỳ kèo bớt một thêm hai, nhưng cuối cùng một số nước Tây Âu đã có tinh thần hiểu biết trách nhiêm và chấp nhận tăng thêm phần đóng góp cho việc bảo vệ nền an ninh của chính họ.

Từ 130 tỷ mỗi năm, các quốc gia của NATO đã tăng phần đóng góp lên 400 tỷ mỹ kim mỗi năm. Kết quả là ông Trump luôn luôn điều đình trên quan điểm nhất quán là bênh vực quyền lợi của người dân Hoa Kỳ, và đã giảm bớt chi phí hàng năm dành cho Tây Âu, vì đó là tiền đóng thuế hàng năm của người dân Hoa Kỳ.

b. NAFTA ***(North America Free Trade Agreement)***

Hiệp ước NAFTA do ông Clinton ký kết với Mễ Tây Cơ và Gia Nã Đại là một thí dụ thứ hai về "*economy of scale*", sự kết hợp để mở rộng thị trường nội địa giữa ba quốc gia nằm sát nách nhau để gia tăng khả năng cạnh tranh và khả năng sinh tồn của các quốc gia thành viên đối với thế giới bên ngoài. Ở đây ta nên ghi nhận là ông Clinton đã hy sinh quyền lợi của Hoa Kỳ đối với Gia Nã Đại trong lãnh vực kỹ nghê cũng như canh nông.

Quan trọng hơn nhiều là Trung Cộng đã thành lập công ty tại Mễ Tây Cơ và Gia Nã Đại, để bán sản phẩm của Trung Cộng sang Hoa Kỳ mà không chịu thuế. Do đó ông Trump đã chấm dứt hiệp ước NAFTA và điều đình một hiệp ước mới gọi là USMCA *(United States - Mexico - Canada),* trong đó Gia Nã Đại bắt buộc phải nhập cảng nông phẩm của người dân Hoa Kỳ. Quan trọng nhất là một điều khoản trong hiệp ước USMCA đòi hỏi hàng hóa trao đổi giữa ba quốc gia phải được sản xuất trong lãnh thổ ba quốc gia đó. Điều khoản này đã ngăn chặn Trung Cộng đi cửa sau với một trong ba quốc gia thành viên, có hại cho bất cứ thành viên nào.

Nhưng tại sao chúng ta lại đề cập tới Liên Âu, NATO và

NAFTA? Có hai lý do chính: Thứ nhất, chúng ta có hai thí dụ về kết hợp kinh tế, mà nguyên nhân chính là *"economy of scale"*. Thứ hai, sự sinh tồn và thành công của hai thí dụ nói trên khiến nhiều người mơ tưởng "toàn cầu hóa".

c. Vậy "economy of scale" là gì?

Trả lời: ta có thể tạm diễn dịch ý nghĩa của *"economy of scale"* là "kích thước lớn nhỏ về dân số của một nền kinh tế" có ảnh hưởng rất quan trọng tới sự phát triển và sự lớn mạnh của nó.

Ta tạm thời so sánh hai quốc gia Hoa Kỳ và Úc Đại Lợi.[2] (tài liệu năm 2011) Về diện tích hai quốc gia Mỹ/Úc có tỷ lệ khoảng 10/8, GDP (tổng sản lượng/đầu người) có tỷ lệ khoảng 10/8, nhưng tỷ lệ dân số giữa hai quốc gia là vào khoảng 15/1. Cái tỷ lệ dân số giữa Mỹ và Úc cho thấy nước Úc ở một thế bất lợi, vì một lý do giản dị là với một thị trường nội địa nhỏ, số lượng tiêu thụ/sản xuất nội địa sẽ nhỏ, nên giá thành của mỗi sản phẩm sẽ cao hơn, so với Hoa Kỳ là một thị trường lớn gấp 15 lần. Kết quả là khả năng cạnh tranh về kinh tế của Hoa Kỳ lớn hơn Úc nhiều lần, khiến cho khả năng sinh tồn và phát triển cũng lớn hơn nhiều.

Trên đây ta thấy: một trong những lý do chính khiến nhiều quốc gia nhỏ muốn họp lại thành một liên minh kinh tế có một dân số lớn để "gia tăng" sức mạnh kinh tế, khả năng cạnh tranh, và khả năng sinh tồn như Liên Hiệp Âu Châu, liên minh NAFTA. Và nói chung, sức mạnh kinh tế sẽ đưa đến sức mạnh chính trị. Sau những thành công ban đầu của Liên Hiệp Âu Châu và NAFTA, người ta nêu câu hỏi tại sao không tiến thêm những bước lớn hơn và thực hiện "toàn cầu hóa".

d. Toàn Cầu Hóa *(Globalization).*

Trước đây gần một thế kỷ đã có một số người phát minh ra "ngôn ngữ quốc tế", còn gọi là "thế giới ngữ". Và ngày nay có một thế lực lớn những nhà tài phiệt, những đỉnh cao trí tuệ, và một số chính trị gia đã kết tụ chung quanh một chủ điểm "toàn cầu hóa" nhưng cốt lõi của nó là "xã hội chủ nghĩa".

Một câu hỏi lớn đặt ra ở đây là: nếu kích thước dân số của một nền kinh tế lớn sẽ đem lại sức mạnh, đem lại khả năng cạnh tranh và khả năng sinh tồn, thì tại sao Liên Xô lại sụp đổ và tan ra từng mảnh? Hơn nữa, cuộc thí nghiệm về Liên Hiệp Âu Châu còn trải qua nhiều khó khăn. Với một số thành công ban đầu, Liên Hiệp Âu Châu đã không tiến tới được mà trái lại đang có dấu hiệu thụt lùi, khi Anh Quốc mới đây đã quyết định rút chân ra khỏi liên minh *(Brexit).* Mặt khác, Ý và Hy Lạp là hai quốc gia hay gây khó khăn về tài chính cho Liên Hiệp Âu Châu. Do đó Liên Hiệp Âu Châu chưa chắc đã là một thành công lâu dài. Nói chi tới "toàn cầu hóa". Và do đó, cuộc thảo luận của tôi kỳ tới sẽ cứu xét vấn đề Toàn Cầu Hóa trên mấy khía cạnh sau đây:

a/ Toàn cầu hóa có ý nghĩa thế nào trong tương quan Hoa Kỳ - Trung Cộng.

b/ Hậu quả của toàn cầu hóa đối với Hoa Kỳ.

21 tháng 9, 2020

Chú Thích

1. Steffen Richter phỏng vấn Ngụy Kinh Sinh

2.

Quốc Gia	**Diện Tích**	**Dân Số**	**Tài nguyên/đầu người**
	Sq km miles	*Million*	*GDP/capital*
Australia	7,741,220	21,77	$41,000 Nhất thế giới
U.S.A	9,826,675	313.3	$47,299
			The CIA World Factbook 2011

Phần C. TOÀN CẦU HÓA - BANG GIAO QUỐC TẾ - AN NINH QUỐC GIA

Nhìn theo hình thức bề ngoài thì Toàn Cầu Hóa chỉ là một sự mở rộng các khối kinh tế đã có như Liên Hiệp Âu Châu, NAFTA, AFTA (của Á Châu) v.v... Nhưng, nhóm chữ toàn cầu hóa mà ta sử dụng ở đây là một từ ngữ được áp dụng đặc biệt cho Hoa Kỳ do một nhóm chính trị gia đặc biệt, đáng cho chúng ta quan tâm.

1. Toàn Cầu Hóa đối với Hoa Kỳ.

Ta cần thực tế cứu xét vấn đề **Toàn cầu hóa và hậu quả đối với Hoa Kỳ**, trong tương quan đặc biệt với Trung Cộng.

Thứ nhất, căn bản lý thuyết của vấn đề toàn cầu hóa do một số người Mỹ chủ trương là: thực hiện **công bình xã hội** (Social Justice) trên quy mô thế giới.

Thứ hai, Hoa Kỳ là nước giầu có nhất thế giới, do đó muốn thực hiện công bình xã hội trên quy mô thế giới, thì kế hoạch phải làm là chia sẻ tài nguyên của Hoa Kỳ cho các nước nghèo.

Thứ ba, phương thức thực hiện kế hoạch trên là đem tài nguyên kỹ thuật của Hoa Kỳ đầu tư vào những nước nghèo để nâng cao mức sống của các nước đó.

Với mô hình lý thuyết nói trên, những tài phiệt giàu có đã đầu tư vào Trung Cộng, là nơi nhân công rẻ, đã đem kỹ thuật và kiến năng (knowhow) của Hoa Kỳ vào Trung Quốc để xây dựng và sản xuất những sản phẩm với giá thành hạ thấp và khả năng cạnh tranh cao.

Đối với Mỹ thì sao? Trước kia, người Mỹ mua một món hàng trong nước. Nay người Mỹ cũng mua món hàng đó nhập cảng vào Mỹ từ Trung Cộng và rẻ hơn. Đồng thời, người ngoại quốc mua món hàng đó từ Trung Cộng chứ không từ Mỹ cũng vì giá rẻ hơn. Những sản phẩm nói trên của Trung Cộng đã có được một thị trường lớn tại Hoa Kỳ, và đánh bạt các sản phẩm đắt hơn của nhiều quốc gia khác. Nhờ đó, Trung Cộng đã giàu lên một cách nhanh chóng.

Thứ bốn, nhiều người ngây thơ nghĩ rằng, khi Hoa Kỳ giúp Bắc Kinh nâng cao mức sống của người dân, thì nước Tàu sẽ trở nên ôn hòa, hiền lành, và tiến dần tới một xã hội dân chủ. **Thực tế đã chứng minh ngược lại**.

Hậu quả đối với Hoa Kỳ

Điều tai hại nhất đối với Hoa Kỳ là:

Thứ nhất, tiền của Hoa Kỳ đã tuôn vào Trung Cộng vì người Hoa Kỳ đổ xô đi mua hàng rẻ do Trung Cộng sản xuất.

Thứ hai, kỹ nghệ chế biến (manufacturing industries) của Hoa Kỳ đã bỏ chạy sang Trung Cộng.

Thứ ba, kỹ thuật gia và công nhân của Hoa Kỳ thất nghiệp, và công ăn việc làm bay sang Trung Cộng.

Thứ bốn, Trung Cộng đã trở nên giàu có trong một thời gian rất ngắn, và vẫn giữ bản chất Cộng Sản hung dữ, độc tài một cách tàn bạo và hữu hiệu hơn đối với người dân, nhất là đối với Nội Mông, Tân Cương và Tây Tạng. Chẳng những thế, Trung Cộng còn phát triển bộ máy chiến tranh với kỹ thuật cao, "trí khôn nhân tạo" (artificial intelligence), hỏa tiễn liên lục địa với đầu đạn hạch tâm, có khả năng tấn công Hoa Kỳ.

Tóm lại, Hoa Kỳ với cả hai đảng Cộng Hòa và Dân Chủ, đã vô tình hay hữu ý, giúp đỡ một quốc gia Cộng Sản trở nên hùng cường và nguy hiểm, qua bàn tay của một nhóm xã hội chủ nghĩa, chủ trương "toàn cầu hóa", cho tới khi Ông Trump nắm chính quyền vào năm 2016.

Ngay sau khi ông Trump trúng cử Tổng Thống, nhóm xã hội chủ nghĩa nhìn thấy ngay họ đã để mất cơ hội bằng vàng, vừa vuột khỏi tầm tay. Vì thế, trong cơn khủng hoảng tinh thần, họ đã sử dụng mọi biện pháp tuyệt vọng để quyết lật đổ Ông Trump qua vụ điều tra cái gọi là "Russia - Collusion". Vụ điều tra nói trên đã thất bại và đang bị phanh phui cũng như bị điều tra ngược để đem ra ánh sáng âm mưu của "nhà nước ngầm" (deep state) có thể bắt nguồn từ Tổng Thống Obama trở xuống.

Trên đây, chúng ta đã đề cập tới Liên Hiệp Âu Châu, NATO, WTO, NAFTA, để cho thấy những thí dụ đưa tới quan niệm toàn hầu hóa và những người muốn lợi dụng toàn cầu hóa để triệt hạ nước Mỹ, và vì sao ông Trump đã chống lại toàn cầu hóa. Đó là những nét đại cương cho thấy những vấn đề quốc tế Ông Trump phải đối phó khi nhậm chức Tổng Thống.

2. Bang Giao Quốc Tế và An Ninh Quốc Gia

Trên đây ta đã phân tích cách ứng xử bang giao quốc tế của Tổng Thống Trump trong lãnh vực mậu dịch để đối phó với Trung Cộng. Trong phần kế tiếp, ta thử tìm hiểu xem Ông Trump hành xử như thế nào đối với vấn đề an ninh quốc gia. Trong bang giao quốc tế, Hoa Kỳ đã phải đối phó với vấn đề an ninh quốc gia do ngoại bang đem tới

a. Khủng Bố Hồi Giáo – Vụ 9/11 – ISIS (Nhà Nước Hồi Giáo - Caliphate) – **Soleimani**

Khủng bố Hồi Giáo bắt đầu trở thành vấn đề kể từ năm 2001 khi Tháp Đôi ở Nữu Ước bị thiêu rụi, và Tổng Thống Buch "con" được hoan nghênh mạnh mẽ khi Ông đem quân vào Afghanistan để truy lùng Bin Laden và đồng bọn ẩn náu tại đó. Cuộc tấn công Iraq cũng là một thành công quân sự khi bắt sống được Saddam Hussein, nhưng không thành công trên phương diện bình định, vì một lý do quan trọng về chiến lược và chính trị. Lý do đó là: Tổng Thống Bush "con" đã gần như tiêu diệt phe lãnh đạo Sunni và ưu đãi phe lãnh đạo Shiite là đồng chí cật ruột của Iran, một nước coi Hoa Kỳ là kẻ đại thù. Điều này có thể đã gây nên bất mãn trong một nước mà đa số là Sunni, và tạo ra kẽ hở trong khối quần chúng Iraq để sau này giúp lực lượng khủng bố ISIS len lỏi vào.

b. ISIS - Baghdadi

ISIS là tên gọi tắt của Nhà Nước Hồi Giáo, còn có nghĩa là Caliphate. Một số tín đồ Hồi Giáo cực kỳ cuồng tín và quá khích đã tự tuyên xưng là Nhà Nước Hồi Giáo dưới thời của Tổng Thống Obama, và nhanh chóng lan rộng ở Trung Đông từ Syria tới Iraq và Afghanistan, kiểm soát một diện tích 17,000 dặm vuông, với một lực lượng 30,000 quân vào lúc mạnh nhất. Khi Ông Trump làm chủ Bạch Cung thì Nhà Nước Hồi Giáo đã chiếm được một phần ba lãnh thổ Iraq. Ông Trump đã quyết tiêu diệt ISIS, và với sự giúp đỡ của các lực lượng chống Syria, tới mùa Thu 2018, ông ta đã làm chủ tình hình, tiêu diệt phần lớn lực lượng ISIS xuống tới mức 200 quân số và sử dụng lực lượng Đặc Biệt để bao vây và dồn chúng vào một khu vực nhỏ hẹp. Cuối cùng thủ lĩnh của ISIS là Baghdadi đã tự tử chết.

c. Iran - Soleimani

Vào đầu năm 2020, thủ lãnh của lực lượng Vệ Binh Cộng Hòa của Iran là Tướng Soleimani, trong một sứ mạng khủng bố, có lẽ nhắm vào lực lượng quân đội Hoa Kỳ trú đóng tại Iraq, đã bay sang nước này và bị máy bay không người lái của Mỹ hạ sát khi vừa đáp xuống phi trường. Điều này cho thấy: thứ nhất, những hoạt động bí mật của tình báo và khủng bố của Iran không qua mặt được tình báo của Hoa Kỳ; thứ hai, khi cần có một hành động quyếđể bảo vệ sinh mạng của người Hoa Kỳ, thì Ông Trump làm ngay, không chớp mắt; thứ ba, Soleimani đã từng sử dụng mìn tự động để giết hại nhiều binh sĩ Hoa Kỳ đi hành quân ở Iraq, và đã bị Ông Trump trừng phạt thẳng tay.

Trong bang giao quốc tề, đó là một đặc điểm của Donald Trump khiến cho đối phương không giám coi thường lời nói của Ông. Đó là một người "nói một là một, nói hai là hai". Lời nói của Ông như "đinh đóng cột". Điều này có vẻ mâu thuẫn với một đặc điểm khác của Ông Trump, đó là ông hay nói "ỡm ờ" khiến đối phương lâm vào tình trạng "rối mù" và không biết chắc truyện gì sẽ xẩy ra. Trong Đệ Nhị Thế Chiến, phe Đồng Minh đã dùng kế hỏa mù để đánh lừa Đức Quốc Xã, khiến Hitler tưởng lầm rằng Đồng Minh sẽ đổ bộ lên Pas de Callais và tập trung hết lực lượng tinh nhuệ để bảo vệ vùng này và bỏ trống vùng Normandie. Hitler đã bị "vào xiệc", và phạm một lỗi lầm chết người giúp cho Đồng Minh đổ bộ tương đối dễ dàng lên Normandie, dẫn đến sự sụp đổ nhanh chóng của Đức Quốc Xã và sự kết thúc của Đệ Nhị Thế Chiến.

Cái lối nói "ỡm ờ" của Ông Trump cũng khiến kẻ thù

của Ông thuộc phe Dân Chủ "khó chịu" vì nó không có vẻ "Presidential" tý nào, và nhất là nó khiến cho họ mù tịt, khó lòng đối phó được với Ông.

Trong bang giao quốc tế, thái độ "ỡm ờ" của Ông Trump đối với Tập Cận Bình cũng là một cách để đưa Ông Tập "vào xiệc". Sau khi thăm Bắc Kinh và được Tập Cận Bình tiếp đãi với lễ nghi đối với một hoàng đế, Ông Trump nói rằng "Tập Cận Bình là một người bạn tốt". Ông Tập nghĩ rằng đã "mua" được Ông Trump, như đã mua được các ông Obama, Biden, Clinton và Bush "con". Tập Cận Bình đã nhầm lẫn một cách đau đớn.

Sau đây ta sẽ lần lượt duyệt xét một số vấn đề chính trị đối nội của Ông Trump trong bốn năm qua.

3. Tường biên giới - An ninh quốc gia - Biên giới và nhập cư lậu

Vấn đề bảo vệ biên giới của một quốc gia là một vấn đề then chốt, vấn đề căn bản cho sự sinh tồn của quốc gia đó. Nếu một quốc gia để cho người ngoại quốc tự do qua lại biên giới mà không có sự kiểm soát, thì quốc gia đó biến thành một cái chợ trời (flee-market) và không còn là một quốc gia theo đúng định nghĩa của nó. Đây là một vấn đề lạnh gáy đối với những người tìm hiểu về biên giới Mễ Tây Cơ và Hoa Kỳ. Trải qua nhiều năm trước 2016, Hoa Kỳ là cái chợ trời vì biên giới Mễ Tây Cơ là một biên giới mở toang, mặc dầu có một khúc ngắn ở phía nam San Diego, người ta đã dựng lên nhiều cái cổng và có nhân viên kiểm soát giấy thông hành của những người qua lại từ Mễ Tây Cơ vào Mỹ và ngược lại. Phần còn lại của biên giới cả ngàn cây số được bỏ trống không có tường hoặc hàng rào để ngăn chặn những người xâm nhập bất hợp pháp (illegal immigrants). Hơn một nửa thế kỷ đã qua, vấn đề biên giới phía Nam là một vấn đề "không có vấn đề" đối với Hoa Kỳ, vì một số lý do:

Thứ nhất, **một vấn đề nhân đạo**: đã từ lâu, qua nhiều thế hệ, người dân Mễ hàng ngày vượt biên giới qua kiếm việc làm tay chân như: làm vườn, trồng trọt tại các nông trại của người Hoa Kỳ, với một số lương rất thấp. Đó là cơ hội hấp dẫn đối với người Hoa Kỳ. Và khi người dân Hoa Kỳ thích như vậy, thì các chính trị gia Hoa Kỳ cũng không có lý do gì ngăn cấm, mặc dầu đó là tình trạng bất hợp pháp. Mặt khác, đa số những người nhập cư lậu đó là những người hiền lành, chịu khó làm ăn để kiếm bạc cắc mang về Mễ nuôi gia đình.

Thứ hai, **một vấn đề kinh tế**: trải qua nhiều năm, có nhiều người Mễ chính thức lập nghiệp tại Hoa Kỳ một cách hợp pháp, mở mang một cộng đồng trù phú "Hispanic". Những người nông dân Mễ thuộc các thế hệ sau vẫn tiếp tục vượt biên giới một cách bất hợp pháp để kiếm bạc cắc giúp gia đình theo lề lối xưa. Ngoài những nông dân nghèo, những người Mễ có học đã nhập cư hợp pháp và họ đã bành trướng một cách thành công sang các ngành nghề khác, kể cả các nghề trí óc. Từ lý do nhân đạo, vấn đề người Mễ nhập cư đã mang tầm vóc kinh tế, và từ đó trở thành sức mạnh chính trị, khiến cho các chính trị gia tại Quốc Hội Hoa Kỳ phải lưu tâm và nể vì. Người Mễ nhập cư trở thành một nhóm quyền lực "special interest" đối với các chính trị gia.

Theo thời gian, những người **nhập cư lậu** đã mau chóng lên tới mức trên 10 triệu người, theo sự ước lượng của giới hiểu biết. Tới đây, vấn đề người Mễ nhập cư lậu trở thành "có vấn đề" vì hoàn cảnh chính trị - xã hội mới đã tạo một số khó khăn mới mà Hoa Kỳ phải đối phó. Hoàn cảnh chính trị - xã hội (socio-politic) mới đó là: tội phạm, ma túy, khủng bố, và gian lận bầu cử.

a. Tội phạm và buôn lậu ma túy

Môi trường dân-chủ khoan-dung của Hoa Kỳ đã dung dưỡng một số thói xấu nguy hiểm trong đó có việc sử dụng ma túy, một thứ ghiền chết người. Cái nguy hiểm của ma túy đối với cá nhân người sử dụng không lớn bằng tác dụng xã hội khi ma túy trở thành một món hàng được bọn tội phạm khai thác và sản xuất trên quy mô lớn trị giá nhiều tỷ mỹ kim. Khi đã tham gia vào hệ thống buôn bán nhiều tỷ mỹ kim, bọn tội phạm và trùm tội phạm tại Mễ Tây Cơ không ngần ngại sử dụng tất cả các mánh khóe tội phạm, mà giết người chỉ là một hành động nhỏ. Các tay trùm ma túy là kẻ thù số một của Hoa Kỳ và biên giới của Hoa Kỳ bỗng nhiên trở thành một trận địa nguy hiểm. Nó nguy hiểm chết người vì thói quen thờ ơ của chính giới Hoa Kỳ đối với đường biên giới Mễ Tây Cơ. Sự đe dọa của trận giặc ma túy qua biên giới Hoa Kỳ-Mễ Tây Cơ mới là mối nguy hiểm thứ nhất. Nguy cơ kế tiếp là trận giặc khủng bố.

b. An ninh quốc gia: trận giặc khủng bố

Sau khi bọn khủng bố Hồi Giáo Bin Laden tấn công Tháp Đôi (Twin-Towers) của Nữu Ước, những biện pháp an ninh chống xâm nhập được áp dụng rất chặt chẽ đối với đường hàng không và cho thấy sự thành công to lớn. Điều đáng tiếc và đáng lo ngại là: nếu bọn khủng bố sử dụng biên giới Mễ Tây Cơ thì sao? Không ai có câu trả lời ngay lập tức, vì không ai có giải pháp tức thời. Muốn xây một bức tương biên giới phải mất nhiều năm. Cái nguy hiểm lớn hơn là, trước khi

Ông Trump trở thành Tổng Thống, không ai có khả năng giải quyết vấn đề biên giới vì nhiều lý do: Ông Clinton thì quá bận hút xì gà Monica trong Phòng Bầu Dục, Ông Bush "con" thì mắc kẹt với những nhóm quyền lợi riêng (có thể là Hispanic), Ông Obama thì bận o bế người nhập cư lậu để hốt phiếu cho đảng Dân Chủ. Vậy thì giải quyết vấn đề biên giới làm cái quái gì? Nhiều nhà "lãnh đạo" chính trị Hoa Kỳ sợ đụng chạm tới quyền lợi của cử tri "Hispanic" và không biết rằng có lợi hay có hại khi giải quyết vấn đề biên giới Mễ Tây Cơ.

c. Nhập cư lậu

Tới đây ta mới nhìn thấy chiều sâu của vấn đề an ninh biên giới Hoa Kỳ - Mễ Tây Cơ nó phức tạp như thế nào trong mấy năm qua. Tổng Thống Trump luôn luôn tìm cách xây bức tường biên giới, nhưng phe Dân Chủ đã dùng mọi cách để ngăn chặn, nhất là từ khi Hạ Viện rơi vào tay Bà Pelosi. Mặc dầu vậy, với quyết tâm chặn đứng dòng người di dân bất hợp pháp, Ông Trump đã động viên nhiều ngàn vệ binh quốc gia và quân đội để canh giữ biên giới. Các cô các cậu đỉnh cao trí tuệ của Dân Chủ đi sang các nước Trung Mỹ để hướng dẫn, xúi giục, và tổ chức những đoàn Caravan vượt biên giới Guatemala vào Mễ và vượt cả ngàn cây số, nhắm vào biên giới Hoa Kỳ – Mễ Tây Cơ. Trong khi đó thì truyền thông thiên tả của Mỹ đêm ngày tụng kinh, gõ mõ, yểm trợ tinh thần, và Bà Pelosi cùng với phe Dân Chủ ở Hạ Viện bác bỏ những dự án ngân sách mà Ông Trump khẩn cấp đòi hỏi cho việc xây dựng "bức tường". Với những hành động và thái độ nói trên, đảng Dân Chủ muốn mạnh mẽ khuyến khích dân nhập cư lậu vượt qua biên giới càng nhiều càng tốt, càng nhanh càng khỏe cho phe Dân Chủ.

Thái độ tích cực ủng hộ và khuyến khích của phe Dân Chủ đã khiến cho đám di dân lậu hồ hởi và đổ xô đi tổ chức phong trào vượt biên giới Guatemala vào Mê Tây Cơ, và thuê xe vận tải, họp thành những đoàn lữ hành di dân (caravan), ít nhất là qua hai đợt di dân lớn, có đợt lên tới khoảng 14,000 người. Trong khi những đoàn "caravan" này rầm rộ đi về phía biên giới California thì Bà Pelosi và ông Schumer ngồi rung đùi trước cơn khủng hoảng di dân này. Họ nghĩ rằng Ông Trump sắp sửa sập tiệm.

Nhưng Ông Trump đã có cách giải quyết vấn đề hóc búa này: thứ nhất, ông tăng cường lực lượng ICE (kiểm soát cửa khẩu) cùng hợp tác với quân đội, cứng rắn đối phó với những kẻ nhập cư lậu; thứ hai, thay đổi cách ứng xử với những kẻ nhập cư lậu, bằng cách "tống cổ về bên kia biên giới", thay vì "ôm cổ lôi vào bên này biên giới" theo "sáng kiến thiên tài" (arrest and release) của Ông Obama; thứ ba, Ông Trump đe dọa đóng cửa biên giới với Mễ Tây Cơ, vì chính Mễ Tây Cơ đã không ngăn chặn biên giới Guatemala và gián tiếp gây khó khăn cho Hoa Kỳ, dẫn tới làn sóng di dân lậu tại cửa ngõ Hoa Kỳ.

Sự đe dọa của Ông Trump làm cho Tổng Thống Mễ Tây Cơ rụng rời cả hai chân hai tay. Một ngày đóng cửa biên giới sẽ làm cho Mễ Tây Cơ bị thiệt thòi biết bao nhiêu triệu Mỹ Kim. Ông Trump hăm dọa nhưng có làm thật hay không? Tổng Thống Mễ Tây Cơ làm sao biết được. Không có ông bà thầy bói nào giải đoán được cái "thiên cơ bất khả lậu này". Tổng Thống Mễ Tây Cơ đành phải "nhắm mắt đưa chân" theo quyết định của Ông Trump.

Cũng dễ giải quyết thôi. Tổng Thống Mễ Tây Cơ ra lệnh cho những bà con cô bác di dân lậu phải chọn một trong hai giải pháp: một là, ở lại Mễ Tây Cơ, và có thể chờ nhập cư có trật tự vào Mỹ, khoảng thời gian có thể kéo dài năm hoặc mười năm, hoặc tệ lắm là "một vài trăm năm" tùy theo hên xui (!!!); hai là, đi caravan có trật tự "trở về mái nhà xưa", và làm đơn kiện các cô các cậu "đỉnh cao trí tuệ" của phe Dân Chủ đã xúi trẻ ăn cứt gà. Thực tế là cuộc sống "lều" trong trại tập trung ở Mễ không được xa hoa cho lắm, mặc dầu chính phủ Mễ hứa cho trợ cấp, giúp định cư, giúp tìm công ăn việc làm, và con cái được đi học miễn phí. Vì thế đa số những kẻ bị xúi dại đi caravan tới biên giới Mỹ, đã phải bái bai Mỹ bằng caravan trở về quê mẹ. Và chỉ có hơn một ngàn người di dân ở lại Mễ Tây Cơ. Lúc đó là cuối năm 2018.

Mặc dầu những sự cản trở có hệ thống của phe Dân Chủ, sự quyết tâm của Ông Trump đã có tác dụng tích cực. Trong khoảng thời gian năm đầu tiên của chính phủ Trump, số di dân bất hợp pháp đã giảm 24%, theo báo cáo của Bộ An Ninh Nội Địa (Home Land Security).

Trước kia, do chính sách của Ông Obama, cơ quan cảnh sát biên giới chỉ bắt những di dân có tội hình sự để trục xuất.[5] Đối với những người còn lại thì sau khi bị bắt sẽ được thả vào nước Mỹ (chính sách "Arrest then Release") để tự do đi vào những khu an toàn của Dân Chủ, gọi là Sanctuary Cities, bất kể họ là người lương thiện hay trộm cướp giết người. Ở đó, họ sẽ thành những đảng viên Dân Chủ trung kiên trong tương lai, một cách ngon ơ. Trái với chương trình của Ông Obama, Ông Trump đã ký quyết định hành pháp, ra lệnh bắt giữ tất cả những di dân bất hợp pháp đã can án, và trong năm đầu tiên số người bị bắt giữ và trục xuất đã tăng 92%.[6] Điều này làm cho đảng Dân Chủ và Ông Obama đau hơn thiến, vì, do quyết định của Ông Trump, họ bị mất hụt những người đáng lẽ trở thành tay sai Dân Chủ đắc lực để đánh phá nước Mỹ.

d. Bức Tường Biên Giới – Hệ Thống Chiếu Khán Lỗi Thời – DACA.

Mặc dầu bị Hạ Viện của Dân Chủ cản trở trên mọi bước đi, và bị thiếu hụt ngân sách, ông Trump đã lặng lẽ tiến hành xây bức tường biên giới phía Nam, sử dụng biện pháp du di ngân sách trong hoàn cảnh khẩn trương. Tới nay, 300 miles của bức tường biên giới đã hoàn tất, và ông Trump hứa mỗi tuần lễ sẽ xây thêm được 10 miles, nếu tái đắc cử Tổng Thống. Như vậy, trong khỏang thời gian hơn một năm, Ông Trump có thể hoàn thành việc xây cất bức tường. Lời hứa này lại càng làm đảng Dân Chủ trở nên khủng hoảng tinh thần một cách trầm trọng hơn nữa. Nếu trong nhiệm kỳ thứ hai, ông Trump nắm được cả Hạ Viện lẫn Thượng viện, thì có hy vọng đạt được những đạo luật di trú mới để bít kín những kẽ hở về di trú, và có thêm ngân sách để hoàn tất việc xây cất bức tường biên giới một cách mau lẹ hơn.

Bức tường là một biện pháp **vật chất** để thi hành và thực hiện luật di trú. Trên mặt giấy tờ của thủ tục di trú, cũng có nhiều điều cần thực hiện để bịt kín những lỗ hổng của **chính sách** di trú. Một trong những lỗ hổng đó là trong hệ thống chiếu khán (visa system), quy tắc "nhập cư theo giây chuyền" (chain migration) cho phép một thường trú nhân hợp pháp có quyền bảo trợ thân nhân xin nhập cư. Ông Trump đã đề nghị bãi bỏ quy tắc giây chuyền nói trên sau khi có một tên khủng bố gốc Bangladesh nổ bom đường xe điện ngầm tại New York, và hắn ta là người nhập cư theo diện "giây chuyền".

DACA (Deferred Action for Childhood Arrivals) là một rắc rối khác liên quan đến vấn đề nhập cư lậu. Đây là một dự án từ thời Tổng Thống Obama liên quan đến con cái của những người nhập cư lậu, đề nghị được phép ở lại sau khi bố mẹ bị trục xuất. Con số những đứa trẻ này lên tới 800,000 vào năm 2017. Đề án này chưa bao giờ được biểu quyết, vì bị chặn lại ở Thượng Viện.

DACA là một đề tài được phe Dân Chủ khai thác bằng cách đưa ra lý do nhân đạo, và trưng ra những hình ảnh gây xúc động cho thấy dưới thời Ông Trump những đứa trẻ nhập cư bất hợp pháp bị bạc đãi trong những khu tập trung bẩn thỉu, thiếu tiện nghi, và hỗn tạp. Truyền thông thiên tả liền khai thác chủ đề này để tấn công Ông Trump là kỳ thị người di dân. Chẳng may cho Dân Chủ và truyền thông thiên tả, người ta khám phá ra bức hình được chụp dưới thời Ông Obama, và khu tập trung đó được quản trị dưới thời Obama. Truyền thông thiên tả và đảng Dân Chủ đau tái tê trong vụ này.

Trên đây là một sự phân tích tóm tắt cho thấy một số những khó khăn mà Ông Trump phải đối phó để giành lại quyền lợi của nước Mỹ đã mất vào tay Trung Cộng. Nó cũng cho thấy chính nhóm người xã hội chủ nghĩa Hoa Kỳ đã hy sinh quyền lợi của Hoa Kỳ, và tận tụy phục vụ quyền lợi của Trung Cộng và quyền lợi của những ngoại nhân khác không phân biệt tốt xấu. Họ đã thất bại trong mục tiêu nói trên. Những người xã hội chủ nghĩa này gồm có những nhà lập pháp, chính trị gia, và nhất là nhóm truyền thông thiên tả, đang theo đuổi một mục tiêu lâu dài là giật sập nước Mỹ, giật sập hiến pháp và nền dân chủ đương thời, để thay thế vào đó bằng một chế độ xã hội chủ nghĩa.

Ngày 4 - 10 - 2020

References

5. Anna Giaritelli, Dec 29, 2017.

6. Ibid.

Phần D Nền Nội Chính và Trump trong 4 năm qua

Trước đây, trong bài số 3, chúng ta vừa tìm hiểu về âm mưu toàn cầu hóa nhằm giật sập nền kinh tế Hoa Kỳ. Mục tiêu của toàn cầu hóa là tiêu diệt nền kinh tế tư doanh và biến Hoa Kỳ thành xã hội chủ nghĩa. Tổng Thống Trump đã phá hư kế hoạch toàn cầu hóa. Mặt khác, trong bài số 3, chúng ta cũng thấy Ông Trump đã giải quyết vấn đề an ninh quốc gia, vấn đề biên giới Mễ Tây Cơ, vấn đề nhập cư lậu, vấn đề khủng bố Hồi Giáo, và hòa bình Trung Đông.

Trong bài số 4, chúng ta sẽ tìm hiểu một cách tóm lược những thành công của Ông Trump trong chính sách đối nội, đặc biệt là trong lãnh vực kinh tế, một lãnh vực có ảnh hưởng quyết định tới cuộc bầu cử Tổng Thống. Mặt khác, ta cũng sẽ thấy Ông Trump và Hoa Kỳ đang phải đối phó với một kẻ thù cực kỳ nguy hiểm ngay trong nước Mỹ. Đó là nạn bầu cử gian lận đi đôi với những đòi hỏi bầu cử bằng thư mà đảng Dân Chủ đưa ra một cách giai giẳng và lỳ lợm.

I. Chính Sách phát triển Kinh Tế của Tổng Thống Trump

Về phương diện kinh tế, Ông Trump chứng tỏ ông ta "trên cơ" đối với nhiều kinh tế gia như giáo sư Paul Krugman của đại học Princeton, người đã tiên đoán vào đêm bầu cử năm 2016 rằng Trump sẽ làm cho kinh tế Hoa Kỳ sụp đổ (market crash) và Hoa Kỳ sẽ không bao giờ ngóc đầu dậy được.[7] Giáo sư Krugman là người lãnh giải hòa bình Nobel về kinh tế học. Ba năm sau khi ông Trump nắm chính quyền, số người có việc làm tăng lên xấp xỉ 10 triệu. Nỗi ám ảnh về suy thoái hay sụp đổ kinh tế theo chu kỳ 9, 10 năm đã làm nhiều người tính toán sai lầm trong công việc doanh thương. Xem ra chu kỳ này phải thay đổi theo thời khóa biểu của Trump. Ngay trong giai đoạn đại dịch tại Hoa Kỳ, trong vòng ba tháng 5, 6, và 7, ông Trump đã đem lại việc làm cho khoảng 8.7 triệu người Hoa Kỳ. Cho tới lúc này, đầu tháng 9, Tiến Sĩ Phạm Đỗ Chí viết:

"*Thật là đầy thú vị, Wall Street Journal vào ngày Labor Day (4-5/9) cuối cùng phải đưa ra một bức tranh tươi sáng mầu hồng về sự phục hồi kinh tế Hoa Kỳ đang diễn ra, như đã quan sát được vào cuối tháng Tám. "Trong khi ghi nhận thêm 1,4 triệu người có việc làm, bất chấp quan điểm của những người bi quan, điều này đã giúp mang lại 10,5 triệu việc làm trong 4 tháng qua, tương ứng vào khoảng nửa số việc làm đã bị mất do suy thoái kinh tế bắt đầu vào tháng Hai*".[8] Và yếu tố kinh tế là yếu tố quyết định trong cuộc bầu cử 2020.

Giáo sư Kinh Tế Krugman không phải là người duy nhất tính sai. Ông Obama cũng là một trong nhiều người tính toán sai lầm về sự thành công của Ông Trump. Bình luận về dự kiến của Ông Trump sẽ phát triển kinh tế tới mức 3%, Ông Obama nói rằng: nếu tôi không đạt được mức tăng trưởng như thế, thì làm sao Ông Trump có thể làm được? Ông Obama chỉ đạt được 1.88%. Ông Trump đã đạt mức phát triển trung bình là 3.3% mỗi năm.

Dĩ nhiên, thành tích và kinh nghiệm của Ông Obamatrước khi làm tổng thống chỉ gồm có "tổ chức cộng đồng" (Community Organizer), thì làm sao có thể so sánh với Ông Trump về phương diện kinh tế. Một con ếch ngồi đáy giếng thường hay coi trời nhỏ như cái vung, là thế vậy. Mặt khác, theo nhãn quan kinh tế cổ điển, có người viết rằng sự thành công của Ông Trump là do sự gỡ bỏ rất nhiều quy luật hành chánh (regulations) do Ông Obama đặt ra, gây trở ngại cho sự phát triển kinh tế. Và theo lý luận này, Ông Trump không làm gì cả đối với sự vận hành của nền kinh tế, và đã để cho nền kinh tế "tự nó thành công". Đây cũng là một quan điểm mới, đáng lưu ý về hiện tượng "nền kinh tế tự sướng".

1. Chính sách kinh tế của Ông Trump nhằm mục đích gì?

Trước hết ông Trump đã khởi sự chương trình kinh tế nhằm ba mục đích: thứ nhất, kích thích và khuyến khích ngành tư doanh (private enterprise), tức là trái ngược với khuynh hướng xã hội chủ nghĩa luôn luôn tìm cách tiêu diệt ngành tư doanh; thứ hai, tạo ra công ăn việc làm cho những người Mỹ đang thất nghiệp và đem công ăn việc làm từ ngoại quốc về Mỹ. Mục đích của Ông Trump là đảo ngược kế hoạch toàn cầu hóa của các cô các cậu "xã hội chủ nghĩa". Bảo vệ việc làm cho người Mỹ là mối quan tâm lớn của Trump; thứ ba, giúp cho Hoa Kỳ tự cường về năng lượng.

2.Để đạt những mục tiêu Kinh Tế nói trên, Ông Trump đã có những biện pháp gì?

Ông Trump đã đi ngược lại đường lối xã hội chủ nghĩa của đảng Dân Chủ và Obama. Đúng như ở trên đã nói, trước hết Ông Trump đã gạt bỏ những trở ngại cho việc phát triển kinh tế bằng cách hủy bỏ những quy luật ràng buộc chân tay của giới tư doanh, và sau đó khuyến khích, thúc đẩy sự phát triển kinh tế. Đồng thời Trump tích cực chấm dứt những sự phí phạn công quỹ liên bang.

Dẹp bớt quy luật hành chánh: Thay vì bóp nghẹt các ngành tư doanh bằng cách tung ra hàng ngàn quy luật hành chánh, Ông Trump đã bãi bỏ hầu hết những quy luật của Ông

Obama có tính cách cản trở phát triển kinh tế. Ngay khi mới vào Tòa Bạch Ốc, tháng 1, 2017, Ông Trump đã cam kết sẽ xóa bỏ 75% những quy luật mà Ông Obama đã đặt ra nhằm chặn đứng nền kinh tế tư doanh và giúp thực hiện xã hội chủ nghĩa.

Hạ thuế lợi tức: Trong mục tiêu phát triển kinh tế tư doanh, Ông Trump đã thi hành đúng lời cam kết khi ứng cử, đó là cắt giảm thuế lợi tức trong ngành tư doanh để khuyến khích phát triển kinh tế trong lãnh vực này. Đầu năm 2017, Ông Trump đã đề nghị quốc hội để cắt giảm thuế lợi tức doanh thương từ 35% xuống khoảng 15% - 20%. Hai hành động nói trên một phần lớn đã giúp làm bùng phát nền kinh tế, một hiện tượng mà ít ai ngờ tới, kể cả Obama và giáo sư Krugman.

Áp lực các công ty Mỹ tại ngoại quốc nhất là tại Trung Cộng: Trong mục tiêu "đem công ăn việc làm" từ ngoại quốc về, Trump đã đưa ra giải pháp đánh thuế thật cao các hàng hóa sản xuất tại Trung Cộng hoặc Mễ Tây Cơ do các hãng xưởng của Mỹ sản xuất rồi nhập cảng vào Hoa Kỳ. Mức thuế này đủ cao để làm cho các hãng xưởng này lỗ, hoặc không có lời. Mặt khác Ông Trump lại đề ra chính sách tưởng thưởng những xí nghiệp Hoa Kỳ tại ngoại quốc khi họ mang xí nghiệp của họ trở về Mỹ. Ngay từ tháng 1 năm 2017, Trump đã triệu tập một hội nghị với một số đại diện các hãng kỹ nghệ lớn như Ford, Dell Technologies, Tesla và nhiều hãng khác để nghe những lời đề nghị của họ về phương hướng kích thích nền kinh tế. Ông Trump đã đe dọa đánh thuế thật cao đối với các sản phẩm nhập cảng vào Mỹ nếu các công ty Hoa Kỳ đem cơ sở ra ngoại quốc. Và ông Trump đã không ngần ngại điểm mặt các công ty nào vi phạm quy luật của Ông.

Phục hồi việc làm trong ngành năng lượng: Khai thác tài nguyên năng lượng sẵn có của Hoa Kỳ cũng là một mục đích tạo ra công ăn việc làm, đã từng bị phe cấp tiến của đảng Dân Chủ ngăn cản từ nhiều thập niên đã qua, với lý do bảo vệ môi sinh. Trump đã làm phục hồi trở lại các mỏ than, thúc đẩy kỹ thuật khai thác dầu hỏa sử dụng kỹ thuật fracking, kể cả các kỹ thuật sẵn có. Với sự thúc đẩy của Trump trong lãnh vực năng lượng, Hoa Kỳ vừa tăng thêm việc làm cho người dân, vừa trở thành độc lập về năng lượng và không bị lệ thuộc vào áp lực dầu hỏa của ngoại quốc. Chẳng những thế, Hoa kỳ còn có thể cung cấp năng lượng cho Âu Châu và Gia Nã Đại.

Chặn đứng những sự phí phạm công quỹ Liên Bang: Tiểu bang California đã vay liên bang $3.5 tỷ để xây một đường cao tốc (High-Speed Rail Project) từ Los Angeles lên San Francisco, do Tổng Thống Obama chấp thuận. Tới giữa tháng 2, 2019, Ông Thống Đốc mới là Gavin Newsom tuyên bố ngưng việc xây cất sau khi đã chi tiêu $2.5 tỷ. Ông Trump đã chặn lại số tiền $1.00 tỷ, và đòi lại số tiền $2.5 tỷ vì khế ước bị bỏ dang dở, và Tiểu Bang California nợ Liên Bang $3.5 tỷ. Việc tranh cãi còn có thể kéo dài. Trong khi đó, nguồn tin ngoài hành lang cho biết chồng của bà Thượng Nghị Sĩ Dianne Feinstein có thể dính vào một phần quyền lợi lên tới 1 tỷ mỹ kim trong kế hoạch xây cất này.

Với những hành động đột phá về phát triển kinh tế và khai phóng lực lượng lao động, Ông Trump trực tiếp đem cơm áo và công ăn việc làm đến cho nhiều gia đình lao động thuộc đủ mọi thành phần dân chúng từ Mỹ Đen tới Mỹ trắng, Mỹ vàng, và Mỹ nâu. Ông ta đã thành công lớn trong việc giảm thiểu nạn thất nghiệp và nạn ăn bám Welfare-Foodstamp. Ta nhớ rằng dưới thời Ông Obama, số người ăn welfare-foodstamp đã gia tăng từ 35 triệu lên 50 triệu người, mặc dầu Ông Obama đã chi tiêu 1000 tỷ mỹ kim cho kế hoạch kích thích kinh tế (economic stimulus).

Nguyên nhân chính đưa tới sự thất bại là Ông Obama sử dụng số tiền "kích thích kinh tế" để tuyển dụng người vào hệ thống thư lại (bureaucracy), một lãnh vực "phi sản xuất" của nhà nước, thay vì tạo công ăn việc làm trong lãnh vực kỹ nghệ chế biến (manufacturing) hoặc tư doanh (free enterprise) hoặc xây dựng hạ tầng cơ sở. Một cách tóm lược, sự so sánh nho nhỏ nói trên cho thấy sự khác biệt giữa quan niệm kinh tế tư doanh và kinh tế xã hội chủ nghĩa.

Ngoài những sự tìm hiểu nói trên trong phương diện kinh tế, người dân rất quan tâm đối với một số tin tức tiêu cực trong lãnh vực bầu cử. Vấn đề gian lận trong lãnh vực bầu cử trong nhưng tuần lễ gần đây đã trở thành một đề tài khá nóng bỏng.

II. Quốc Nạn - Gian lận bầu cử

Truyện Ngày Xưa. Trước đây tròm trèm 150 năm, có một vụ âm mưu gian lận bầu cử bằng thư qua đường Bưu Điện đã bị khám phá. Đó là năm 1864, và đây là cuộc tái ứng cử của Ông Abraham Lincoln, phe Cộng Hòa. Vì hoàn cảnh chiến tranh của cuộc nội chiến, ban đầu có tiểu bang Pennsylvania làm luật cho phép binh sĩ được phép bỏ phiếu trong khi vắng mặt (với absentee ballot). Sau đó có 20 tiểu bang Miền Bắc cũng đã thay đổi luật để binh sĩ đang chiến đấu ngoài mặt trận có thể bỏ phiếu bằng thư absentee ballot.

Vì thủ tục bỏ phiếu bằng thư có nhiều kẽ hở để gian lận, nên một kế hoạch gian lận tinh vi và quy mô bằng cách đánh tráo phiếu bầu cử đã diễn ra tại Washington DC, Baltimore, và New York. Nhờ có mật báo, kế hoạch gian lậu bầu cử đã bị phanh phui, và những người đầu não là Moses Ferry và Edward Donahue đã bị bắt, bị xử án và đi tù. Sau vụ đổ bể của âm mưu gian lận của phe Dân Chủ, Tổng Thống Abraham Lincoln đã tái đắc cử và thắng phe Dân Chủ do Tướng George McClellan đại diện.

Truyện Ngày Nay. Vào năm 2020, vấn đề gian lận bầu cử lại rộ lên vì một số biến cố liên quan đến đảng Dân Chủ: trước hết là câu truyện "ballots harvesting" trong cuộc bầu cử bán phần năm 2018, sau đó là sự khám phá ra vụ trên dưới 1 ngàn người bỏ phiếu 2 lần tại tiểu bang Georgia, cũng vào dịp bầu cử nói trên. Ngày 3 tháng 9, 2020, cơ quan ICE[9] ra một thông cáo báo chí, cho biết có 19 người nhập cư lậu bị kết tội gian lận bầu cử tại tiểu bang North Carolina. Những người ngoại quốc này đã đi bầu trong cuộc bầu cử tổng thống vào năm 2016.

Một đại bồi thẩm đoàn đã kết án bảy can phạm vào những tội nói dối khi nộp đơn bầu cử, khai man là có quốc tịch Mỹ, và bỏ phiếu một cách bất hợp pháp. Mười hai người còn lại bị kết tội bầu cử bất hợp pháp. Bẩy người ở trên có thể bị tù tới 6 năm trong nhà tù liên bang, bị phạt tiền 350,000 mỹ kim. Mười hai người phạm tội nhẹ hơn có thể bị phạt tù 1 năm, hoặc có thể bị phạt tiền 100,000 mỹ kim.

Số người gian lận nói trên bị khám phá trong một tiểu bang Cộng Hòa, và có kiểm soát tương đối đàng hoàng. Tại những tiểu bang hay thị xã Dân Chủ, có sanctuary cities để bảo vệ tất cả những kẻ phạm pháp, trộm cướp, giết người, người ta không có cách gì để khám phá ra bao nhiêu ngàn người đã gian lận, hoặc sẽ gian lận.

1. Bỏ phiếu bằng thư

Nhớ lại câu truyện bỏ phiếu bằng thư, xấp xỉ 150 năm về trước, và kế hoạch gian lận quy mô chống lại ông Tổng Thống Cộng Hòa Abraham Lincoln, người ta không khỏi giật mình khi đảng Dân Chủ ngày nay lại nhất mực đòi phải chấp nhận bỏ phiếu bằng thư. Họ lợi dụng sự đe dọa của cơn đại dịch và quy luật "khoảng cách ly xã hội" để nói rằng đến phòng phiếu là một điều nguy hiểm. Trên thực tế họ vẫn thoải mái đi supermarket đều đều, và bà Pelosi lén lút đi gội đầu không đeo khẩu trang mà cũng không thấy ai bị chết vì Covid Virus. Câu truyện "em bé Pelosi" bị vỡ lở làm trò cười từ Miền Viễn Tây sang Miến Viễn Đông và khiến cho sự đòi hỏi bầu cử bằng thư trở nên vô duyên hơn là "bánh đúc chấm tương mà không có vôi ăn trầu trong bánh đúc".

Sự thật ở đây là: Thứ nhất, **bỏ phiếu tại phòng bầu cử** không nguy hiểm hơn đi chợ ở supermarket. Thứ hai, **bỏ phiếu bằng thư** không an toàn. Trái lại, chắc chắn đưa đến gian lận.

Tại sao không an toàn?

a. Hai câu chuyện xảy ra tại California được tường thuật trên Conservative Journal,[10]

September 8, 2020. Câu truyện thứ nhất do báo cáo của Thượng sĩ Christian Hauptman, sở Cảnh Sát Glendale, đã xẩy ra ở block 1000, đường Allen Avenue: những đống thư và kiện hàng bị vất bỏ bừa bãi ở sau một nhà tắm hơi. Phe Dân Chủ nói rằng việc bầu cử bằng thư rất **an toàn**. Thật vậy, nếu không có ai đụng tới những đống thư bị vất tung tóe ở dưới đất, thì chúng vẫn nằm "**an toàn**" ở sau nhà tắm hơi ở Glendale, và không ai biết được chúng bị thất lạc cho tới nhiều năm sau đó.

Câu truyện thứ hai xẩy ra ở bên ngoài Tiệm 7Q Spa Laser & Aesthetics là nơi có máy video thu hình theo dõi sự di động của một xe truck lớn của hãng Budget cho thuê, đã lùi vào bãi đậu xe. Máy thu hình cho thấy nhân viên xe truck chậm rãi vứt những kiện hàng xuống đất ... một cách rất "**an toàn**" và "**Dân Chủ**".

Tờ LA Times báo cáo rằng những sở Bưu Điện của vùng Los Angeles đã bị cắt ngân sách, và trở nên hỗn loạn. Vì thế có những tệ nạn xẩy ra, ví dụ những kiện hàng bị vứt bừa bãi, trong đó có cả thức ăn hư thối. Hiện tượng này là dấu hiệu của tình trạng bất lực, hoặc thiếu nhân viên điều hành, hoặc cố tình trễ nải. Đã từ lâu, có một số người nào đó trong nội bộ cơ quan bưu điện đã lấy trộm thơ, và vứt đi thay vì chuyển tới tay người nhận, với mục đích phá hoại.

b. Bỏ phiếu bằng thư tại Pennsylvania và Wisconsin

Ngày 24 - 9 - 2020, Văn Phòng Biện lý của Middle District of Pennsylvania thông cáo[11] về một truyện vứt bỏ (discard) những phiếu bầu cử của một số quân nhân tại một phòng bầu cử thuộc quận Luzern (Luzern County Board of Election). Người ta tìm thấy 9 lá phiếu bị vứt bỏ, đều là phiếu bầu cho Trump. Ngoài ra người ta không biết tất cả có bao nhiếu phiếu bị vất bỏ như vậy. Chúng ta cũng phân vân và phỏng đoán rằng những lá phiếu này đã "bất mãn với người bỏ phiếu cho Trump, và tự ý bò ra khỏi thùng phiếu để đi bụi đời". Và không biết thật sự có bao nhiêu ngàn lá phiếu "bò đi bụi đời" như vậy.

Theo báo cáo của "Patriot Outlook",[12] thì 7 trong số 9 lá phiếu đã bầu cho Tổng Thống Trump, và 2 lá phiếu kia đã bị nhân viên Bưu Điện bóc ra rồi dán lại. Người ta không biết nhân viên Bưu Điện Luzern đã bóc ra hai phong bì đựng hai lá phiếu để làm gì. Bộ Tư Pháp đã xác nhận tin tức về 9 lá phiếu bị vất bỏ (đi bụi đời) tại Pennsylvania.

Ngoài ra, Patriot Outlook cũng trích dẫn tin tức của Fox News, cho biết có 3 "cần xế" (trays of mails) chứa đầy thư trong đó có cả phiếu bầu cử vắng mặt (absentee ballots), bị đi bụi đời ở dưới đường mương (ditch line) tại Wisconsin. Và cơ quan Bưu Điện Wisconsin đang tiến hành điều tra. Người ta không hiểu tại sao những lá thư gửi qua Bưu Điện tại Wisconsin và Pennsylvania lại thích đi bụi đời tại đường mương như vậy. Có lẽ, theo sự suy nghĩ của đảng Dân Chủ thì cống rãnh là nơi "an toàn" để cho thư từ an nghỉ. Vì thế nên họ muốn bầu cử bằng thư cho việc gian lận được an toàn và dễ dàng.

Tổng Thống Trump đâu có cù lần để tin những gì đảng Dân Chủ nói. Và vấn đề bầu cử bằng thư đã trở thành một hồi chuông báo động, như Joshua Caplan[13] viết "*Mail-in-voting Fraud Runs Rampant - 2020 At Risk*" (Vấn đề gian lận trong sự bầu cử bằng thư đang tràn lan). Và vấn đề "bầu cử bằng thư" có thể được coi là "nuclear option" thứ ba của đảng Dân Chủ.

c. Hồi Chuông Báo Nguy: Tại Massachusetts - Các Tiểu Bang Xôi Đậu

Trên đây ta được biết về rất nhiều thư bị vứt bỏ ở cống rãnh, và trong đó có một số phiếu bầu cử, tuy không nhiều, nhưng người ta không biết thực sư con số những phiếu bầu bị mất là bao nhiêu. Nhưng mới đây, ngày 1 tháng 10, một tố cáo cho biết những người thuộc đảng Dân Chủ đã thủ tiêu trên một triệu lá phiếu bầu bằng thư trong cuộc bầu cử sơ bộ của Thượng Viện tại Massachusetts.[14]

Lời tố cáo này là do Tiến Sĩ Shiva Ayyadurai, một cựu ứng cử viên Thượng Nghị Sĩ Hoa Kỳ tai Massachusetts, cũng là một người được coi là nổi tiếng về sự phát minh ra điện thư (e-mail). Tiến sĩ Shiva tố cáo những đảng viên Dân Chủ đã thủ tiệu một triệu phiếu-bầu bằng-thư (mail-in ballots) trong cuộc bầu cử sơ bộ. Khi Tiến Sĩ Shiva gặp giới chấp pháp của ủy ban bầu cử Massachusetts (Massachusetts Elections Attorney) họ đều xác nhận điều nghi ngờ nói trên. Theo luật định, thì những phiếu bầu cử và tài liệu thống kê phải được giữ lại trong vòng 22 tháng sau cuộc tuyển cử.

Tại các tiểu bang xôi đậu (battleground states),[15] cho tới ngày 13 tháng 10, một số rất lớn phiếu bầu bằng thư (mail-in ballots) vẫn chưa tới tay cử tri. Điều này khiến nhiều người lo lắng không biết lá phiếu có tới tay họ không? Trong khi đó thì giới truyền thông giả vờ ngủ, và không đả động gì tới vụ gian lận bầu cử theo đúng sách vở nói trên.

d. Tình trạng bê bối nói trên dẫn đến một số mâu thuẫn chính trị:

Thứ nhất, Tổng Thống Trump thì quyết định cải tổ ngành bưu điện, nhưng phe Dân Chủ đòi hỏi hoãn lại cho tới sau cuộc bầu cử (có lẽ vì phe Dân Chủ có nhiều tay chân do Ông Obama gài lại trong cơ quan Bưu Điện). Nếu cải tổ Bưu Điện trước ngày bầu cử thì có thể vô tình sa thải một số lớn tay chân của đảng Dân Chủ nằm vùng trong sở Bưu Điện (deep state).

Thứ hai, Tổng Thống Trump thì chủ trương đi bầu như

thường lệ tại phòng phiếu, nhưng phe Dân Chủ đòi bỏ phiếu bằng thư qua bưu điện, để dễ bề gian lận.

Thứ ba, Tổng Thống Trump đòi bỏ phiếu theo phương pháp cổ truyền có kiểm soát ID của người cử tri, nhưng phe Dân Chủ đòi bỏ phiếu bằng thư để không ai biết được người bỏ phiếu có hợp pháp hay không. Không ai có thể biết được bao nhiêu người bỏ phiếu bất hợp lệ. Nếu bỏ phiếu bằng thư, thì tại mỗi địa phương sẽ có bao nhiêu người bỏ phiếu không hợp lệ? Có thể có 100 hay 1000 hay 2000 người bỏ phiếu bất hợp lệ? Không ai có câu trả lời, nếu bỏ phiếu bằng thư.

e. Gian Lận Bầu Cử bằng thư là vấn đề then chốt có khả năng quyết định vận mạng của nền Dân Chủ Hoa Kỳ trong cuộc bầu cử năm 2020. Nếu phe Cộng Hòa không có biện pháp hữu hiệu để phòng ngừa và chống lại mánh khóe gian lận của phe Dân Chủ, thì những vấn đề sau đây có thể sẽ xẩy ra:

Thứ nhất, việc kiểm phiếu sau ngày bầu cử sẽ trở nên quá phức tạp và kéo dài quá thời gian pháp định.

Thứ hai, vì tình trạng gian lận tràn lan và phức tạp, sự kiện tụng giữa hai phe tranh cử có thể không giải quyết được bằng pháp lý tại tòa án, và phải đưa tới Tối Cao Pháp Viện, như đã xẩy ra năm 2000 giữa hai Ông Bush “con” và Algore.

Thứ ba, nếu việc kiện tụng phải đưa lên Tối Cao Pháp Viện, thì năm 2020 là năm đặc biệt vì cái chết của bà Ginsburg đã đưa tới tình trạng có 8 thẩm phán tối cao pháp viện, trong khi ứng viên Barret còn trải qua giai đoạn điều trần, truy vấn và biểu quyết tại Thượng Viện. Giai đoạn này là giai đoạn sinh tử đối với phe Dân Chủ, và họ sẽ sử dụng mọi “nuclear option” dơ bẩn và hạ cấp nhất để đánh phá và kéo dài việc biểu quyết cho bà Thẩm Phán Barret. Nếu phe Dân Chủ có thể kéo dài cuộc biểu quyết cho tới sau ngày bầu cử, thì Tối cao Pháp Viện lúc đó có 8 vị thẩm phán, phải đối phó với hai trường hợp có thể xẩy ra:

Trường hợp thứ nhất, năm thẩm phán thuộc phe bảo thủ bỏ phiếu ủng hộ Cộng Hòa, thì vấn đề tranh chấp được giải quyết mỹ mãn với tỷ lệ 5/3.

Trường hợp thứ hai, ông Thẩm Phán Robert bỗng nổi chứng chống lại phe bảo thủ như đã từng xẩy ra cách đây không xa lắm, đưa tới tỷ số 4/4, nước Mỹ sẽ rơi vào bế tắc của một cuộc khủng hoảng vì không có tổng thống.

Đứng trước sự quyết tâm chống phá của đảng Dân Chủ, Tổng Thống Trump và đảng Cộng Hòa có kế hoạch đối phó với âm mưu "bầu cử bằng thư" hay không? Nếu có, thì đây là vấn đề "thiên cơ bất khả lậu".

Tóm lại, bài số 4 đã mô tả vắn tắt đường lối giải quyết bài toán kinh tế của Tổng Thống Trump. Nó cho ta thấy, trong ngót ba năm trời, Ông Trump đã đem Hoa Kỳ ra khỏi tình trạng bế tắc kinh tế, và phát triển mạnh từ mức 1.88% của Obama lên tới 3.3% vào cuối năm 2019. Trong 8 năm cầm quyền, Ông Obama đã tạo ra thêm 15 triệu người ăn welfare-foodstamp. Trong 3 năm cầm quyền, ông Trump đã thay đổi nhiều triệu người ăn welfare-foodstamp của ông Obama thành những người có công ăn việc làm. Đó là sự khác biệt rất căn bản giữa nền kinh tế tư doanh của Ông Trump và nền kinh tế xã hội chủ nghĩa của Ông Obama và đàn em Joe Biden.

Cơn đại dịch là một đại họa cho Hoa Kỳ và trong một thời gian ngắn đã gây nên tình trạng suy thoái và khủng hoảng kinh tế, tạo ra bao nhiêu triệu người thất nghiệp tại Hoa Kỳ. Nhưng cơn đại dịch cũng là một cơ hội cho thấy tài thao lược của Ông Trump đã giúp Ông chuyển nguy thành an. Tình hình đang tiến bộ khá nhanh.

Nước Mỹ cần Ông Trump thêm bốn năm sắp tới, và từ nay tới cuộc bầu cử tháng 11 còn nhiều chuyện ngoạn mục sẽ được trình bày trong bài số 5.

Ngày 25-9-2020

Chú Thích

7. Timothy H. Lee. NYT, Jan 4, 2018, *Shock: New York Times Began 2018 Admitting Trump Economic Bump.*

8. Phạm Đỗ Chí, Tiến Sĩ Kinh Tế, *Những tin tức kinh tế khích lệ cho tháng 9.*

9. AbsoluteNew.com, *Immigrants Charged with Voter Fraud*, 9/5/2020

10. Conservative Journal, September 8, 2020, *Truck Loads of U.S. Mail Found Dumped in California. So November's Election Will Be Totally Fine.*

11. Conservative Journal - September 25, 2020.

12. Patriot Outlook, September 25, 2020.

13. The Right Wing Rebel, September 25, 2020.

14. Patriots America News, 10/1/2020. *Election Fraud: Democrats Destroy Over a Million Mail-In Ballots in Senate Primary.*

15. The Right Wing Rebel, 10/13/2020. *The Mail-In Voting Fraud ti Top Them All.*

Phần E. Cuộc Bầu Cử Vào "Vòng Chung Kết"

Cho tới đây, chúng ta đã quan sát bối cảnh của cuộc Tổng Tuyển Cử 2020, trong đó có ba yếu tố quan trọng đã được đem ra phân tích, đó là: diễn viên, đường lối chính sách, và hoàn cảnh chính trị bên trong và bên ngoài Hoa Kỳ.

Về phương diện diễn viên, chúng ta đã có cơ hội quan sát Ông Donald Trump qua 4 năm lãnh đạo với những thành quả về kinh tế, thương mại, quân sự và ngoại giao. Tuy rằng sự phân tích tương đối vắn tắt, nhưng nó cũng làm nổi bật bản lãnh chính trị của một nhà lãnh đạo chưa từng lăn lộn trong chính trường Hoa Kỳ theo quy ước thông thường. Mặt khác, chúng ta chưa có cơ hội để phân tích đầy đủ về Ông Joe Biden trong những phần thảo luận trước đây. Do đó, trong khuôn khổ Bài số 5, chúng ta sẽ có cơ hội đề cập tới Ông Biden một cách tương đối chi tiết hơn, trong phần thứ nhất của bài này.

Trong phần thứ hai, chúng ta sẽ phân tích về tiềm năng của hai vị ứng cử viên trong cuộc tổng tuyển cử sắp tới, gồm có những ưu điểm và nhược điểm có ảnh hưởng trực tiếp tới cử tri Hoa Kỳ.

Trong phần thứ ba, chúng ta sẽ thử đánh giá khả năng thành bại của hai ứng cử viên Tổng Thống 2020.

Phần I. Thành tích chính trị của Ông Biden.

Ông Biden bắt đầu làm chính trị khi vào Thượng Nghị Viện Hoa Kỳ năm 1973, tức là 47 năm nay. Năm 2008, Biden thành Phó Tổng Thống trong liên danh Obama. So sánh với cựu Phó Tổng Thống Biden, thì Tổng Thống Trump mới thực sự tham gia vào chính trường có 4 năm.

Thành tích chính trị đáng lưu ý trong bang giao với Trung Cộng đã diễn ra trong 8 năm cầm quyền của Tổng Thống Obama. Vì một lý do nào đó, Obama đã "giao khoán" cho Joe Biden là "point man" tức là "đầu nậu" toàn quyền phụ trách lãnh vực Trung Cộng, cũng như đã từng toàn quyền phụ trách "lãnh vực Ukraine" trước đó.

Chính vì yếu tố đặc biệt nói trên, trong sứ mạng bang giao với Trung Cộng, thay vì nói về chính sách của chính quyền Obama-Biden, người ta có thể viết vắn tắt là "chính sách của Biden đối với Trung Cộng" và người ta cần ghi nhận một điều rất quan trọng ở đây là chính sách của Biden đã đặc biệt ưu đãi Trung Cộng trên rất nhiều lãnh vực quan trọng về kinh tế, an ninh quốc phòng, bang giao quốc tế, và văn hóa – chính trị.

1. Ưu đãi Trung Cộng một cách đặc biệt

Trên mặt kinh tế, chính sách của Biden đã ưu đãi Trung Cộng bằng cách dành những quyền lợi kinh tế đặc biệt trong kế hoạch **toàn cầu hóa** mà ta đã thảo luận và phân tích trong Bài số 3. Ta biết rằng kế hoạch toàn cầu hóa đã do Tổng Thống Clinton bắt đầu, và tiếp tục qua thời Tổng Thống Bush "con", nhưng đã được đẩy mạnh qua chính sách của Joe Biden khiến Trung Cộng đã trở thành cường quốc kinh tế thứ nhì trên thế giới vào năm 2012, vượt qua Nhật Bản và chỉ sau có Hoa Kỳ.

Chính sách ưu đãi Trung Cộng một cách đặc biệt của ông Biden đã càng ngày càng khiến Hoa Kỳ thâm thủng mậu dịch đối với Trung Cộng, tới mức 8 ngàn tỷ mỹ kim vào cuối năm 2016. Trong "thành quả thâm thủng mậu dịch" nói trên, người ta còn phải kể công lao của ông Biden trong thành tích giết chết ngành kỹ nghệ nhôm và thép của Hoa Kỳ bằng cách hạ thuế nhập cảng nhôm và thép của Trung Cộng. Biden còn hạ thuế đối với nông phẩm nhập cảng từ Trung Cộng và làm cho các nông gia Hoa Kỳ chết lên chết xuống vì ông Biden đã giúp Trung Cộng cướp mất thị trường.

Hành động ưu đãi đặc biệt đối với Trung Cộng cho thấy những nghiên cứu sinh Trung Cộng vào Hoa Kỳ được hưởng quy chế đặc biệt là visa có hiệu lực 10 năm mới phải xin chiếu khán một lần, trong khi visa của nghiên cứu sinh của các quốc gia khác chỉ có hiệu lực ba năm trước khi phải xin tái chiếu khán. Các sinh viên Trung Cộng bình thường cũng đươc sự ưu đãi là 5 năm mới phải xin chiếu khán lại, trong khi sinh viên bình thường của các quốc gia khác chỉ được hưởng quy chế chiếu khán mỗi năm.

Chính sách đối ngoại của Ông Biden đối với Trung Cộng còn cho thấy một sự ưu đãi trắng trợn trong lãnh vực "giao lưu văn hóa", một từ ngữ Cộng Sản nhằm ám chỉ kế hoạch đánh lừa Hoa Kỳ trong nhiều lãnh vực gián điệp. Với chính sách nói trên, Biden đã mở rộng cửa đón tiếp hàng trăm ngàn người Trung Cộng (gồm khoa học gia, kỹ thuật gia của Quân Đội Nhân Dân) vào Hoa Kỳ mà không quan tâm tới nguy cơ bị ăn cắp tài sản trí tuệ, ăn cắp bí mật quốc phòng, nhất là bí mật máy bay tàng hình, bí mật trí thông minh nhân tạo (AI), kỹ thuật hỏa tiễn liên lục địa, và sự xâm nhập của điệp viên Trung Cộng vào nhiều lãnh vực an ninh quốc gia.

Cũng nhân danh "giao lưu văn hóa", Trung Cộng đã được Hoa Kỳ cho phép thiết lập hàng trăm "Viện Khổng Tử" trên toàn lãnh thổ Hoa Kỳ với chiêu bài phổ biến văn hòa Trung Hoa, nhưng sự thật là nhằm mục đích tuyên truyền và nhất là thiết lập những đầu mối cảm tình viên cho công tác tình báo. Trung Cộng đã tung ra hàng trăm triệu mỹ kim ủng hộ những trường đại học lớn của Hoa Kỳ như Harvard để mua chuộc giới giáo sư và chuyên viên ưu tú của Hoa Kỳ, và xúi giục họ ăn cắp những tài liệu khoa học kỹ thuật cấp cao của Hoa Kỳ và bán cho Trung Cộng.

2. Tại sao lại có sự ưu đãi đặc biệt nói trên đối với Trung Cộng?

Câu trả lời vắn tắt là: Trung Cộng đã mua đứt được Joe Biden, và biến Joe thành một công cụ phục vụ quyền lợi chiến lược lâu dài của Bắc Kinh.

Câu truyện bắt đầu từ cuối năm 2011 khi một nhóm doanh gia Trung Cộng[1] có doanh hiệu là Chinese Entrepreneur Club (CEC) tìm cách móc nối với "cậu" Hunter Biden để xin được cơ hội viếng thăm Tòa Bạch Ốc trong một phái đoàn gồm có các tỷ phú và đảng viên cốt cán của đảng Cộng Sản Trung Quốc. Một người trung gian, Mohamed A. Khashoggi đã viết thư cho Hunter Biden để đề nghị cơ hội viếng thăm nói trên nhằm thiết lập một liên lạc giao hảo, mở đầu cho việc làm ăn lâu dài.

Nhóm CEC, trên bề mặt là doanh nhân, những thực tế là một công cụ chính trị và tình báo chiến lược của Đảng Cộng Sản Trung Quốc, và Hunter Biden là con mòng non, bị sử dụng để bẫy con mòng già Joe Biden vào trong chiến lược thao túng của Bắc Kinh. Nỗ lực nói trên của nhóm doanh nhân CEC đã thành công và khởi đầu mấy năm sau đó với Hunter Biden và Devon Archer hợp tác làm ăn trong một doanh nghiệp để "hốt bạc Trung Cộng", mà trên thực tế là dùng tiền Trung Cộng để "mua một đối tác chiến lược".

Năm 2013, Phó Tổng Thống Biden tới Trung Cộng và mang theo cậu con Hunter để làm đầu mối kinh doanh. Sau chuyến đi đó, Trung Cộng đã ký một hợp đồng kinh doanh 1 tỷ mỹ kim với đối tác là Công Ty Bohai Harvest của Hunter Biden. Trung Cộng là nguồn cung cấp bạc tỷ đó.[3]

Con chuột Hunter Biden "sa chĩnh gạo" Trung Cộng vì "Ba của Hunter là Phó Tổng Thống Hoa Kỳ". Hậu quả của vụ này cực kỳ quan trọng trên 5 phương diện, theo như sự phân tích của Peter Schweizer, giám đốc cơ quan GAI (Government Accountability Institute) và cũng là tác giả của cuốn sách Secret Empires: *How the American Political Class Hides Corruption and enriches Family and Friends.*

Năm phương diện mà Peter Schweizer nêu lên là: Mua Kỹ Thuật Quân Sự Hoa Kỳ, Kỹ Thuật Theo Rõi của Quân Đội Nhắm vào Người Duy Ngô Nhĩ (Uyghurs), Khoáng Sản Quý Hiếm (Rare Earth Minerals), giúp Trung Cộng đánh cắp bí mật hạch tâm, và Gián Tiếp Hỗ Trợ Hải Quân Trung Cộng.

Điểm cần lưu ý thứ nhất là Hunter Biden đã lợi dụng quyền thế của cha để hốt bạc của ngoại quốc qua những vụ làm ăn bất chính. Điểm thứ hai, quan trọng hơn, là ông bố Joe Biden đã lạm dụng quyền thế, hốt bạc của Trung Cộng và phục vụ quyền lợi chiến lược của Trung Cộng, chống lại quốc gia Hoa Kỳ.

Trung Cộng không tiếc gì bạc tỷ nếu mua được một nhà lãnh đạo siêu cường Hoa Kỳ là Joe Biden. Hậu quả là Joe đã bị mua đứt và bắt buộc phải làm mọi việc theo chỉ thị của Bắc Kinh.

3. Công việc làm ăn bị vỡ lở

Nếu bà Hillary đắc cử vào năm 2016 thì chẳng những nhiều bí mật của Hillary và Bill sẽ được vĩnh viễn che dấu, mà hồ sơ của Joe cũng sẽ nằm êm và không biết Trung Cộng đang tiến tới đâu trên bàn cờ thế giới. Nhưng Hillary đã thất bại, và cả cơ đồ của Joe đang bị phanh phui và, bắt đầu với hồ sơ của Hunter Biden, vụ làm ăn ở Ukraine là một vụ gậy "ông đập lưng ông". Chính đảng Dân Chủ đã tố gian ông Trump trong vụ Ukraine, về lạm dụng quyền lực, và hậu quả là vụ Ukraine đã biến thành vụ điều tra ngược để buộc tội Hunter Biden, rồi tới Joe Biden.

Đang khi vụ điều tra Hunter Biden tiến hành với những nghi vấn về sự can dự của ông Joe Biden, thì vụ máy tính của Hunter Biden bị bùng nổ. Song song với tài liệu từ máy tính là lời khai trước Thượng Viện của một nhân chứng Bobulinski. Những tài liệu từ máy tính của Hunter Biden, nếu đúng, thì sẽ đưa đến một số hậu quả:

Thứ nhất, Ông Joe Biden đã nói dối khi chối tội dính dáng làm ăn với cậu con Hunter.

Thứ hai, tài liệu từ "ổ cứng" (hard drive) cho thấy là Joe được Hunter chia đôi lời lãi [2] trong công việc làm ăn với Trung Cộng. Ông Biden đã bị Trung Cộng thao túng.

Thứ ba, Trung Cộng có thể đã nắm được rất nhiều bí mật quốc gia Hoa Kỳ qua sự thao túng hai cha con ông Joe Biden. Đó là điểm quan trọng nhất của vụ án Biden, một vụ án sẽ đi vào lịch sử hiện đại của Hoa Kỳ với những hậu quả không ai lường được.

Phần II. Tiềm Năng của hai ứng cử viên trong cuộc bầu Cử 2020.

Khi bài này đang được viết, thì Bà Thẩm Phán Barret vừa được tuyên thệ vào Tối Cao Pháp Viện, một sự kiện cực kỳ quan trọng cho giai đoạn hậu tuyển cử, vì những đe dọa của gian lận bầu cử. Trong khi cuộc tuyển cử đang lù lù tiến tới, đây là lúc nhiều người có cơ hội đánh giá những điểm lợi và điểm bất lợi của hai phe Cộng Hòa và Dân Chủ.

1. Phe Cộng Hòa

Còn đúng một tuần trước ngày bầu cử, người ta có thể nhận thấy Tổng Thống Trump có một số ưu thế từ "khá mạnh" tới "rất mạnh".

a. Những điểm lợi

Thứ nhất, trong vai trò "tái tranh cử" (incumbent candidate) Ông Trump có lợi thế vì người dân đã biết về những thành công về kinh tế trước khi có đại dịch. Mới đây, khi được hỏi câu "có hài lòng hơn trước kia hay không?" thì 56% người Hoa Kỳ trả lời "Có".

Thứ hai, trong những hoạt động tranh cử mới đây nhất, qua những hình ảnh sống động của những cuộc tiếp xúc với cử tri Cộng Hòa, chúng ta thấy phản ứng của cử tri Cộng Hòa đối với ông Trump tỏ ra cực kỳ thuận lợi và lạc quan. Đặc biệt là ở California, thành trì của đảng Dân Chủ trong những năm gần đây, các cử tri đón tiếp Ông Trump với một thái độ vô cùng ái mộ.

Thứ ba, sự ủng hộ ông Trump không chỉ giới hạn trong những cử tri Cộng Hòa, mà còn lan rộng ra trong phe Dân Chủ, và ngay tại những nơi được coi là "nghiêng ngửa" như Pennsylvania, hoặc thành trì của đảng Dân Chủ như Minesota, hoặc California. Tại Pennsylvania,[4] mới đây, ngày 20 tháng 10, ông Justin Taylor, Thị Trưởng Dân Chủ của thành phố

Carbondale, đã tiên đoán Tổng Thống Trump sẽ thắng lớn (landslide) vào tháng 11 sắp tới. Ông Taylor cho rằng đảng Dân Chủ đã đi quá xa về phía tả, và do đó rất đông cử tri sẽ đi bầu và đem lại chiến thắng lớn cho Ông Trump. Ông Taylor đã là một đảng viên Dân Chủ từ lâu.

Thứ bốn, rất nhiều cử tri và đảng viên của đảng Dân Chủ đã rất thất vọng về đảng của họ và quyết định chia tay qua phong trào "Walkaway". Hồi cuối tháng 9 mới đây, một video clip đã cho thấy 500,000 người cử tri Dân Chủ đi biểu tình tại Washington DC và hô to khẩu hiệu "Walkaway" và ủng hộ Trump với khẩu hiệu "Four More Years". Ngay sau đó mấy ngày lại có một đoàn biểu tình của 2000 người Mỹ Da Đen tại Washington DC ủng hộ Trump và ủng hộ cảnh sát với khẩu hiệu Blue Lives Matter.

b. Những điểm bất lợi

Tổng Thống Trump phải chịu đựng một số điểm bất lợi không tránh khỏi, tuy yếu và không nhiều, và đôi khi điều bất lợi trở thành có lợi.

Thứ nhất, phe truyền thông cánh tả hoàn toàn bịt miệng không nhắc nhở tới hồ sơ tham nhũng của Biden, hoặc nếu nhắc tới, thì chỉ liệt kê hồ sơ này là một tài liệu tuyên truyền chính trị hoặc tài liệu xuyên tạc đến từ Nga.

Thứ hai, những người Dân Chủ cánh tả "cuồng chống Trump" càng ngày càng thù ghét ông Trump nhiều hơn, mặc dầu con số những người này càng ngày càng giảm đi. Như vậy sự thù ghét tuy gia tăng nhưng hậu quả giảm đi vì số phiếu của họ đang đi xuống trong cuộc bầu cử sắp tới.

Thứ ba, mặc dầu Facebook và Twiter chặn đứng việc loan

truyền vụ BIDEN trên mạng, nhưng phản ứng ngược về tâm lý đã khiến cho người ta tò mò hơn và quyết tìm hiểu kỹ hơn.

Dĩ nhiên những đều gì hại cho phe Dân Chủ sẽ trở thành có lợi cho phe Cộng Hòa, và ngược lại.

2. Phe Dân Chủ

Phe Dân chủ có một số lợi thế về nhân số, tiền bạc, và nắm được ngành truyền thông thiên tả, nhưng những lợi thế đó không hoàn toàn và có thể trở thành con giao hai lưỡi để làm đứt tay người sử dụng nó.

a. Lợi thế của đảng Dân chủ

Thứ nhất, trong tổng số cử tri tại Hoa Kỳ khoảng 150 triệu người, thì người ta ước lượng[5] số cử tri **Dân Chủ** vào khoảng 31%, cử tri **Cộng Hòa** 28%, cử tri **độc lập** 41%.

Vì sự chênh lệch nhân số nói trên, nên thông thường các cuộc thăm dò (polling) đã phản ảnh ý kiến của cử tri Dân Chủ và phe Cộng Hòa, nhưng không phản ảnh được tình hình thực tế vì những cử tri độc lập thường không cho ý kiến.

Những dữ liệu nói trên cho thấy đảng Dân Chủ mạnh hơn đảng Cộng Hòa về nhân số. Đó là một lợi thế tư nhiên mà có, trong mọi cuộc bầu cử toàn quốc, nếu ta không kể tới những cử tri độc lập, là khối cử tri mạnh nhất và có khả năng thay đổi cục diện một cách quyết định.

Thứ hai, về tiền bạc, đảng Dân Chủ tuy mang danh nghĩa là đảng của người nghèo nhưng lại nhận được sự ủng hộ rất mạnh của những tài phiệt tỷ phú hoặc triệu phú, như Soros, Bloomberg v.v... Và nén bạc nhiều khi đâm toạc tờ giấy.

Thứ ba, phe Dân Chủ thường được truyền thông cánh tả ủng hộ một cách rất mạnh mẽ. Vì thế, theo thông lệ, các chính trị gia Cộng Hòa phải vuốt ve, ngon ngọt với truyền thông cánh tả, ngoại trừ Ông Trump.

b. Thế bất lợi của đảng Dân Chủ

Trong cuộc bầu cử 2020, đảng Dân Chủ có một số bất lợi:

Thứ nhất, có nhiều dấu hiệu cho thấy yếu tố nhân số không có lợi cho đảng Dân Chủ trong năm 2020. Trước hết là phong trào bỏ đảng, khiến cho một số khá đông cử tri Dân Chủ sẽ không đi bầu. Một số đông khác sẽ bầu cho Ông Trump. Mặc dầu có một số cử tri Cộng Hòa chống Trump sẽ bầu cho Biden, nhưng con số này rất nhỏ không đáng kể. Ngoài ra khối cử tri Da Đen và Châu Mỹ La Tinh đã ngả nhiều về phía Ông Trump.

Thứ hai, yếu tố tiền bạc cho thấy Ông Joe Biden có ưu thế vượt trội với mấy trăm triệu mỹ kim trên cơ Ông Trump, và có ảnh hưởng mua đứt được truyền thông thiên tả. Nhưng ưu thế về tiền bạc cũng có những giới hạn của nó. Một phần là vì truyền thông thiên tả cũng không thể làm gì hơn là những nỗ lực tối đa mà họ đã làm cho Ông Joe Biden. Một phần khác, Ông Trump nhắm vào số cử tri đông đảo là những người chỉ đóng góp $5, $10, hoặc $15, và con số này vô cùng quý báu vì số cử tri này rất đông, và lá phiếu của họ sẽ quyết định sự chiến thắng của Ông Trump.

Thứ ba, lợi thế của Ông Biden trên phương diện truyền thông cũng có những giới hạn và khía cạnh tiêu cực. Trong chương trình FOX News của Tucker Carlson ngày 27/10, 8 triệu khán giả truyền hình Hoa Kỳ đã theo rõi, và cho thấy nỗ lực bịt tin tức của Facebook và Twitter là một thất bại khá đau. Nhất là đối với cử tri độc lập, thái độ của họ, nếu có sự thay đổi, sẽ bất lợi nhiều hơn cho Ông Biden trong cuộc bầu cử 2020.

III. Khả năng thành bại của hai ứng cử viên Tổng Thống

Sau khi đã nghiên cứu về hai ứng cử viên tổng thống, chúng ta có một số ý niệm về những điểm mạnh cũng như điểm yếu của hai ông trong bối cảnh của cuộc tuyển cử 2020. Vấn đề hiện tại là đánh giá khả năng thành bại của hai Ông. Nói trắng ra là "**ai có hy vọng trúng cử trong cuộc bầu cử gay go này**?"

Để trả lời câu hỏi này một cách đứng đắn và nghiêm túc, chúng ta cần tránh một sự phân tích theo cảm tính, mà cần dựa theo những dữ kiện khách quan.

Tác giả Lưu Vĩnh Lữ đã đưa ra những nhận xét khách quan của một nhà nghiên cứu bầu cử dựa trên những dữ kiện mà nhiều người biết và không có lý do để mọi người coi là thiên vị. Tôi xin phép trình bày tóm lược công trình nghiên cứu của tác giả, một phần là để chính tôi học hỏi từ ông Lưu Vĩnh Lữ.

Thứ nhất, tổng số cử tri Hoa Kỳ có tư cách đi bầu là vào khoảng 150 triệu người.

Thứ hai, trong tổng số cử tri tại Hoa Kỳ khoảng 150 triệu người, thì người ta ước lượng[5] như sau:

số cử tri **Dân Chủ** vào khoảng 31% tức là:

150 triệu x 31% = 46,000,000

cử tri **Cộng Hòa** 28%, tức là:

150 triệu x 28% = 42,000,000

cử tri **độc lập** 41%, tức là:

150 triệu x 41% = 61,500,000

Số cử tri độc lập rất thực tế, ít quan tâm tới những phức tạp chính trị, mà phần lớn chỉ quan tâm tới quyền lợi kinh tế, nghĩa là ứng cử viên nào có làm lợi cho cuộc sống vật chất thì họ bầu. Đặc điểm thứ hai là những cử tri độc lập là thành phần thầm lặng, không tham dự vào những cuộc thăm dò của những hãng "polling" và chỉ cho biết quyết định vào phút cuối cùng.

Do đó, kết quả của những cuộc thăm dò "polling" chỉ cho biết được ý kiến của những cử tri Cộng Hòa và Dân Chủ sắp sửa đi bầu. Những cử tri này phần lớn đã quyết định bầu cho ai, và it khi thay đổi ý kiến. Ví dụ: theo sự thăm dò cử tri cho năm 2020:

- 76% cử tri Dân Chủ sẻ bầu cho Biden: 76% x 46,000,000 = 35,340,000

- 9% cử tri Cộng Hòa sẽ bầu cho Biden: 9% x 42,000,000 = 3,780,000

Tổng Cộng phiếu bầu cho Biden =39,120,000

- 91% cử tri Cộng Hòa sẽ bầu cho Trump: 91% x 42,000,000 = 38,220,000

Kết quả ở trên là điều thường thấy qua các cuộc thăm dò. Đó là kết quả chính xác, nhưng không đúng thực tế vì đã bỏ sót một số quan trọng cử tri độc lập, đó là những người thực tế, chỉ bỏ phiếu dựa trên sự hài lòng hay không hài lòng trong thời gian qua hay không.

Sự thăm dò gần đây cho thấy 56% cử tri cảm thấy hài lòng hơn (sung túc hơn) 4 năm trước. Điều đó có nghĩa là:

56% cử tri độc lập có thể bỏ phiếu cho Trump:

56% x 61,500,000 = 34,440,000

44% có thể sẽ bỏ phiếu cho Biden:

44% x 61,500,000 = 27,060,000

Như vậy tổng số phiếu bầu cho **Ông Biden** là:

39,120,000 + 27,060,000 = 66,180,000

Và tổng số phiếu bầu cho **Ông Trump** là:

38,220,000 + 34,440,000 = 72,660,000

Trên đây ta không nói tới số cử tri Dân Chủ tự ý bỏ đảng để bầu cho Ông Trump vì thiếu tài liệu dữ kiện. Mặt khác, tổng số phiếu dân bầu (popular votes) không quyết định ai thắng ai bại. Phiếu cử tri đoàn mới là con số quyết định, và dựa trên số phiếu dân bầu của từng tiểu bang, người ta mới tính được phiếu cử tri đoàn.

Cũng theo Ông Lưu Vĩnh Lữ thì sự thăm dò mới nhất của Gallup Poll tiên đoán Ông Trump sẽ đạt được số phiếu cử tri đoàn là 315 phiếu, trong khi đó Ông Biden chỉ được 223 phiếu cử tri đoàn. Và sự ước lượng cho thấy Ông Trump đạt được mức "landslide", tức là thắng lớn như núi lở. **Nếu Không Có Gian Lận Bầu Cử**.

Trước khi ngừng bút, tôi xin nhắc lại: trên đây là một sự

dự đoán dựa trên những kết quả thăm dò, không hơn không kém. Nhưng đây là một sự dự đoán dựa trên phương pháp làm việc khoa học, chứ không dựa trên cảm tính. Và tùy ai muốn tin thì tin.

27/10/2020

Tài liệu tham khảo

1. https//redstate.com/ bonchie/2020/10/16/yet-more-hunter-biden-emails-revealed-show-dangerously-corrupt-relationship-with-china/

2. Patriot Outlook, "*Giuliani Reveals Texts Allegedly From Hunter Biden Saying 'Dad' Got Half of His Contract.*" https//patriotoutlook.com/Giuliani-reveals-texts-allegedly-from-hunter-biden-saying-dad-got-half-of-his-contracts/

3. Conservative Journal. "*5 Ways Hunter Biden's Business Deals Empowered China at America's Expense*". https//conservativesjournal.com/5-ways-hunter-bidens-business-deals-empowered-china-at-americas-expense/

4. https//trendingpolitics.com/dem-mayor-in-pennsylvania-blasts-biden-predicts-a-president-trump-landslide/10/27/2020: https//mail.yahoo.com/folders/1/messages/137675. **Lưu Vĩnh Lữ**

Phần F Diễn Tiến Cuộc Bầu Cử 2020 - Nhận Định Đại Cương

Cuộc bầu cử 2020, như đã được báo động trước trong bài phân tích số 4, có nguy cơ biến thành một cuộc "Tranh Cử Với Ma" vì có sự gian lận trên quy mô cực lớn. Mặc dầu có dự báo trước, nhưng người viết chỉ nhìn thấy một phần trăm của sự thật. Khi cuộc tranh cử diễn ra, mức độ gian lận thật là khủng khiếp, và chỉ có Tổng Thống Trump và ban tham mưu của ông mới có thể ước lượng trước được, nhờ có kế hoạch tổng thể về tình báo và biện pháp đối phó.

Thay vì một bài phân tích ngắn để tóm tắt kết quả bầu cử 2020, chúng ta cần phải dành mấy kỳ liên tiếp để tổng hợp toàn bộ bức tranh về cuộc bầu cử vô tiền khoáng hậu của Hoa Kỳ. Đây là cuộc bầu cử dính dáng tới nhiều quốc gia thù nghịch của Hoa Kỳ, và nó được phe Dân Chủ đạo diễn để biến thành một cuộc đảo chính, sử dụng kỹ thuật điện toán để biến phiếu bầu ông Trump thành phiếu bầu ông Biden và nhiều màn ảo thuật khác rất ly kỳ.

I Cuộc Thử Thách Của Nền Dân Chủ

Trước hết, đây là một cuộc thử thách gay go đối với nền Dân Chủ của Hoa Kỳ, và nó đã cho người ta chứng kiến một biến cố lớn với nhiều khía cạnh: Hiến Định *(Constitutional)*, Pháp Lý *(Judiciary)*, Chính Trị *(Political)*, và cả Quân Sự *(Armed Operation)* cùng với Tình Báo Không Gian *(Space Intelligence)*.

Nói chung, để đối phó với cuộc khủng hoảng, có nhiều phương cách khác nhau mà ta có thể liệt kê là: hạ sách, trung sách, và thượng sách.

Hạ sách là một phương án phải sử dụng khi chính quyền

đối diện với một cuộc nổi loạn bằng võ lực, vuột ra ngoài tầm kiểm soát của chính quyền, và nếu kẻ làm loạn đạt tới thế "cài răng lược", nhất là thách đố thế hợp pháp của chính quyền đương nhiệm. Hạ sách trong trường hợp này đưa đến biện pháp "công bố tình trạng khẩn trương", tạm ngưng thi hành hiến pháp, hoặc xóa bỏ hiến pháp, thiết quân luật, hạn chế một số quyền công dân, động viên quân đội để duy trì an ninh trật tự. Hạ sách còn có thể gồm bãi bỏ hiến pháp, thành lập một chính quyền quân sự, để duy trì an ninh và bảo vệ mạng sống của dân lành. Đây là một giải pháp thường xảy ra trong một nước chưa phát triển, và cũng suýt xảy ra cho nước Pháp trong cuộc chiến tranh Algerie khiến cho De Gaulle phải ra chấp chánh để cứu nguy nước Pháp.

Trung sách là một phương án phản ứng chống lại sự can thiệp quân sự của nước ngoài nhằm lật đổ chính quyền đương nhiệm qua sự liên minh với các phần tử phản loạn trong nước. Phản ứng nói trên gồm có việc ban bố tình trạng khẩn trương và tuyên chiến với một hay nhiều quốc gia thù nghịch, đồng thời truy nã những phần tử phản loạn ở trong nước. Biện pháp "trung sách" này cũng có thể dẫn đến việc bãi bỏ hiến pháp tùy theo mức độ phản loạn, và tùy theo khả năng đối phó của nhà lãnh đạo.

Thượng sách là một phương án đặt nặng việc duy trì hiến pháp, dựa vào nền tảng của hiến pháp để giải quyết cuộc khủng hoảng, củng cố quyền hành hợp hiến của chính phủ, dựa vào hiến pháp để đối phó với các phần tử phản loạn. Sau khi đã củng cố nền tảng hợp hiến và pháp trị của chính quyền đương nhiệm, và nếu cần thiết, người ta có "chính danh" khi sử dụng chiến tranh để giải quyết mâu thuẫn với những quốc gia thù nghịch, và cũng có chính danh để trừng trị những phần tử phản loạn trong nước.

Phương án nói trên đòi hỏi sự hiện diện của một nhà lãnh đạo tài ba xuất chúng, vì hoàn cảnh của cuộc khủng hoảng cực kỳ phức tạp trong thế "cài răng lược", và nghiêm trọng như ta sẽ thấy trong những phần nghiên cứu sắp tới. Phương án nói trên còn đòi hỏi sự kiên nhẫn và điềm tĩnh nơi nhà lãnh đạo, đứng trước những sôi động của tình hình an ninh chính trị, cũng như những chướng ngại chính trị do đối phương tung ra nhằm cản bước những nỗ lực ổn định tình hình. Và nó chỉ hữu hiệu khi nhà lãnh đạo hoàn toàn làm chủ tình hình như ta sẽ nhận định trong phần kế tiếp.

Cho tới giờ phút này, nghĩa là hơn 40 ngày sau cuộc bầu cử 2020, phương án "thượng sách" nói trên dường như là sự lựa chọn của Tổng Thống Trump.

Tại sao ta lại coi đây là một thử thách của nền Dân Chủ Hoa Kỳ? Chúng ta có thể nói rằng cuộc tổng tuyển cử 2020 là một thử thách nghiêm trọng mà nền dân chủ Hoa Kỳ phải đối phó vì những vi phạm cực kỳ to lớn và có hệ thống nhằm xóa bỏ truyền thống dân chủ của quốc gia tiền tiến này, với những đặc điểm dưới đây:

Thứ nhất, theo truyền thống Dân Chủ, cuộc bầu cử được tiến hành theo một thể thức công minh, hợp pháp, được ấn định rõ ràng theo luật pháp của quốc gia.

Thứ hai, theo truyền thống Dân Chủ, người dân chọn người lãnh đạo qua một quy trình bầu cử tự do, và thường thì họ tuân thủ những quy tắc được ấn định qua hiến pháp và luật định để duy trì tính công minh, chính trực.

Thứ ba, cũng theo truyền thống dân chủ của Hoa Kỳ, phe

thất cử bao giờ cũng tôn trọng sự đắc thắng của phe đối lập. Đó là luật chơi của nền chính trị dân chủ Hoa Kỳ, và nó đem lại sự ổn định cho quốc gia sau mỗi cuộc tranh cử.

Thế nhưng cuộc tổng tuyển cử 2020 đã vượt ra ngoài khuôn mẫu đã có từ trước tới nay vì những đặc tính sau đây:

Trước hết, có những vi phạm cực kỳ to lớn diễn ra trong một số tiểu bang có tầm quyết định quan trọng cho sự đắc cử của một phe trong cuộc tranh cử.

Thứ hai, những vi phạm này diễn ra duy nhất nhằm giúp cho một phe trong cuộc tranh cử.

Thứ ba, những vi phạm này được tổ chức có tính toán và có hệ thống với tác dụng làm đảo ngược kết quả của cuộc bầu cử.

Thứ tư, những vi phạm này có tính cách gian lận với những yếu tố cấu thành tội phạm *(criminal intent)* lên tới quy mô lớn và lan rộng ra ít nhất 7 "tiểu bang chiến trường" *(battle ground states),* tức là những tiểu bang có tính cách quyết định sự thắng bại.

Thứ năm, những vi phạm này liên can đến những chính phủ độc tài ngoại quốc, và người ta "nghi rằng" một hoặc nhiều chính quyền ngoại quốc có mục đích thay đổi chính quyền đương nhiệm tại Hoa Kỳ qua cuộc bầu cử gian lận, và sự "nghi ngờ" chỉ trở thành chính thức khi các bằng chứng tình báo được trưng dẫn công khai.

Thứ sáu, khi cuộc bầu cử theo truyền thống dân chủ bị một tổ chức thao túng để đánh cướp kết quả, giành sự thắng cử cho một phe đối lập, thì kết quả của cuộc bầu cử là một cuộc đảo chính. Hậu quả là nền dân chủ bị tiêu vong, dù người ta sử dụng bất cứ chiêu bài gì để tô vẽ cho cuộc đảo chính đó.

Thứ bảy, khi có một hay nhiều chính phủ can dự vào mưu đồ đảo chính, thì những nghi can công dân Hoa Kỳ can dự vào cuộc đảo chính trở thành nghi can phản quốc, vì thông đồng với giặc.

II Cuộc Thử Thách Có Một Không Hai

Trên căn bản, cuộc khủng hoảng bầu cử 2020 này là một thử thách "Có Một Không Hai" đối với nền dân chủ Hoa Kỳ, và phương cách đối phó sẽ cho thấy bản lĩnh của nhà lãnh đạo. Được gọi là "Có Một Không Hai" vì cuộc khủng hoảng này chẳng những có tính cách đe dọa hiến pháp Hoa Kỳ, mà còn có thể dẫn tới chiến tranh vì sự can thiệp của một số chính phủ ngoại quốc, và nhất là phe làm đảo chánh còn đe dọa một cuộc nội chiến khi tham vọng cướp chính quyền của họ sẽ bị chặn đứng.

1. Biết Mình Biết Người - Trăm Trận Trăm Thắng

Trong cuộc khủng hoảng Có Một Không Hai này, phe đảo chánh đã tập luyện kỹ thuật gian lận bầu cử nhiều lần từ những giai đoạn 2012, 2016, và 2018, cộng với kinh nghiệm thu lượm được từ chính quyền Cộng Sản Venezuela, và Cuba. Phe làm đảo chính đã say mê với những thực tập thành công liên tiếp trong gian lận bầu cử, ngay trong nội bộ đảng Dân Chủ, giữa phe Bernie Sanders và phe "chính thống" *(establishment)* cũng như với phe Cộng Hòa. Họ không ngờ rằng đối phương đã biết về chiến lược gian lận của họ. Những điểm đáng lưu ý:

Thứ nhất, ngay từ năm 2012, lúc đó chưa ra tranh cử Tổng

Thống, Ông Trump đã nói rằng trong tiến trình bầu cử, điều quan trọng không phải là người bỏ phiếu, mà là người "kiểm phiếu". Ngay từ lúc đó, ông Trump đã nói trắng ra một trong những điểm chủ yếu trong gian lận bầu cử của phe Dân Chủ. Nhưng không ai để ý.

Thứ hai, năm 2016, trong giai đoạn bầu cử sơ bộ của phe Dân Chủ, gian lận bầu cử đã diễn ra giữa phe Hillary Clinton và Bernie Sanders. Nhưng trong cuộc tranh cử giữa Bà Hillary và Ông Trump, phe Dân Chủ đã quá tự tin vào sự đắc thắng của gà nhà, nên không ra đòn gian lận. Sau trận thảm bại 2016, đảng Dân Chủ đã quyết tâm ăn thua đủ.

Thứ ba, năm 2018, trong cuộc bầu cử giữa nhiệm kỳ *(mid-term election)*, đảng Dân Chủ tung ra nhiều mánh khóe gian lận bầu cử, và chiếm được đa số ở Hạ Viện. Trong bài số 4, chúng ta đã ôn lại khá nhiều trường hợp gian lận trong cuộc bầu cử 2018 đó, với nhiều cách khác nhau, và cuộc điều tra đã cần tới 2 năm trời mới kết thúc để tìm ra một số trường hợp gian lận cùng với thủ phạm (Xem bài số 4 của tác giả). Nếu một ứng cử viên Tổng Thống Hoa Kỳ trúng cử nhờ gian lận và phải hai năm sau người ta mới tìm ra sự gian lận, thì hậu quả sẽ tai hại như thế nào cho quốc gia Hoa Kỳ? Hơn nữa, sau khi đắc cử một cách gian lận, ông tổng thống gian lận chắc chắn có đủ khả năng và quyền hành để thủ tiêu những bằng chứng gian lận. Đó là một cơn ác mộng cực kỳ to lớn, ám ảnh nhiều triệu người Hoa Kỳ yêu nước, vào năm 2020.

Thứ tư, cũng vào năm 2018, ngày 12 tháng 9, Tổng Thống Trump đã ký một sắc lệnh Hành Pháp *(Excecutive Order)* số 13848 nhằm đối phó với một cuộc bầu cử gian lận có ngoại bang can thiệp, sẽ diễn ra vào năm 2020.

Bốn điểm rất đáng lưu ý nói trên cho thấy Tổng Thống Trump đã biết trước về âm mưu gian lận bầu cử mà đảng Dân Chủ sẽ tiến hành vào năm 2020, với sự can dự của một số chính phủ ngoại quốc. Nội dung của sắc lệnh hành pháp năm 2018 còn cho thấy một khả năng cao độ là Tổng thống Trump đã có kế hoạch đối phó với âm mưu gian lận bầu cử, và đo lường được mức độ to lớn của nó. Ngoài ra, một số tài liệu đứng đắn còn tiết lộ một số đặc điểm lớn trong kế hoạch đối phó của TT Trump và, với kế hoạch đó, người ta nhìn thấy Tổng thống Trump đứng ở thế thượng phong, và giữ thế chủ động. Điều quan trọng nhất là, mặc dầu ở thế chủ động, Tổng thống Trump phải đối phó với một liên minh phản động cực lớn gồm Đảng Cộng Sản Tàu *(CCP, Chinese Communist Party)* Tập Đoàn Nhà Nước Ngầm *(Deep State),* khối Tài Phiệt tỷ phú *(Oligarch/Tycoon),* tập đoàn Truyền Thông thiên tả *(liberal Media),* và các Đầu Sỏ Kỹ Thuật *(Big Tech),* như Facebook, YouTube, Tweeter, v.v... tất cả nhằm tiến tới một Nhà Nước Toàn Cầu xã hội chủ nghĩa *(Globalist/Socialist State).*

2. Đe Dọa Chủ Quyền Tối Thượng Của Người Dân

Liên Minh Phản Động nói trên đã bắt tay nhau trong cuộc bầu cử gian lận, nhằm thiết lập một nền chính trị mới với cái vỏ bọc gian dối mang danh nghĩa "dân làm chủ" nhưng trên thực tế là "sự gian dối làm chủ" vì những lá phiếu của 74 triệu người đã bị đánh tráo, và người dân Hoa Kỳ sẽ mất quyền chủ tể tối thượng *(ultimate sovereignty)* nếu không có ai đứng ra tranh đấu để vạch trần sự gian lận bầu cử khổng lồ năm 2020.

Ván bài gian lận khổng lồ trong cuộc bầu cử 2020 có mục đích đánh cắp quyền chủ tể của người dân Hoa Kỳ, và chuẩn bị con đường tiến tới cuộc "Tái Lập Toàn Cầu " *(The Great*

Reset) của chủ nghĩa Cộng sản nếu chúng ta để cho nền dân chủ Hoa Kỳ cáo chung.

Cuộc khủng hoảng mà Hoa Kỳ đang phải đối phó là "*sự mâu thuẫn giữa quyền chủ tể của toàn dân và sự áp đặt của nhà nước lớn (big government) do sự vận động của những phong trào xã hội chủ nghĩa ngay trong hệ thống chính quyền Hoa Kỳ*".[1] Đây là cuộc đấu tranh gay gắt và sinh tử giữa đa số người dân thấp cổ bé miệng Hoa Kỳ và một thiểu số tự nhận là đỉnh cao trí tuệ *(elites),* liên kết với bọn tài phiệt, bọn truyền thông thiên tả, tập đoàn nhà nước ngầm, tập đoàn "big tech", phục vụ cho âm mưu của Cộng Sản Tàu trong kế hoạch "Great Reset" (cuộc tái lập toàn cầu)

Vũ khí chính của người dân thấp cổ bé miệng Hoa Kỳ là lá phiếu bầu trong các cuộc tuyển cử. Khi bọn gian lận bầu cử cướp mất phiếu bầu của người dân, chúng đã cướp trắng quyền sinh tử của người dân. Đó là lý do người dân Hoa Kỳ sẵn sàng nổi dậy để giành lại quyền dân.

III Giành Lại Quyền Dân

Cuộc đấu tranh để **giành lại quyền dân**, tuy mới khởi sự một cách âm thầm và gặp nhiều trở ngại, nhưng nó có sức mạnh lớn của nó, đó là sức mạnh hiến định, sức mạnh pháp lý, sức mạnh quần chúng, và nhất là Tổng thống Trump đã quyết tâm lãnh đạo cuộc đấu tranh cho tới thành công. Là đầu tàu của cuộc đấu tranh này, Ông Trump đã biết trước về kế hoạch gian lận bầu cử, và do đó đã chuẩn bị trước từng bước để ứng phó và cuối cùng để phản công và sẽ chiến thắng giặc bên ngoài cũng như kẻ thù bên trong.

1. Những Trở Ngại Ban Đầu – Thế Cài Răng Lược

Nhiều người ngoại quốc, ít hiểu biết về hệ thống tổ chức của nền chính trị Hoa Kỳ, nên không hiểu về những phản ứng trong cuộc khủng hoảng của bầu cử gian lận và những tác động chính trị nhằm sửa chữa những sai lầm của cuộc bầu cử. Là một quốc gia được tổ chức theo hệ thống liên bang, mỗi một tiểu bang của Hoa Kỳ là một tiểu vũ trụ theo khuôn mẫu phân quyền: cơ quan hành pháp, lập pháp, tư pháp, cộng thêm với tối cao pháp viện tiểu bang.

Trong cái tiểu vũ trụ nói trên, hai đảng Cộng Hòa và Dân Chủ đã kiểm soát mỗi cơ quan tùy theo may mắn một cách không đồng đều, và tùy theo từng tiểu bang, khi thì đảng Cộng Hòa nắm được hành pháp, với tư pháp và để mất lập pháp, hoặc tối cao pháp viện vào tay đảng Dân Chủ. Tại một tiểu bang khác, sự phân chia quyền lực sẽ hoàn toàn khác tùy theo khả năng của mỗi đảng.[2]

Thực tế quyền lực nói trên được gọi là thế "Cài Răng Lược", khiến cho cuộc đấu tranh pháp lý tại mỗi tiểu bang trở nên phức tạp. Do đó nhiều người ngoại quốc đã hiểu sai về tình hình chính trị Hoa Kỳ.

2. Sức Mạnh Căn Bản

Mặc dầu có những trở ngại về chiến thuật, cuộc đấu tranh của Tổng thống Trump có sức mạnh căn bản trên những lãnh vực dưới đây: hiến định, pháp lý, hành pháp, kỹ thuật, v.v...

a. Sức mạnh hiến định. Cuộc bầu cử gian lận đã để lộ nhiều khuyết điểm cho thấy những vi phạm hiến pháp tại nhiều tiểu bang. Những vi phạm hiến pháp này của phe Dân Chủ sẽ đem lại sức mạnh lớn cho nhóm luật sư của Tổng thống Trump trong vụ kiện lên tối cao pháp viện nhằm lật ngược kết quả bầu cử gian lận.

b. Sức mạnh pháp lý. Những vi phạm hình sự của cuộc bầu cử 2020 đã diễn ra quá nhiều, nhất là tại những tiểu bang chiến trường (battleground states) và đóng góp sức mạnh cho nỗ lực điều tra gian lận qua nhiều mánh khóe khác nhau, như sử dụng phiếu giả, phiếu lậu, phiếu bất hợp lệ, phiếu của người đã chết, v.v...

c. Sức mạnh hành pháp. Trong vai trò của hành pháp, Tổng thống Trump có khả năng sử dụng một

cách hợp pháp các cơ quan an ninh, tình báo, phản gián, kể cả quân đội, để tìm hiểu, điều tra, bắt giữ, và tịch thu tất cả các bằng chứng, nhân chứng vi phạm luật lệ. Trong vai trò hành pháp nói trên, Tổng thống Trump còn có khả năng và cơ hội thăm dò động tĩnh của kẻ phạm pháp cũng như tập đoàn phạm pháp, và từ đó giăng bẫy và nhử mồi để kẻ gian lọt bẫy. Hành động phạm tội của một bị cáo là yếu tố cần thiết để truy tố một phạm nhân. Vai trò của hành pháp đã tạo cơ hội để Tổng thống Trump đưa ra sắc lệnh hành pháp 13848, và khởi động cái bẫy sập.

d. Kỹ thuật. Khả năng kỹ thuật hiện đại của Hoa Kỳ đã được triển khai tới mức độ cao và giúp cho chính quyền của Tổng thống Trump đối phó được với liên minh phản động trong đó có cả Trung Cộng và mạng lưới phản gián toàn cầu. Nhờ có mạng lưới tình báo hữu hiệu và kỹ thuật tình báo hiện đại, Tổng thống Trump đã nắm vững được nội tình gian lận qua máy chủ Dominion bị thu hồi từ ngoại quốc. Điều này giúp rất nhiều cho việc khám phá thêm những mưu mô gian lận và giúp lực lượng pháp lý của Tổng thống Trump có thêm nhiều chứng cứ quan trọng để bổ xung cho hồ sơ pháp lý.

Với những phân tích tóm lược ở trên, chúng ta có được một ý niệm tổng quát về cuộc bầu cử gian lận 2020, nằm trong âm mưu lật ngược toàn cầu, và cuộc phản công sẽ xảy ra khi Tổng thống Trump hội đủ được những điều kiện hiến định và pháp lý thuận lợi cho thế chính danh. Cuộc phản công sẽ giúp Tổng thống Trump quét sạch đầm lầy và xây dựng lại quốc gia Hoa Kỳ dưới một nền Cộng Hòa vững mạnh.

Trong những phần nghiên cứu khác, chúng ta sẽ có cơ hội phân tích một cách chi tiết toàn bộ cuộc bầu cử gian lận đã làm thay đổi cục diện bầu cử một cách đột ngột, và làm đảo lộn tình thế trong một hoàn cảnh bất ngờ chưa từng thấy. Đồng thời chúng ta cũng sẽ tìm hiểu kỹ về những kỹ thuật gian lận bầu cử, cùng với những nét phức tạp của nền chính trị Hoa Kỳ làm cho nhiều người ngoại quốc cực kỳ hoang mang và hiểu nhầm những tin tức phóng ra từ những loa truyền thông thiên tả.

Đó là những chuyện sẽ xảy ra sau ngày 6 tháng 1, 2021.

1-1-2021

Chú thích

1. "*The conflict the United States now faces is between individual sovereignty and big government, and this ties to the subversion of socialist movements within the American system*". Video: Ed Martin: Individual Sovereignty Is Under Assault" 12/28/2020, https://www.theepochtimes.com/video-ed-

martin-individual-sovereignty-is-under-assault_3635546.htlm?utm_source=medium=email&utm

2. "Trump Campaign Files Supreme Court Challenge to Overturn Election Results in Pennsylvania". 12/20/2020, by Jack Phillips. https://www.theepochtimes.com/trump-campaign-files-supreme-court-challenge-to-overturn-election-results-in-pennsylvania_3626145.html?ult_source

CHƯƠNG 3
THE NAKED TRUTH ABOUT THE VIETNAM WAR

INTRODUCTION

The Vietnam War and its ending have been very widely analyzed for the last fifty years. So, why bring them up again now? This paper presents the following reasons: First, a concerted chorus of Communist propaganda and leftist media texts have lauded the death of South Vietnam as a moral victory for "peace" crowned by the triumphal laurels of Vietnamese national liberation and reunification. Further, they allege to this day that the fall of South Vietnam was the historically inevitable consequence of ineptitude, corruption and lack of will to fight on the part of the South Vietnamese. It has taken time for more reliable information to be adduced by conscientious researchers and for declassified materials to emerge; these suggest a very different set of conclusions from conventional historical assertions which have been one-sided, distorted and fabricated. With that in mind, the dominant representations of the Vietnam War should be carefully reviewed. Second, this paper presents analyses of Vietnamese history and factual data, including declassified materials, to deconstruct the myth of a so-called "war of liberation" in South Vietnam supposedly conducted by the "indigenous" people (ie South Vietnamese) who were "oppressed" by the *Mỹ-Diệm* (America-Diệm) "puppet" administration. While Vietnamese Communists used this line of propaganda very effectively during the war, this paper will challenge its assertions by presenting the historical reality: that this was a war of national self-defense fought by South Vietnam against a North Vietnamese invasion occurring within the context of global Communist ambitions and aggression during the Cold War. Tragically for South Vietnam, the dynamics of the Cold War in combination with other factors as presented in this paper induced a bungling intervention by the United States. Nevertheless, in 1965, President Johnson saved South Vietnam from the disastrous consequences of the Kennedy administration's decision-making. Despite the "strategy for defeat" subsequently imposed by the Johnson administration itself, the US military continued to defend its ally successfully. Meanwhile, the South Vietnamese military's deficiencies and defeats were zealously reported by "advocacy media," while its demonstrated capacity for improvement and its victories on the battlefield were studiously ignored. In the light of all of the above, this paper concludes with an evidence-based assertion that under different management the Vietnam War might well have had a better outcome, not just for South Vietnam but for America.

1. THE VIETNAM WAR FROM A VIETNAMESE PERSPECTIVE

The end of WWII witnessed the outcomes of President Roosevelt's naivety and, in effect, his dereliction of duty-in facilitating Stalin's conquest of Eastern Europe.[1] As a consequence, his successor President Truman[2] inherited a complex and challenging Cold War after Roosevelt's death. Having dominated Eastern Europe, the Soviet Union consolidated its geographical and ideological control, threatened the security of Western Europe and assisted its (then) fraternal ally Mao Zedong in spreading Communism's "armed struggle" across the length and breadth of China.

Facing the threat of international Communist expansion, Truman's "containment" doctrine included military, economic and political measures such as, respectively, the formation of NATO, the implementation of the Marshall Plan, and an assertion of the sovereign right to self-government[3] for small nations endangered by the encroachment and geopolitical ambitions of the USSR and Communist China. The stage was thereby set for a Cold War which would soon turn very hot indeed, firstly on the Korean Peninsula and, in due course, in Vietnam.

1.1. WWII, the Cold War and the Formation of South Vietnam

The Cold War may be briefly defined as a major conflict between the Soviet Union and the West led by the United States. This conflict was a very complex one in which no bullets flew in anger between these two major powers who were erstwhile (WWII) allies now turned adversaries. However, "proxy wars" broke out between the smaller countries of the Communist and non-Communist blocks as a result of international Communism's violation of sovereign rights and self-government in Eastern Europe and its attempt to swallow other small countries like South Korea and South Vietnam. This formed the initial context of American concerns about the outcome of the French Indochina conflict. During the course of this war (1946-1954), American involvement in Vietnam was indirect and included limited military aid to the French Expedition. After the French debacle in Điện Biên Phủ, the subsequent Geneva Accords partitioned the country into the opposing states of North and South Vietnam - the first Republic in South Vietnam was born. Gaining independence from France, South Vietnam became a buttress for a defensive wall against international Communism as directly represented in this case by North Vietnam across the 17th Parallel. South Vietnam necessarily became a direct ally of the United States and part of its Cold War containment strategy.

1.2. The Early Challenges Facing South Vietnam

The brief period of peace starting in 1954 presented significant challenges to the fledgling South Vietnam in negotiating its independence from France and transforming the "State of Vietnam" in the French Union to the first "Republic of Vietnam," a sovereign state of the Vietnamese people. These challenges to South Vietnam's transformation were complex and included France's stubborn ambition to prolong its colonial interests in Indochina.[4] This ambition was reflected in continuous French support of armed factions who challenged the power of the legitimate central government of Prime Minister (later President) Ngô Đình Diệm who had not yet assumed authority over National Defense, Foreign Affairs and the Treasury which were still under French control.

1.3. The Cold War and the Vietnam War

This era was characterized by America's vested interest in the West's Cold War containment strategy which dictated diplomatic backing for South Vietnam, this despite serious American shortcomings in understanding the sociopolitical and cultural realities of the country it was trying to support. The first two US ambassadors to South Vietnam, Donald R. Heath and then Lawton Collins[5] ("special representative of US in Vietnam with rank of ambassador") were dependent on French information and support in managing disputes between France and South Vietnam. This conflict of interest unnecessarily resulted in several crises during the formative year leading to the creation of the First Republic. The above is merely a brief backgrounder to the bizarre circumstances and birth pangs of South Vietnam.[6]

1.4. Early Support That Boosted South Vietnam

The aforementioned difficulties notwithstanding, the First Republic of Vietnam was born in 1955, enjoyed strong support from President Eisenhower, progressed through four years of economic development and political stability, and enjoyed diplomatic recognition from some fifty countries worldwide. On the one hand, the United States and South Vietnam shared the same premonitory concerns about potential invasion by Communist North Vietnam, hence the need for military preparation in terms of manpower, firepower and equipment for the South Vietnamese army.

On the other hand, there was an important conceptual difference in strategy[7] between the US and South Vietnam regarding how to build a South Vietnamese army for national defense. The American leadership chose to develop a South Vietnamese military force along the American model of a conventional army, the immediate advantage being to facilitate joint operations in the event that a Communist invasion demanded US military intervention in the war. In the meantime, this South Vietnamese army would have to be strong enough to hold off a conventional invasion for at least a month before SEATO's reinforcements came to the rescue.

1.5. A Difference in Concept

The above-mentioned strategy of organizing, training and arming the South Vietnamese army along American lines was a marked characteristic of American support. In contrast, South Vietnamese leaders preferred to organize, train, and arm their army to fight an unconventional war, with units of special warfare troops up to battalion level, and very much geared to guerilla and special warfare at hamlet, village or district level for immediate pacification purposes.

The United States, however, was the provider of resources and so, inevitably, the American concept overrode the strategy preferred by the South Vietnamese. Much to the disadvantage of South Vietnam, the Communists did not start their invasion in conformity with American expectations derived from past experience of Communist invasion and conventional warfare in Korea. Instead, in the early days, the South Vietnamese army was confronted by unconventional guerilla warfare, and it was both ill-equipped and ill-prepared to fight a Maoist-style "people's war."

2. WHY SOUTH VIETNAM HAD TO DEFEND ITSELF

There were three main reasons why South Vietnam must resist Hanoi's ambition to conquer the South: a/ the Land Reform in North Vietnam; b/ Hồ's preparation for war; and c/ Hồ and his lieutenants had submitted North Vietnam as a satellite to China under Maoist guidance and control.

Although Hanoi officially demanded a general election for the unification of the country by 1956, all visible signs pointed to its preparations for a war of conquest to achieve unification by force rather than by a peaceful democratic process involving popular consent.[8]

2.1. Hồ's Deception re Land Reform

During the war against the French and two years after the 1954 Geneva Accords, Hồ Chi Minh carried out a so called "Land Reform." Though of enormous importance, it has been misrepresented by authoritative writers in the West. In a closed society where control of information was strictly enforced, some historians were easily fooled by "Uncle Hồ."

The Land Reform[9] in North Vietnam was carried out briefly in 1953 and then with full force in 1956. It was enacted due to Stalin's pressure and under the "training and control" of Mao's specialists.[10] The Land Reform was presented by the Communist authorities as a benign and equitable process in which lands belonging to the rich were redistributed to the poor. Statistics were provided to show the correctness of the policy. Many authoritative Western writers were quick to praise the Land Reform in North Vietnam for its success in bringing land and social justice to landless peasants. After fact-based information on the Land Reform exposed the troubling truth, the hasty and favorable response from these writers was proven to be naive. Interviews with Communist defectors and captured Communist documents shed light on the reality of Hồ's Land Reform, revealing a behind-the-scenes betrayal of social justice, involving extreme atrocities perpetrated by means of kangaroo courts and class warfare.

2.2. Reality of "Land Distribution"

Shortly after the redistribution of land to the peasants, Resolution No. 16 of the Party Central Committee[11] in April 1959 basically formulated the nationalization of all land, farming tools and beasts of burden (cows and buffaloes) and all bodies of water, followed by the establishment of agricultural cooperatives, wherein farmers were organized into groups of agricultural slave workers. Official documents claimed that as of September 1960, the establishment of low-level cooperatives covered 83.27 percent of peasant households.[12] Every peasant became a landless farmer, sweating on the land from 6:00 in the morning to 6:00 in the evening to earn a few work points at the mercy of the cooperative's group leaders. The total number of work points at the end of each month would determine how much rice a member would receive.[13] All land thus became state-owned. The big "Land Reform," with its promise of land redistribution to the landless, turned out to be a hoax. Western writers were totally misled on this point.

2.3. Defining Realities Causing South Vietnam To Take Arms Against Hồ's Invasion.

2.3.1. "Land Reform" or Democide?

Basically, the Land Reform was just a stratagem by Hồ and his lieutenants who used the promise of social justice combined with kangaroo courts to manipulate landless peasants into murdering so-called "landowner tyrants," many of whom turned out to be Hồ's potential or suspected political enemies (including suspected VNQDĐ members and others[14]).

The Land Reform involved the massacre of many thousands of victims. Some official statistics put it at 172,002.[15] Thousands of victims on the waiting list were found to have been wrongly condemned as a result of "errors" and were released under the "Rectification Program."[16] The total death toll from the Land Reform will remain a secret for as long as the Communists remain in power, but its most important "achievement" was this: It camouflaged and facilitated the mass liquidation of political opponents, with Hồ's signature writ large upon its implementation. As with Stalin and Mao before him, Land Reform was a proven means for him to consolidate political power. In the matter of ruthless political expediency, Hồ was no different to Stalin or Mao, albeit on a smaller scale. Some historians may have disregarded this because they were deceived and disinformed. Though they were serious researchers, they nevertheless failed to divine the truth; fortunately, others were more successful in exposing it.[17]

The Land Reform was, therefore, a defining event that

revealed the real nature of Hồ Chí Minh and his lieutenants who subscribed to Stalin and Mao's ideology and applied their Communist methodology in the betrayal of the Vietnamese people. Land Reform also suggested what lay in store for the people of South Vietnam if nobody were to stand up and resist Hồ Chi Minh. Ultimately, a North Vietnamese invasion was Hồ's secret plan, and its details were subsequently revealed through interviews with Communist defectors, although the Communists' general intention was also known to South Vietnam's leaders through strategic intelligence sources.

2.3.2. Perpetuation of Lawless Banditry as a Ruling System

How Hồ Chí Minh performed the Land Reform and how he ended it was a remarkable reality that defined his frightening ability not only to commit heinous crimes but to get away with them and still remain in power. After killing thousands of innocent victims through the excessive abuses of his kangaroo courts,[18] Hồ faced an eruption of widespread protests and revolts.[19] This coincided with Khrushchev's visit to Hanoi. Ironically, Stalin's bloodthirsty nature was condemned by his successor for the liquidation of thousands of dissenting Party members, a process not unlike what Hồ himself was implementing in North Vietnam.[20] Although Hồ kept mum about his ongoing Land Reform during Khrushchev's visit, he had already planned for, and soon executed, a cooling-off process which involved the following:

a/ A campaign for "Rectification of Errors" in the Land Reform.[21] It started with education programs on the Soviet 20th Congress, explaining the momentous changes in the

Soviet Union and the need for Hồ to follow suit with the rectification of errors committed throughout the Land Reforms;

b/ At a public appearance, Hồ literally wept and admitted that his subordinates had committed errors.[22] Whether the Vietnamese people believed "Uncle Hồ" was the main culprit or not, they had no power in their hands to settle the score with this dangerous man even if his guilt had been fully exposed. Trường Chinh and Hồ Viết Thắng, the leading Party members in charge of the land reform's implementation, were scapegoated. They lost their jobs but were otherwise unscathed. No court of justice was set up to investigate the thousands of cases in which the victims of Land Reform were killed unlawfully by the kangaroo courts.

c/ In the Central Party Congress, Võ Nguyên Giáp represented the Party in admitting that errors committed in the Land Reform were mainly due to "heavy-handedness" on the part of the cadres.

As it turned out, the "Rectification of Errors" had the sole objective of defusing an explosive situation capable of toppling Hồ's regime. It is a revelation that under Hồ's justice systems, a series of grotesque crimes committed by himself and his subordinates could be so easily dismissed merely by saying, "So sorry!" accompanied by a public display of tears. Hồ's regime thereby exposed its underlying nature. It was a well-organized band of political criminals, capable not merely of surviving the most difficult of situations, but endowed also with the ability to perpetuate its criminal existence in the decades that followed the Land Reform and unto the present day.

2.3.3. The Chinese Reality

The Land Reform was the defining event that characterized Hồ Chí Minh and his lieutenants as un-Vietnamese traitors who betrayed Vietnamese values in serving Chinese interests and obeyed foreign instructions to the detriment of Vietnamese interests. Worse than that, after the Border Campaign in 1949-1950,[23] Hồ and his band veered toward submission to China, permitting Chinese advisors and military "workers" to wrest behind-the-scenes control of the North Vietnam People's Army,[24] particularly in relation to the military and political campaigns leading up to and including the Battle of Dien Bien Phu.[25]

Following Dien Bien Phu, the Chinese reality became even more decisive: a/ Hồ wrote an article praising, "Chinese experience in all facets of life"; b/ Chinese advisors exerted a strong influence on Hồ's sociopolitical control strategies. Hồ yielded to Chinese pressure in two major areas: Thought Control and the initial steps of land reform;[26] c/ After Dien Bien Phu, Mao gained the upper hand, and the official Vietnamese Communist submission to Mao became a reality.[27]

The submission by Hồ and his lieutenants to Chinese control and leadership represented a horrific threat to the future of Vietnam if South Vietnam were conquered by the North. This fear was expressed by leaders of the Republic of Vietnam.[28] In addition to the experience of the Land Reform carried out by Hồ, the specter of a Chinese-controlled North Vietnam loomed large, haunting leaders in South Vietnam, and strengthening their determination in the matter of national security against Hồ's adventurism.

2.4. Hồ's Preparation for War

In addition to the horrors of Land Reform, in 1956 Hồ prepared for an invasion of South Vietnam, beginning with the low-profile mobilization of young men under the guise of a so called General Reorganization of the People's Army[29] (*Tổng Biên Chế Quân Đội Nhân Dân*), in which the manpower of the armed forces was switched from military to production duties among the State Farms (*Nông Trường*) and the State Industrial Sites (*Công Trường*). These activities disguised manpower preparations for a complex war of invasion by North Vietnam across the 17th Parallel, a clandestine conflict that baffled, seemingly for decades, the knowledge and understanding of many scholars, including some armchair strategists in the West.

Some Western scholars and elements of the media have been rather quiet about the above facts. Were they too uninterested or indolent to learn or were they simply pretending not to know?

2.5. Hồ's Signal for War

The Geneva Accords in 1954 partitioned Vietnam across the 17th Parallel, resulting in the movement of political and military Communist agents from South Vietnam to North Vietnam. A similar process applied to movement of non-Communist personnel and civilians from the North, resulting in a refugee flood of almost one million people in need of resettlement in South Vietnam. As it turned out, Hanoi left behind thousands of sleeper cells which remained underground in South Vietnam after 1954 along with thousands of caches of buried weapons in preparation for a future armed conflict against the legitimate First Republic.[30] All they were waiting for was the signal from Hồ in Hanoi. In the meantime, Hồ's agents stirred up low-level security problems in parts of the Mekong Delta,[31] consisting of the isolated assassinations of South Vietnamese government officials and workers in remote villages, especially teachers, civic action cadres and health specialists who would be potential leaders against Communism in the countryside. In addition, Hồ's terrorist experts launched a campaign involving the planting of mines on interprovincial routes and cutting roads in attempts to weaken rural government influence. Aiming at painting a picture of indigenous resistance against government officials, the terrorists were careful not to claim allegiance to Hồ Chi Minh.

Against this background of Hồ's resolute preparations for a war of invasion, President Diệm had to rebuild South Vietnam from scratch while being simultaneously alert and attentive to the issue of national security. His major achievement was to take advantage of four peaceful years to build a prosperous economy and develop trade and diplomatic ties with more than fifty free countries around the world. By comparison, North Vietnam suffered drastically under Hồ's centralized economy and strict political control. If a truly free and informed election had been held in 1959 and offered a choice between the two Vietnams, "Uncle Hồ" would have gone under the bus.

Nevertheless, in July 20, 1959, Hồ flashed a signal to initiate what is known in Communist records as the "Concerted Uprising" (*Đồng Khởi* 1959).[32] It affected many isolated areas in the Mekong Delta, and involved the concerted timing of assassinations of government officials and civilian leaders in remote areas in the countryside. This coincided with the formation of the National Liberation Front of South Vietnam (NLF for short) claiming to represent the "oppressed" people of South Vietnam against Ngô Đình Diệm's "dictatorship" and its American "imperialist" tutelage. The birth of the "Front" was irrelevant to the daily life of most South Vietnamese, but its aim was to catch the attention of Western observers and academics, especially in America. That was the crucial objective for Hồ, who would have been fully justified in laughing his head off when leading members of the Western intelligentsia believed the NLF expressed the discontent of the South Vietnamese people supposedly suffering under the "Diệm oppressive regime."

2.6. Civil War or an Invasion by Communist North Vietnam?

At issue was the invasive threat posed by Hồ Chi Minh's "people's war" carried out by the Communist apparatus, a warfare network that connected Hồ's Communist Party in the North with its extended arm in the South. The formation of the NLF was a subterfuge designed to persuade the unwary that these early-warning signs of the coming North Vietnamese invasion were merely indicators of a civil war within South Vietnam. It was of vital strategic importance for Hồ to persuade the world that the coming war in South Vietnam was an internal conflict, a "civil war"[33] with which the United States had no business to interfere.

As Hồ desired, America's liberal intelligentsia, the media, and some authorities in the US State Department bought the "civil war" line: They promoted the need to focus on a political rather than military solution; they valorized the "peace" movement which weakened the South Vietnamese government vis-à-vis the Communist offensive. They also promoted the need to contact leaders of the South Vietnamese opposition for negotiation. They emphasized, particularly, the need to nurture potential opposition leaders within South Vietnam who could be used to lobby the US to withdraw.[34]

There were others who knew full well that North Vietnam was prosecuting a very sophisticated war of invasion against South Vietnam and that the NLF was just a puppet skillfully manipulated by its masters in North Vietnam. Those who knew the truth of the game were mostly on the Right, conservatives who were pro-South Vietnam. Predictably, the Left simply ignored what they knew or suspected to be the truth. They joined the "civil war" chorus in support of the NLF and pretended to know nothing about Hồ's war of invasion.

On the other hand, conservatives in the American body politic preferred to focus on a win-the-war-first military solution.[35] Once the war was won, they insisted, the NLF would be gone. They advocated continued political support of the existing South Vietnamese elected government, and stressed the need to ignore the "anti-war" movement which functioned as an instrument for Hồ's strategy of conquest by weakening the American leadership's resolve to assist the South Vietnamese to resist a Communist invasion.

In relation to the discussion thus far, three fundamental issues must be borne in mind: a/ the South Vietnam-US allies agreed on the inevitability of a war of invasion initiated by North Vietnam. However, and even though the First Republic's leadership preferred the South Vietnamese army to be prepared for unconventional warfare and counter-insurgency, both the US and South Vietnam were taken by surprise regarding the initial form of warfare conducted by the Communists; b/ while the Eisenhower administration went all the way in supporting South Vietnam to fight the Communists, Democratic Party presidents and administrations following in Eisenhower's wake were plagued with misunderstandings of the nature of the war and how to deal with it; c/ a lack of knowledge about the unconventional nature of the war had a negative impact on the conduct of the war itself both militarily as well as politically. This continued for several critical years before a better strategy was formed and then abandoned prematurely as a consequence of the US decision to disengage.

3. UNCONVENTIONAL WARFARE

The type of unconventional warfare[36] practiced by the Communists in Vietnam has been referred to as a Maoist "people's war," and touted as invincible (one hundred battles, one hundred victories) by experienced exponents of guerrilla warfare. In South Vietnam, this was quite true for several years and caused much damage to the counter-insurgency effort, until the secrets of "people's war" were decoded and revealed as shown below.

3.1. The Concept

The term "unconventional"[37] warfare was in fact derived from the pre-existing conventional warfare waged by mankind for several hundred years. The first international "convention" on war could be traced to Hugo Grotius's work entitled *De Jure Belli Ac Pacis*, meaning *Laws on War and Peace*, published in 1625.

There have been many international laws or "conventions" regulating the manner in which wars are fought. Briefly speaking, conventional armies must conform to four rules of war: First, they must have a specific commander; second, they must wear uniforms; third, they must "openly" carry arms; fourth, they must obey all of the remaining international conventions of war.

The term "conventional warfare" entered common usage comparatively recently, that is after WWII as a result of the historical emergence of a special kind of warfare that obeyed no existing international rules or conventions. Hence, belligerents whose practice of warfare existed outside the paradigm established by international convention were labeled "unconventional." From as early as 1808 and Wellington's Peninsular Campaign, the unconventional warrior was referred to as a "guerilla" (in Vietnamese: "*du kích quân*").

3.2. Organization and Function – The Infrastructure (Chi Bộ Xã)

In the Vietnam battleground, guerrillas belonged to one of the fundamental elements of their unconventional organization at the grass roots level: a/ the Village Communist Party Committee Chapter (*Chi Bộ Xã);* b/ the guerrilla force (*lực lượng du kích*); c/ related village associations consisting of the Farmer Association (*Hội Nông Dân*), Young Men's Liberation Association (*Hội Thanh Niên Giải Phóng*), and Young Women's Liberation Association (*Hội Phụ Nữ Giải Phóng*).

In many ways, the *chi bộ xã* (village chapter) or "Infrastructure"[38] of the Communist organization was the most important element of its strength. As a Communist Party Chapter, it consisted of a Party Secretary (*Bí Thư Chi Bộ Xã)* as the leader who was supported by various chapter deputies: the "security deputy" (*ủy viên an ninh*), military deputy (*ủy viên quân sự*), military proselytizing deputy (*ủy viên binh vận*), finance deputy (*ủy viên tài chánh*), propaganda and cultural indoctrination deputy (ủy viên *tuyên-văn-giáo*), and finally the farmer associations deputy (*ủy viên nông hội*) overlooking the farmers group (as mentioned above). Then there was the liberation's young men group (*hội thanh niên giải phóng*) and liberation's young women group (*phụ nữ giải phóng*). The prerequisite conditions for a so-called "liberated village" (*xã giải phóng*) was to have the three above groups. If falling short of all these prerequisites, a village would be downgraded as "contested" or partially "liberated" (*xã xôi đậu*).

The most powerful member of the village chapter was the Party Secretary who, like his deputies, must be a Communist Party member. The military deputy, who controlled and commanded the village guerrilla forces, was responsible for military actions within village limits, or within a district in coordination with other village chapters. The Security Deputy was in charge of passive "security" matters, concerning the safety of the Party chapter. In the active sense, the Security Deputy and security members carried out terrorist tasks such as kidnappings, taking hostages, carrying out assassinations and acts of sabotage (for example, planting mines and cutting roads). The Military Proselytizing Deputy was tasked with propaganda to persuade members of the local Government of Vietnam (GVN) security forces to defect to the NLF side. Other responsibilities of the village chapter included gathering intelligence on GVN military activities and warning the guerrilla force of impending GVN military operations. The village chapter also provided manpower to the fighting forces, as well as supplying money and food resources to the Central Office of South Vietnam (COSVN) which was the highest authority of the South Vietnamese Communist organization. It is important to understand that COSVN itself was, in turn, the extended arm of the North Vietnamese Communist leadership who created and directed it.

In terms of manpower, the village chapters provided young men to fill the rank and file of the local guerrilla forces up to "district company" (*Huyện Đội*) and province battalion (*Tỉnh Đội*) level. The source of this manpower was the farmer associations. In the case of a major military operation which demanded extensive support, several village chapters could provide porters to carry supplies of food, arms and ammunition to be deposited at predetermined locations in preparation for a planned attack, and to be picked up by the fighting forces when needed. It was also these civilian porters who carried wounded fighters to a safe place and removed dead bodies after each action, thus cleaning up the battleground to remove evidence of the losses suffered by guerrilla forces. This explains the reason why "enemy body counts were actually underreported" by friendly forces.[39] The labor teams, as mentioned above, had the additional tasks of medical ambulance work, especially removing the dead. As a consequence, "the body count given by the U.S. military was *understated"* (emphasis in original).[40]

3.2.1. The Importance of the Village Chapter

As it turned out, the village chapter (*chi bộ xã*) was the real strength of the guerilla war machine. First, it provided political leadership; second, by means of the guerrilla unit, it provided the military punch; and, third, its farmer and youth associations provided manpower and material resources. In the above configuration, the village chapter was the inner core of the Communist Party organization and, accordingly, it was kept highly secret and well protected. In battle, guerrilla forces might suffer casualties, but the loss in manpower could be replaced, thanks to the farmer and youth associations.

The effectiveness of the unconventional war machine vitally depended on the efficiency of the Communist guerilla infrastructure, specifically the leadership of the village chapters. For sheer survival in unconventional warfare, the infrastructure had to rely not only on the villagers for support but also for protection. The prerequisite for gaining the people's protection was the ability to win sympathy and trust first and instill fear afterwards. For the former, they could use sweet talk, deception and propaganda. They could tell lies calculated to win the people's hearts (as long as the people did not discover the truth until it was too late). In support of their deceptive propaganda, the Communists used terror to ensure their political persuasion had the necessary teeth to enforce compliance. As will be shown later, since the Communist *modus operandi* depended predominantly upon lies rather than truth, they eventually paid for that dependence when the tide of events turned against them.

3.2.2. How To Win the Villager's Heart?

The Communist agents, or sleeper cells, first of all must hide their Communist identity or allegiance, and pretend to be a-political. Next they must pretend to be just a neutral friend, sympathetic to the farmers' discontentment against local authority's corruption or mismanagement or abuses of power at hamlet, village or district level. These discontents were directly related to the life and welfare of the local people, such as taxes, the military draft, or abuses committed by local authorities. Communist agents were keen to show sympathy and support for the farmers, sharing their feelings and encouraging them to resist. These preliminary steps naturally won the hearts of the simple and naïve farmers. Obviously, these Communist agents were trained liars and specialists in sweet-talking and, if necessary, only presented themselves as a neutral "Boycotting force." After the villagers' hearts were won, the village gradually became fully "liberated." As it turned out, their young men were forced to join the guerrillas to fight the South Vietnamese army, very often against their will. Meanwhile, the villagers had to pay heavy taxes, or become "volunteer" labor forces in support of military offensives. By this time, the seemingly neutral Boycotting forces had become the so-called National Liberation Front.

3.2.3. How did President Diệm Respond to the Communist Threat?

The discussion above is a very summarized treatment showing how a village in the Mekong Delta could become "liberated" through Communist infiltration and subversion. Whether their efforts led to success or failure greatly varied with the stages of the conventional war and depended on a complexity of factors. Under President Diệm's administration, and in response to infiltration by Communist agents into hamlets and villages, a system of Strategic Hamlets was established to isolate the Communist agents and prevent their contact with and infiltration into the farming communities.[41] The Strategic Hamlet system had some weaknesses with regard to the farmers' social environment and also government personnel issues. Regarding the social environment, in the Mekong Delta, villagers tended to scatter around and away from each other. When the Strategic Hamlets were set up, in many places it was a real problem to persuade people to uproot from their traditional living environment and join mass regroupings involving collective dwellings that had the necessary armed protection and security, as well as many other things that some of the farmers did not need. Opposition to the Strategic Hamlet Program took place in a number of locations in the Mekong Delta, causing headaches for President Diệm. On the other hand, the scale of the Strategic Hamlet Program was so large it enabled official corruption to grow. The sheer scale of the project facilitated opportunities for "graft."[42] Despite these deficiencies, it achieved relative success in isolating Communist agents and preventing them from infiltrating the peasantry.

It should be noted that Ambassador Nolting understood the concept and supported it. Other supporters of the Strategic Hamlet Program included the experienced pacification adviser Rufus Phillips who also understood the Program's political aims, as did General Paul D. Harkins, Head of MACV.[43] On the other hand, Americans who did not think well of the Strategic Hamlet Program included Roger Hilsman of the State Department who did not agree with the regime's approach to the program.[44]

3.2.4. Kennedy and the Collapse

Unfortunately, in 1963, the overthrow and assassination of president Diem was engineered by the Kennedy Administration, and led to the installation of General Dương Văn Minh as the new leader of South Vietnam. Dương Văn Minh was not a capable national leader, had no knowledge of running national affairs,[45] and made many serious mistakes, including the dismantling of the Strategic Hamlet system, the unconditional release of all convicted Communist agents from custody with the argument that these Communists were illegally apprehended because they simply were "political" opponents. Under the instructions of Thích Trí Quang, a subversive Buddhist monk, Dương Văn Minh replaced *en masse* several province chiefs for the simple reason they were installed by president Diệm.[46] Then he replaced them with new chiefs who were mostly Thich Trí Quang protégés, and he did so regardless of whether they were capable of the job or not. This situation, as a consequence of Kennedy's actions, led to the collapse of security all over South Vietnam, and political chaos at the upper level of national politics with coup after coup.[47] Communist strength quickly increased in the countryside, exemplified by the Bình Giả and Đồng Xoài attacks by local Communist forces in 1964 and 1965.[48] At the same time, the Communists in North Vietnam took this "one-in-thousand-year opportunity" to activate their conventional war plans and launch numerous regiments of regular troops into Central Vietnam, as will be discussed in Section 6.

3.2.5. The Rise and Ebb of People's War

The objective of this subsection is to illustrate the

circumstances that promoted the growth of the Communist "liberated village" within the context of a so called "people's war," and how this strategy or phase died with people's war's demise.[49] The rise of people's war in Vietnam really began in 1964-1965, after president Kennedy's overthrow of President Diệm, resulting in a period extreme chaos, intensified by Hanoi's decision to upscale the war in the South, thereby exploiting a golden opportunity to prop up and consolidate the Communist infrastructure in the countryside. The military attacks in Bình Giả and Đồng Xoài were not decisive events, but they helped the liberated village to grow considerably, and provided the momentum for the next two years into 1967. As will be discussed in Section 6, the growth and expansion of Communist infrastructure continued into 1967 then suffered a setback due to the effect of Westmoreland's "Search and Destroy" strategy. Colby indicates this peak on a map and reveals how it was followed by a sharp decline in which the "liberated villages" were almost wiped out following the Tet Offensive in 1968 and up until 1971.[50]

3.2.6. Three Fourths of the Land? - Four Fifths of the Population?

Minus the Maoist jargon, the above provides a general summarization or thumbnail sketch of the characteristics of people's war as experienced in South Vietnam. It reveals the fundamentals of what the Communists referred to as a "village chapter," a "liberated village," and a "contested village." It also outlined and highlighted the extremely important role of the village chapter in the Vietnam War. From there, we may derive three important points: first, in fighting against a Maoist

people's war, the most important requirement is not the defeat of the military element but the destruction of the village chapter, the most secret group of the Communist guerilla leadership; second, the instrumental means to accomplish this task is to use local intelligence derived from the peasantry; third, after the destruction of the village chapter, the fundamental job is done, and the guerrilla, the farmers, and labor force will no longer be effective and operative.

A question for consideration: the Liberation [sic] Radio and Hanoi Radio often boasted that the NLF controlled three-fourths of the land and four-fifths of the population. How much of that is true? The answer is that these statistics were totally the product of a grotesque and speculative imagination. There was no effort by any serious study to make a realistic estimate of the NLF's control of land and population in South Vietnam.

3.3. Operation and Tactics – Advantages of Unconventional Warfare

There follows a modest study of one major aspect of the unconventional war in terms of military organization, operation and smart tactics which further illustrates and emphasizes the reality and importance of the village chapter in "people's war" as experienced in South Vietnam. From the perspective of operation and tactics, the village chapter and its members contributed to troop movement and battleground preparations.

3.3.1. Operational Advantages

Rather than maps which were unavailable to the guerrillas, it was the village chapter's liaison agents (*giao liên*) who provided geographical intelligence for troop movements. Since mechanization was also unavailable, it was (as previously stated) the village chapter's porters who carried ammunition and food to the predetermined locations required for the fighters. One related and particularly important advantage enjoyed by unconventional warriors was the fact that guerrillas did not wear uniforms, boots, insignias or badges. If a guerrilla did not openly carry a weapon, he might easily resemble an innocent farmer. This could be very bad luck for any conventional soldier confronted by a guerrilla, because it might well be a split-second matter of life and death if the latter decided to act. That is why conventional soldiers detested fighting guerrillas in a deadly game of asymmetric unconventional warfare wherein guerillas resembled civilians.

It was also the major reason why President Ngô Đình Diệm and Counselor Nhu demanded that the military structure should correspond to the local demography and soldiers be recruited from neighboring villages or hamlets in view of their local knowledge of the enemy. However, in providing military aid and training to the Army of the Republic of Vietnam (ARVN), this requirement was ignored by the Americans. Accordingly, the South Vietnamese leadership resorted to training the Local Forces (*Địa Phương Quân*) or Militia (*Nghĩa Quân*) and People's Self Defense Forces (*Nhân Dân Tự Vệ* or PSDF). Though lightly armed and not financed by American aid, these forces proved highly efficient because they were recruited from and operated within their own locality where they knew all the villagers. In this unconventional warfare environment, Communist guerillas highly respected and were necessarily wary of the Local Forces and PSDF.

3.3.2. A Tactical Advantage

Another advantage enjoyed by unconventional warriors was their ability to command or monopolize the initiative: generally, the choice of whether or not to engage was theirs. Facing an approaching government unit, if the guerrillas chose not to fight, they simply faded into the surrounding countryside. This was often the case when unprepared or taken by surprise, when numerical strength favored their adversaries, or when a specific political situation dictated non-engagement.

The rule for engagement was to follow a well-prepared plan, and when the numerical strength was highly in favor of the guerrillas and victory virtually guaranteed, then strike. The ultimate objective of this mode of operation was to ramp up the psychological advantage, building a reputation as a guerilla unit that always won, and thus inculcating an impression of invincibility.

3.4 Terrorism and Unconventional Warfare

Terrorism was an essential component of the unconventional warfare that Hồ Chí Minh used for his war in South Vietnam.

3.4.1. Organization

South of the 17th Parallel that separated the two Vietnams, Communist terrorists were trained in Camp *Ba Thu, Mỏ Vẹt* (the "Parrot's Beak") in Cambodia. In North Vietnam, initially and for a period of time, they trained in Camp *Xuân Mai*, where the Commando Group was under the command of Colonel Đieu with Lieutenant Colonel Đạo as Political Commissar.[51] A special feature of this Group was the absence of the regiment, platoon, and squad. There existed only battalion, company and semi-company groupings (*phân đội*) and cells of four or five soldiers. Another feature of the commando (or "sapper") forces was specialization at battalion level.

For example: the 5th Battalion specialized in underwater, bridge and boat attacks; the 2nd Battalion in training reinforcing groups for South Vietnam; the 4th Battalion in urban warfare (widely used in the 1968 Tết Offensive in the Saigon area). In general, commando tactics were characterized by using special skills in fighting unskilled adversaries, and using a small number of fighters to defeat a large number of enemies.

3.4.2. "Đặc Công" in Terrorist Operations, South Vietnam

It should be noted that *Đặc Công* (commando/sapper) tactics were widely used in South Vietnam as part of a terrorist rather than military strategy (except, notably, during the Tết Offensive), and, as shown by the statistics, they caused much greater loss of life. During the Tết Offensive, the numbers of victims of Communist terrorism alone reached much more than 3,000.

3.4.3. Communist Objectives of the Policy of Terror

One of the principal objectives of Communist terrorism in South Vietnam was to create fear among the civilian population. The job of terrorizing the people was carried out by the Security Deputy (*Ủy Viên An Ninh*) of the village Party chapter (the Communist infrastructure), subject to the decision of the Secretary who would evaluate the political value of each case. The forms of terror in general included sabotage, assassinations, kidnappings or armed attacks. Assassination would generally consist of killing with a firearm or a knife, sometimes accompanied by mutilation to aggravate the psychological effect upon the populace. The victim would be selected from a target list as described by Douglas Pike in *The Viet-Cong Strategy of Terror.*[52] In most cases, the victim would be a local in some "contested" village where security existed only during the day and acts of terror occurred at night. Sometimes, however, the assassinations took place in plain daylight for increased dramatic effect.

Where peaceful persuasion and propaganda failed, another objective of the strategy of terror was to convince the terrorized people to perform a certain task or generally comply with the Communists. The application of this type of terror could be general or random such as the detonation of a mine planted on an interprovincial route resulting in the random killing of innocent travelers. Another example might be launching rockets at village schools, killing the school children and, ideally, their teacher. Yet another objective was to eliminate the Communist Party's political opposition on a major scale such as the mass killings in Huế during the 1968 Tết Offensive where at least 3,000 people were targeted from a list prepared in advance of the Offensive.[53] They were mostly shot or buried alive. This un-Vietnamese application of terror was imported to Vietnam by Hồ Chí Minh who was a Comintern agent under Bolshevik tutelage during the early days of "building socialism" in Stalin's Russia.

3.4.4. Targets to Be Attacked or Destroyed by the Communist Terror Program

In *The Viet-Cong Strategy of Terror*, Douglas Pike listed fifteen categories of South Vietnamese classified by the Communists as "enemies of the people." Of the number of potential victims in these categories, Pike observed: "It has been estimated that this list, if strictly applied to all South Vietnam, would total at least three million. Perhaps this is the basis of the remark by Col. Tran Van Dac, the highest ranking *hoi chanh*,[54] that: 'There are three million South Vietnamese on the (Communist) blood debt list.'" Most of the victims were non-military.[55]

Among these targets, one could quickly include the People's Self-Defense Force who represented a great obstacle to Communist tax collectors and recruiters. Among others, targets for the Communist terror program also included Revolutionary Development Teams, village school teachers and social workers.

4. THE MEDIA AND THE WAR

Notwithstanding the above advantages, the guerrillas did lose heavily at times when government forces were led by capable officers who were smart tacticians. However, in the favor of guerrilla units, there was a "mystical" aspect because even after heavy losses, they often returned in full strength and so quickly that it seemed like a "miracle." The GVN authorities found this disturbing situation both baffling and mysterious. The Western press, especially the American press, often referred to it and used it to challenge official GVN statistics, painting them as the habitual inflations of a "second-rate army in need of self-glorification." In many cases, these hasty conclusions and claims by the press were based on ignorance and very unfair. The press regularly misinformed their audiences as a consequence of poor research in a foreign country where they could not speak the local language and suffered from a lack of accurate information. The GVN shared part of the blame in view of its inability to discover the secret of "people's war" until after the propaganda damage was done by the Communists and their unwitting assistants in the American media who functioned, in effect, as accomplices.

The secret lay, of course, in the existence and mode of operation of the Communist guerilla infrastructure. Whether at village, district or province levels, after each military clash the chapters of a "liberated" village or villages would do their utmost to draw replacement manpower from the farmer associations to compensate for guerrilla unit losses. Although it was not always the case, the rapid replenishment of manpower from the village chapters painted an invincibility myth for a typical guerrilla unit, no matter how isolated the event might be. It was the task of the Communist propaganda machine to paint such a unit as unbeatable. In the process, and with the help of the American media, a value-added perception was created that the GVN's armed forces were falsifying the losses they claimed to have inflicted.

The misrepresentation of reality was widespread in the media reportage of the Vietnam War and for many reasons: The competition for rapid news delivery fostered shallow journalism and inaccuracy, the fog of war itself made it easy to adduce unreliable information. Reporting in a little-known Asian country produced language and cultural barriers for foreign reporters in getting accurate and dependable news, and advocacy media led to subjective reporting and a factually selective repetition of preferred narratives.

4.1. Echo Chambers

Guerrilla warfare in Vietnam started modestly in some isolated areas of the Mekong Delta such as Định Tường, Kiến Hòa, Chương Thiện and also in Central Vietnam such as Quảng Nam, Quảng Ngãi, Bình Định and so on. As the Communists' operations developed, their propaganda multiplied with claims that, for example, the National Liberation Front controlled "three quarters of the land and four fifths of the population."[56] This totally false claim was accepted with the assistance of enthusiastic members of the media who collectively performed as if reporting from within an echo chamber or an amplifier. This served the interests of the Communists and functioned, in effect, as propaganda. It created and reinforced a popular misunderstanding in the Western world that the National Liberation Front represented a widespread resentment against the "unpopular" government of President Ngô Đình Diệm, and, later, the Second Republic of [South] Vietnam.

4.2. Snapshot Reporting

Snapshot reporting is a popular technique in which an isolated incident is foregrounded as a valid representation of a general truth. The snapshot technique mesmerizes the unwary viewer. The Vietnam War was, after all, the first televised American conflict, and television journalism instantaneously transferred decontextualized images and impressions of events occurring thousands of miles away from viewers sitting safely in their living rooms in the United States. Accordingly, it was quite easy for TV reporters to rapidly and successfully convince their viewers by shaping their audience's thinking and feelings in conformity to the narrative preferred by the reporters themselves and insisted upon by their editors in the United States who determined what was or was not newsworthy.

4.3. Competition for Fast News to the Detriment of Accuracy

As stated above, for the first time TV reporting could transmit fast news from the Vietnam War complete with instant pictures to viewers not just in America but all around the world. This encouraged intense competition among different news agencies at the expense of accuracy and contextual validity. During the Tết Offensive of 1968,[57] Communist commandos failed to capture the American Embassy in central Saigon but scored a success on the TV screen due to instant pictures and televised live impressions for viewers back in the United States who were several thousand miles from the action. This coverage produced a highly successful distortion in creating the widespread impression of a Communist victory and a massive reversal for the US in terms of its perceived ability to defend South Vietnam.

4.4. Warfare Conditions and Unreliable Information

Unconventional warfare in Vietnam presented a significant

challenge to those who wished to gather information from dependable human sources in a foreign environment wherein guerrillas looked like farmers and, in some cases, actually were farmers until "recruited" by the Viet Cong. The difficulties for conventional military units confronted by guerilla warfare have already been stated. How much greater, however, was the challenge for brave foreign correspondents seeking valid information in the field from which to form an accurate assessment of how the war was going in South Vietnam?

4.5. The Language Problem and Dependable Reporting

An illustrative example[58] may be found in *A Bright Shining Lie* by Neil Sheehan who together with David Halberstam wrote a report on a minor military episode at Ấp Bắc, a small hamlet in the vicinity of National Route Four in the Cai Lậy district of Định Tường Province on January 2, 1963. Sheehan's report intended to highlight the defeat of a GVN military unit by a smaller Communist force of three battalions. Interviews with Communist defectors showed that Sheehan's language handicap may have adversely affected his research. In fact, the Communist force amounted to five battalions of the renowned Đồng Tháp regiment (not three battalions as reported by Sheehan). Two years later, in 1965, on the same day, at the same location (Ấp Bắc), the same Communist Đồng Tháp regiment returned to celebrate the anniversary of its first victory against the GVN's 7th Division. Unfortunately for the Communists, a new GVN Division Commander, Colonel Nguyễn Bảo Trị, was in command and he handed the Đồng Tháp Regiment a memorable defeat. This GVN military victory was not a military secret. Sheehan and Halberstam were undoubtedly well aware of it and yet, for reasons never quite explained, their response to it was a journalistic silence.

Robert Elegant, a veteran correspondent of the Vietnam War, blamed misleading reports from his colleagues for widespread public misconceptions. He discloses outright frauds in the form of a "collective policy of the media." As previously mentioned, in view of the cultural and language barriers suffered by western reporters who lacked direct contact with potential sources, they faced a situation well described as "enforced isolation." So reporting events in Vietnam "... became a closed, self-generating system sustained largely by the acclaim the participants lavished on each other."[59]

By the "collective policy of the media," Elegant presumably referred to the known practice of comparing notes among different correspondents at the day's end, a process in which most junior members made sure their reporting conformed to that of their more senior, well-known colleagues, irrespective of truthfulness.

4.6. Advocacy Media and -Subjective Reporting

An incident from my personal experience of selective reporting during the Vietnam War may also be of some corroborative interest: I once confronted an American journalist and asked him why he did not report the Communist shelling of village schools and the resultant killing of innocent teachers and school children. He said that it would not make news and that, in any event, his boss would not be interested in it.

A couple of much-celebrated cases of advocacy media involved David Halberstam and Harrison Salisbury. Halberstam reported on (and, in a sense, was part of) the so called "Buddhist Crisis" which confronted President Diệm in 1963. Based on Halberstam's reporting, a researcher might wonder if Halberstam was in the pay of an anti-Diệm, Department of State cabal within the Kennedy administration, or was influenced by his boss, or had simply volunteered to assist in a campaign to bring down President Diệm.[60] After the raid by government forces on the Buddhist Từ Đàm pagoda in Huế, Halberstam reported that thirty people had been killed, including several monks.[61] His reporting on Huế, in addition to his account of the bayonetting and shooting of Buddhist monks at Xá Lợi Pagoda created an international uproar that eventually caused the United Nations to send an investigative mission to South Vietnam. By the time the UN Mission reached Saigon, the number of Buddhists Halberstam reported "killed" in the raids had miraculously dropped from thirty to four. By further miracles, the four remaining victims rose like Lazarus from the dead and were subsequently interviewed by the UN Mission.[62] Halberstam received a Pulitzer Prize for his journalism.

The reportage from another Pulitzer Prize winner, Harrison Salisbury, this time on the air war in North Vietnam,[63] illustrates yet another example of advocacy-media inaccuracy, complete with the associated distortion of the Vietnam War's reality. In 1966, Salisbury was on assignment for the *New York Times* and reporting on American bombing in North Vietnam. Salisbury's report on the bombing of Nam Định, the second largest city in North Vietnam, suggests his article was based upon personal observations made during his visit. As it turned out, his reports were wholly derived from Vietnamese Communist propaganda pamphlets and official statistics. From his reported description, Nam Định was a cotton-and-silk town with no legitimate military targets. In reality, Nam Định had a storage facility for POL (petroleum, oil, and lubricant) supplies required for Hanoi's war effort; there was also a power plant, a railroad yard, and (oddly for a "cotton-and-silk" town) it was surrounded and protected by anti-aircraft artillery and surface-to-air missiles. Salisbury's advocacy journalism is not what an "average person in the street" would expect from a Pulitzer Prize winner, but it is not untypical of the media's reporting of the Vietnam War.

Salisbury's articles, based chiefly on North Vietnamese falsehoods, held that the United States was deliberately bombing civilian targets and, given his reputation and that of the *New York Times* in which his views were published, his reporting carried worldwide conviction. The *New York Times* had, therefore, an influential effect upon the course of the Vietnam War in falsely persuading Americans that their government was engaged in a deceitfully brutal and inhuman campaign. It was found several years later that the reverse of the dominant Vietnam media narrative was true, but by then it did not matter. The necessary domestic damage had been done to the effective functioning of American policy, ultimately at the expense of South Vietnam.

4.7. Biased Journalism

Except for some serious authors and journalists who wrote balanced, professionally honest reports on the Vietnam War, biased journalism was rampant throughout the conflict.

Many journalists relished portraying South Vietnam in a bad light, constructing by default an unfavorable contrast with North Vietnam. Unlike in the Communist North where press access and news coverage were systematically restricted and controlled, journalists below the 17th Parallel, were free to go hunting for incriminating evidence to the detriment of South Vietnam. Photos showing South Vietnamese soldiers stealing fruit from gardens could be purchased for $5; those showing a soldier beating an old woman: $50. There was a sliding scale of payment based on how incriminating and thus how "newsworthy" each photo was.[64]

Media reportage of the Vietnam War also had a defining impact upon American politics. It was the first time in American history that journalists had such free reign to inflict themselves upon a developing nation in the middle of a complex war. In stark contrast to North Vietnam, they were free to decide when, why, and where they wanted to go and how they would dig up and present the news. The media relished its power to say whatever it collectively wished to say and do so without accountability. While they claimed that right as the prerogatives of freedom of speech and a "free press", they abused those freedoms, abandoned their responsibilities, and spread misinformation instead of reporting news. It seems likely that the lack of objectivity, impartiality and balance in Vietnam War reporting marked the beginning of a decline in journalistic standards.

When the press refuses to be objective, impartial and balanced, when it refuses to report factual, verifiable news and prefers instead the reportage of subjective opinion in pursuit of a political agenda, it betrays its democratic *raison d'être* and transforms itself into a propaganda machine for vested interests. An American society that condones such a media system will find itself eventually in trouble from a press which may subvert democracy in America as surely as it undermined the survival of South Vietnam.

5. THE WHITE HOUSE AND THE VIETNAM WAR

The leader in the White House changes every four or eight years, each new president bringing a modification or outright change in foreign policy. This historical inconsistency in US foreign policy is reflected in how the course of the Vietnam War changed unpredictably with every change of presidency in the US. To the detriment of the US-South Vietnam alliance, the course changed considerably from Eisenhower to Kennedy to Johnson. The process also coincided with a downturn in the fortunes of the US with respect to the Cold War as a result of Kennedy and Johnson's mistakes. The innovative idea of "limited war" was attractive among the State Department high level personnel that transcended the Kennedy administration vis-à-vis his legacy in Laos, then continued to influence the U.S. foreign policy under president Johnson (in Section 6 of this paper). It's interesting to see how it played out in the following analysis.

5.1. The Kennedy Administration: Naivety or Cut and Run?

President Kennedy, well known for the Bay of Pigs debacle, was not well prepared to cope with a Maoist "people's war," especially under the conditions prevailing in Indochina. As a consequence and, perhaps, under the misguidance of Averell

Harriman and others, he may have decided to cut and run. Some authors believe that is the case, whereas others argue to the contrary: that Kennedy was determined to stay the course in South Vietnam.[65] What is undeniable, however, is that the decision-making of President Kennedy's administration was characterized by gross incompetence. This was ominously demonstrated in the 1962 Geneva Accords[66] regarding the "neutrality" of Laos. The key issues with these accords were: a/ the withdrawal of all foreign troops (including Americans) from Laos; b/ the absence of essential safeguards to prevent violations of the accords by one of the signatory members.

While the US withdrew its military presence from Laos, North Vietnam violated the Accords immediately: Out of an estimated 7,000 troops, "the North Vietnamese announced that they had removed forty soldiers – all they had in the country, they said."[67] Kennedy and Harriman did nothing to protest. Why? Was it because it made no difference to their ultimate intentions? Was it a reflection of their desire to cut and run? If this was not the case, and if the Kennedy administration wished to assure the survival and success of South Vietnam, then Kennedy and his key advisers displayed a remarkable naivety re Communist intentions and an appalling ignorance of Indochina's strategic geography with regard to Laos. In summary, Kennedy and Harriman's "neutralization" of Laos had assured survival and success of the Hồ Chi Minh Trail.

Unsurprisingly, Harriman's Laos diplomacy met strong opposition from President Diệm. So it seems less than coincidental that the next, near-terminal US blunder was President Kennedy's acquiescence in Diệm's removal.

Whatever President Kennedy's ultimate intentions may have been, it seems he was led astray (if not in fact betrayed) by some of his trusted advisers. As a consequence of the Kennedy administration's plotting and decision-making, the ouster and assassination of President Diệm in 1963 induced a deadly crisis of survival for South Vietnam. Accordingly, what went on behind the scenes of the Kennedy administration's Indochina policy is worthy of careful consideration. As early as 1961, even before the 1962 "neutralization" of Laos, one of Kennedy's trusted aides, Roger Hilsman, had advanced the idea of a coup to remove President Diệm.[68] Whether he voiced his own thinking or reflected Kennedy's opinion is open to speculation. As it turned out, Hillsman was one of a trio who successfully promoted and engineered the *coup d'état* that killed President Diệm. This study reveals how that process unfolded.

5.1.1. The Buddhist Crisis: Accusations of Religious Repression

The "Buddhist Crisis"[69] started with a complaint by Reverend Thích Trí Quang regarding the banning of a display of Buddhist flags in public places. Thích Trí Quang claimed that President Diệm, a Roman Catholic, favored the Catholic Church in allowing the widespread display of Vatican's flags at the expense of the Buddhist Church. Several independent studies have revealed that President Diệm did his best in promoting and supporting the Buddhist faith,[70] but Thích Tri Quang was determined to make the issue of "religious discrimination" a *cause célèbre* against Diệm, and in the days ahead he used the pulpit and his eloquence to attract and agitate the uninformed and misinformed amongst the

Buddhist faithful.

Thích Trí Quang's campaign reached crisis level on May 8, when his speech drew a big crowd of Buddhists and curious bystanders in front of the Huế radio station.[71] Immediately outside the station, there was a loud explosion which killed seven children while injuring five soldiers and a bystander. Thích Trí Quang seized the occasion to spread the fallacy that the Deputy Province Chief ordered the firing of live ammunition, the throwing of deadly grenades and the running of tracked armored vehicles over the bystanders causing terrible carnage. Without pause or effort to verify the news, international press agencies flashed around the world the hot news of an appalling atrocity committed by the Diệm government against Buddhists.[72]

5.1.2. President Diệm's Reaction

President Diệm was surprised and overwhelmed by the dimensions of the crisis and the complexity of an event that would take several weeks to investigate and find the truth. He did not have time to stabilize the situation before Thích Trí Quang raised the crisis a notch higher with the "self-immolation with assistance" of Reverend Thích Quảng Đức in the heart of Saigon, followed by more self-immolations in other cities. Although the real cause of the explosion at the radio station had not been established, President Diệm had to negotiate with the body of the Buddhist Church assuring the protection of religious beliefs (while in reality there had been no threat to these beliefs in the first place).

Within a very short time, Diệm faced a multifaceted crisis with intense pressures applied to him from multiple directions:

the Kennedy administration, the State Department, the American and international media, the activist Buddhist monks who demanded his resignation, and his own Foreign Minister Vũ Văn Mẫu who resigned in support of Reverend Thích Trí Quang. At the same time, Thích Trí Quang gradually changed his initial complaints related to religious persecution against Buddhism to a political demand that Diệm must go.

5.1.3. Washington's Involvement and Guilt

The crisis was painted by the media and influential anti-Diệm actors in the State Department as a religious matter involving the conflict between a Catholic president and a "Buddhist population." This led to the *coup d'état* green-lighted by the Kennedy administration under the influence of President's Kennedy's advisers, principally but not limited to the Harriman, Hilsman, and Forrestal trio. The coup was financed by CIA agent Lucien Conein[73] with Ambassador Cabot Lodge as his supervising accomplice. It was executed by General Dương Văn Minh and his underlings, leading to the assassination of President Diệm and his brother Ngô Đình Nhu. Soon afterward, the UN investigation found that the accusations of religious repression against Diệm could not be substantiated. On the contrary (as shown in section 5.1.4), the UN Mission received compelling evidence that the accusations were fraudulent and fabricated by Thích Trí Quang and his activist supporters.

The staging of the entire crisis displayed great skill in illusion-making, weaponized by the involvement of an anti-Diệm network which included American journalists, the American consulate in Hue and the American Embassy in Saigon which tacitly supported the associated riots. Declassified materials included many vital details revealing that Kennedy's men were active in drumming up the fatal charge of religious discrimination, an accusation which turned out to be groundless. President Kennedy's naivety and/or complicity had facilitated the destruction of the First Republic through a Department of State coup against President Diệm.

5.1.4. The United Nations Report - Vindication of President Diêm

At the height of the Buddhist Crisis in early September, sixteen governments, together with the UN Secretary General had issued a statement accusing the South Vietnamese government of "serious violations of human rights."[74] President Diệm responded by inviting the UN to send a fact-finding mission and pledged full cooperation with it. The UN Fact-Finding Mission was formed on October 11, consisting of representatives of Afghanistan, Brazil, Costa Rica, Dahomey, Morocco, Ceylon and Nepal. It was given all opportunity to go anywhere in the country and to meet with any person it wished to interview, for any period of time it needed.

On December 7, 1963, more than one month after President Diệm and Mr. Nhu were assassinated as a consequence of the "Buddhist" unrest, the Report of the UN Fact-Finding Mission brought to light the mess of false accusations and fabrications which advocacy journalism had persuaded the world to accept as fact. Diệm's "murder" of hundreds of innocent Buddhist believers and the repression of their faith were revealed as "fake news."

On February 17, 1964, Senator Thomas Dodd, a member of the Senate Foreign Relations Committee and Co-Chairman of the Senate Internal Security Subcommittee, delivered his assessment in a covering letter accompanying a copy of the UN report sent to the subcommittee's chairman. Dodd pointed out the brutal truth about the "Buddhist Crisis" hoax. He accused the press of totally ignoring the UN report for more than two weeks until "some entertaining commentators got hold of the story." He asserted that "any objective person would conclude from reading it that the accounts of massive persecution of the Buddhist religion were, at best, vastly exaggerated and, at the worst, a sordid propaganda fraud.[75]

5.2. Consequences of Kennedy Reckless Mistake

The Kennedy administration's reckless actions and the resultant *coup d'etat* in Saigon, bequeathed a legacy of consequences[76] which disastrously affected South Vietnam, a country for which some of Kennedy's advisers did not really seem to care: First, the new Vietnamese leadership was totally incapable of managing, let alone stabilizing the nation. Second, and relatedly, they submitted to the demands of Thích Trí Quang and his surrounding cronies whose primary interests lay in political power and influence-peddling for personal benefit. Third, the previously much-publicized self-immolations continued despite the removal of President Diệm and the absence of his "persecuting" government.[77] Fourth, the wholesale removal of the pro-Diệm provincial leadership and its replacement with unprepared, incompetent officials reduced the administration of the countryside to chaos. Almost overnight, it was rendered wide open and vulnerable to Communist encroachment. Fifth, the aftermath of Dương Văn Minh's coup led to a series of further coups that destabilized South Vietnam to the advantage of Hanoi which became increasingly interested in more conventional forms of invasion to augment Vietnamese Communist terrorism and guerilla warfare.

The ensuing political anarchy which resulted from the Kennedy administration's removal of President Diệm encouraged COSVN to launch two major battles at Bình Giả (Dec 28, 1964) and Đồng Xoài (9-10 June, 1965).[78] The national security of South Vietnam was at stake and significantly imperiled as a direct consequence of the post-Diệm political instability. The associated opportunities were strongly tempting to Hồ Chi Minh and his politburo. Amid the Sino-Soviet conflict that developed after Khrushchev denounced Stalin in 1956,[79] the Vietnamese Communist world suffered from internal conflicts between its pro-Russian and pro-Chinese factions. The Cuban Missile Crisis was a turning point that gave the pro-Chinese a strong hand over the pro-Russians – the pro-Mao (and pro-war) faction were soon to win the day.

The final showdown between these groups took place in 1963 as a result of the manufactured "Buddhist Crisis" which brought down President Diệm and the consequential anarchy which immediately ensued. Hanoi's politburo held the 9th Conference of the Central Party Committee on 20th December 1963 which resulted in the 9th resolution calling for a conventional military solution to the problem of South Vietnam.[80] Many big units of the North Vietnamese Army began their infiltration into South Vietnam through the Hồ Chí Minh Trail running along the eastern part of Laos into Central Vietnam. It will be remembered that Kennedy and Harriman enabled this deadly logistical supply system by means of the 1962 Geneva Accords which "neutralized" Laos.

In 1964, some 5,800 North Vietnamese troops belonging to the 59th, 32nd, and 101st Regiments infiltrated into Central Vietnam.[81] By the end of 1965, the total troop infiltration was 17,800. The influx of so many North Vietnamese Army regiments into Central Vietnam threatened to cut the Republic of [South] Vietnam right across the middle! This alarming and potentially disastrous security crisis in South Vietnam provides some context to the USS *Maddox* incident resulting in the South East Asia Resolution, better known as the Tonkin Gulf Resolution, August 5, 1964. It was a precursor to President Johnson's action in 1965 of sending American troops into South Vietnam, an action made necessary to save South Vietnam from the consequences of his predecessor's decisions.

5.3. Johnson's Air War - Limited Warfare

Whether President Kennedy intended to stay or cut and run from Vietnam after the US Presidential election- at the end of 1964, President Johnson went into South Vietnam in 1965 with a sincere intent to save it, specifically through an air war in North Vietnam and limited American military participation in the already raging ground war in South Vietnam. Johnson's decisive action temporarily saved South Vietnam from defeat, but his war strategy was seriously flawed, not least because of the influential dominance of Robert McNamara and other liberal, civilian advisers. The result was a failed air war in the North which, inevitably, would have serious and lasting consequences upon the ground war in the South. The Johnson administration's "limited war" policy was criticized by Admiral Sharp as a "strategy for defeat"[82] and might best be called a "No-Win Half-War." The major reasons for this truly lamentable failure were numerous: Notably, McNamara discriminated against the Joint Chiefs in favor of a group of civilian Harvard graduates who were fascinated with the possibilities of computer analysis in warfare. Furthermore, both McNamara and Johnson himself micromanaged the conduct of the war to make sure that the military followed their tactical instructions to the letter. This led to disastrous mistakes in the conduct of the air war at the expense of the entire American effort to defend South Vietnam.[83]

5.3.1. Free Flow Of Arms Supply to North Vietnam

The Johnson-McNamara team permitted the free flow of Soviet and Red Chinese armaments into North Vietnam through the choke-points of Lạng Sơn, Lao Kai and the seaport of Hai-Phong, from whence, they spread out widely across the countryside of North Vietnam[84] before being channeled to South Vietnam via the Ho Chi Minh Trail, also known with bitter irony as the "Averell Harriman Memorial Highway".[85] To further assure the success of this "strategy for defeat," Johnson-McNamara ordered American tactical aircraft to fly ineffective, highly restrictive missions, chasing piecemeal after targets of secondary importance while exposed to thickets of anti-aircraft artillery and missile sites established by the North Vietnamese under the passive observation of Robert McNamara as America's Secretary of Defense.[86]

5.3.2. Tying the Hands of Military Leaders in the Field

Through their micromanagement of the air war Johnson-McNamara initially prevented American airplanes from attacking Soviet SAM missile sites until specifically attacked by them. Johnson-McNamara also established several sanctuaries in North Vietnam which they declared off-limits to any American air attack at all! These actions were consistent, so they believed, with the concept of "limited war."

5.3.3. Limited War

The "Limited War" concept was a product of the post-WWII era when nuclear conflict threatened world-wide destruction upon a scale beyond conventional imagination. It was not just the anti-military and liberal intellectuals who were concerned. So, too, were Generals Gavin and Bedell Smith. Rejecting the viability of an all-out nuclear war in response to Soviet aggression, they proposed the waging of "limited war" as a credible alternative, a kind of middle road between nuclear holocaust and surrender. They assumed in this that their adversaries were as rational as themselves.

Basically, in a "limited war," those who conduct it should rely on: a/ the graduated employment of forces and a refusal to apply maximum force; b/ flexible responses to enemy actions, accompanied by diplomacy which would result in a situation of "No-Win Half-War"; c/ the creation of a stalemate resulting in a cessation of hostilities.

"Limited war," as practiced by Johnson-McNamara, however, involved their personal micromanagement and oversight of the war to make sure that military commanders in the field strictly followed the instructions of non-military "Whiz Kids" sitting behind computer screens in the Defense Department. The "limited" air war in North Vietnam ended up as a stalemate and failed to interdict huge convoys full of North Vietnamese war materiel destined for the Communist killing machine in South Vietnam. The sad problem was that Johnson-McNamara's limited war concept was applied to the wrong war at the wrong time. Intended to prevent a nuclear holocaust, it was not appropriate for a Mao-style "people's war" wherein the desired "stalemate" served the interests of the enemy, in this case the North Vietnamese.[87]

President Johnson was fearful of a Chinese military intervention as occurred during the Korean War, but he and McNamara may also have believed they were indirectly fighting a limited war against a Soviet nuclear power. Meanwhile, their adversaries in Hanoi were kowtowing to Beijing. The Vietnamese Communists were fighting a Maoist "people's war" and their limitations were calculated upon what the Johnson administration was prepared to let them get away with from one step to the next. Johnson-McNamara's misplaced faith in "limited war" (as they understood it) was a direct reflection of their ignorance of "people's war." It led to a disastrous misdirection of the air war over North Vietnam, causing a tremendous and tragic loss of pilots and tactical warplanes in addition to an appalling waste of resources. An otherwise successful air war in North Vietnam was possible if a different president had been in control of the White House, one who took the advice of his military instead of civilians. The successful prosecution of the air war could have led in turn to an early and successful conclusion of the ground war.

6. THE GROUND WAR IN SOUTH VIETNAM

It was easier for McNamara's Whiz Kids to micromanage a few hundred pilots in the skies of North Vietnam than five-hundred thousand American foot-soldiers in the jungles of the South. In comparison with the damage these wizards did to the air war, their mismanagement of the ground war in South Vietnam was more limited. Nevertheless, the overarching concept of "Limited War" disastrously constrained the ground war through the Johnson administration's rules of engagement: American forces were forbidden from attacking Communist forces inside Cambodia even by air or ground artillery. To sum it up, General Westmoreland was saddled with prohibitive restrictions that made it extremely difficult for him to accomplish his task: He was not allowed to cross into Laos to combat North Vietnamese infiltration forces. He was not allowed to hit COSVN headquarters in Cambodian territory. He was not allowed to use infantry to strike the North Vietnamese Army in Cambodian and Laotian territory. He was not allowed to search for and destroy Communist supply bases along the Cambodian and Laotian frontiers adjacent to South Vietnam.[88]

6.1. An Unwanted Surprise for Hanoi

Despite McNamara's efforts to carry out his version of limited war strategy in South Vietnam, Westmoreland did his best to confront and destroy the initial and conventional Communist onslaughts against South Vietnam in the major battles of Vạn Tường, Pleime and the Ia Drang Valley.[89] In these typical engagements, North Vietnamese units attempted to exploit their advantage in what was their primary specialty:

"*trận địa chiến*" or "area warfare." Their knowledge of fighting in rugged terrain was used against an enemy freshly introduced to the battleground. Nevertheless, they failed badly due to American superiority in hardware, mobility and firepower and the general application of heliborne assault tactics.

6.2. The Search and Destroy Concept

After the costly encounters at Vạn Tường, Pleime and Ia Drang, the Communists became somewhat shy and avoided confrontation with big American units. Hands tied by his limited options, the preferred solution for General Westmoreland was to seek out his adversary and defeat him right where he was hiding. A "Search and Destroy"[90] operation involved many large army units in coordination with air support and heavy artillery. The launching of these operations was based on intelligence indicating the presence of a large number of Communist forces, often in preparation for an operation or offensive of their own. These precious opportunities were promising because they offered the following possibilities: a/ destruction of the enemy *en masse*; b/ destruction of large caches of enemy supplies; c/ the likelihood of discovering and disrupting a wide network of Communist political infrastructure in the area; d/ destruction of the enemy's logistics system; e/ the fortuitous capture of documents with unforeseen intelligence value.

All of the above were realistic expectations on Westmoreland's part when he launched the Attleboro, Cedar Falls, and Junction City operations, among others. The actual results were, in general, quite impressive. But given that "attrition" was one of Westmoreland's objectives, the numbers of enemy killed were not necessarily proportionate to the physical scale of the operations. This led a number of uninformed reporters to compare "search and destroy" to using a sledgehammer to kill a mosquito. It was a cute comparison but, as shall be seen, it was totally off the mark.

There has been both support for and criticism of Westmoreland's "Search and Destroy" strategy from various sources, some of which might best be described as half-baked. Considering the limitations imposed upon him by an incompetent Secretary of Defense who preferred stalemate to victory, it was a wonder that General Westmoreland was able not only to save South Vietnam from a post-Diệm disaster, but to defeat several large Communist military units. Westmoreland successfully arrested the downward spiral of a rapidly deteriorating political situation. In 1967, South Vietnam witnessed an election for the Second Republic. Despite the terrible, long-term consequences of his administration's limited war strategy, President Johnson's military intervention had delivered South Vietnam from the disastrous consequences of President Kennedy's mistakes – at least for a while.

There were several less-than-obvious effects of "Search and Destroy" that escaped the notice of superficial research into Westmoreland's conduct of the war. These effects were authenticated by Communist documents captured during operations and which took time to be translated into English by the US Embassy. The documents were compiled under the heading of "Vietnam Document and Research Notes,"[91] and they reveal volumes of detail regarding the real situation facing the Communists when "Search and Destroy" was operative.

6.3. What Happened Behind the Noisy Debates about "Search and Destroy"

Despite the much-publicized controversies over "Search and Destroy," little was known about the Communists' secret world of "people's war," the problems they were facing, and how weak they had become as a result of Westmoreland's strategy.[92] Another effect of these military operations was the displacement of people uprooted by the war, thus creating a refugee problem and serious socioeconomic issues for the South Vietnamese government. Despite the associated disruption and displacement, there was an unexpected benefit for the GVN.

6.3.1. Dynamics of the Refugee Issue

Depending on wherever they happened to come from, the refugees could be blind supporters of the Communists or forced into submission and compliance under the threat of Communist terror. Once uprooted from their previous settlement, they were exposed to a completely new environment and, for many pro-Communists, it changed their world view and their previous allegiance. In fact some hundreds of them joined the *Chiêu-Hồi* program,[93] which was originally established under President Diệm and was still operational in the aftermath of his removal and assassination. Under the program, each *hồi-chánh-viên* (rallier to the program) would be given a new name, a new ID and a new life as a legal citizen of South Vietnam. From the perspective of the Communists, each refugee escaping from a "liberated" village represented lost taxes, one less member of the labor force, one less potential guerrilla fighter, and one more dangerous "tyrant" enemy if the defector rallied to the *Chiêu-Hồi* program and become an active source of intelligence against the Communists.

In short, a plus for the GVN meant a minus for the Communist side. At first, this aspect of refugee displacement was of only minor benefit. But in time, the number of Communist defectors went viral within the Communist rank and file. An awareness of this phenomenon and an understanding of its implications escaped the consciousness of shallow research writers simply because they did not have access and, in any event, were unlikely to be interested in captured Communist documents. Similar to the journalist who told me that the Communist shelling of a South Vietnamese school just wasn't "news," it is possible some research writers believe that even the slightest vindication of South Vietnam's existence just isn't "history."

6.3.2. The Logistics Issue in People's Warfare

Another issue of "Search and Destroy" operations that escaped even the keenest eyes among Western writers was that of the "people's war" logistical system[94] and its vital service to the Communist war effort. These writers have never seen how this system operated nor how essential it was for "people's warriors." It was from intelligence gleaned from refugees and Communist defectors that the GVN learned about the labyrinth of supply lines crisscrossing the countryside, complete with their staging areas and sources of production. Most of the time, supplies carried on oxcarts along a limited and familiar number of trails were vulnerable to attacks and destruction. The "Search and Destroy" operations wreaked havoc on affected parts of the Communist logistical system, but this story was unknown and regrettably untold by uninformed writers and journalists. Among other things, Communist documents captured during the Cedar Falls operation indicated how the enemy's logistical efforts were affected psychologically by low morale, reduced procurement of food and increasing difficulties and costs.

Other unseen and potentially disastrous effects on the Communist war effort included the mauling of big military units such as the North Vietnamese 95th Regiment[95] which suffered personnel losses, depleted morale, loss of initiative, and (most notably) loss of control of the local people. Other problems were indicated by reports that, for example, a particular supply facility was "Out of rice, ammunition and bandages." Other issues of "desertion, surrender and suicide" were like a plague that caused a well-justified but carefully concealed alarm among Communist leaders.[96]

The less-than-obvious issues above, while escaping the scrutiny of Western writers and reporters, crucially contributed to a similarly concealed dysfunction of the "people's war" machine in South Vietnam and was one of the unreported successes of "Search and Destroy." Ironically, this led (amongst other North Vietnamese imperatives), to a major shift in Communist strategy.

6.4. The 1968 Tết Offensive

In March 1967, a delegation of Red Chinese and Cuban military experts made a secret observation trip to study the military situation in South Vietnam. They returned to Hanoi with a pessimistic assessment of the progress made by the COSVN in the South.[97]

6.4.1. The Logic for The Offensive

As a result of the delegates' report, the North Vietnamese Communists recognized a perilous downward trend in the possibilities of "people's war," to the point of it becoming meaningless if nothing were done to reverse the situation. That was one important reason for an autumn-winter offensive. Another element, related to timing, was the impending presidential election in the United States in November 1968. This presented Hanoi with a very tempting occasion in which to launch an effective propaganda operation in the mainland United States. Thirdly, and again relatedly, there was an opportunity to activate the advocacy journalism element who were predominant within the Western media and hungry to substantiate the speculation that, "Võ Nguyên Giáp is going to beat the Americans in 1968 like he did the French in 1954." Hanoi decided that in the forthcoming Têt Offensive, an isolated combat base at Khê Sanh was a worthy candidate for a second Điện Biên Phủ.[98]

6.4.2. A Diversion From the Main Thrust

A surprising difference from the events of 1954 was that Khê Sanh[99] was slated by the Communists as a *diversionary* Điên Biên Phủ, while the primary operation was a so-called "General Offensive - General Uprising" (*Tổng Công Kích - Tổng Khởi Nghĩa* or TCK - TKN) to be carried out by local Main Force units across the length and breadth of South

Vietnam.

It was the most ambitious and detailed military operation ever designed in the history of warfare in Vietnam.[100] The TCK - TKN activated 97 independent battalions, numerous sapper units, and the following well-known regiments: *Đồng Nai, Thép, Đồng Xoài, Quyết Thắng, Đồng Tháp, Phú Lợi,* and elements of the 5th, 7th, and 9th Divisions. The total number of troops involved were approximately 150,000, an impressive mass of forces. However, the attacks were spread across 28 district and provincial cities in the countryside, resulting in many disadvantages and deadly mistakes in the so-called "concerted" attack with "concentration" of forces. In short, the suddenly arising Communist flood would be as shallow as it was widespread - the end result might while have been predictable.

6.4.3. The Failure of "Concerted" Attack in a "People's War" Environment

The anticipated success of the Tết Offensive depended upon total, nation-wide surprise and, therefore, the utmost secrecy. While the Offensive was meticulously designed at the planning level, it came rapidly undone when implemented.[101] The main problem with the concerted Offensive was that it was not concerted. Among the 28 targets to be simultaneously attacked, four or five were attacked at differing times. Those attacked first were a warning to the others who were permitted precious time to prepare a hasty defense. The primary reason for this lack of coordination lay at the heart of "people's war": a compelling necessity for secrecy combined with a lack of electronic communication. This meant that battle orders from the leadership to different locations in the field were released only at the last minute and had to be hand-delivered by foot soldiers. The need for secrecy and the consequential confusion and misfiring of the "concerted attack" ironically prevented the necessary total surprise at the nation-wide level. While the shock of the Tết Offensive was nation-wide, Communist planners desperately required the element of simultaneous surprise but failed to achieve it.

Another major element leading to failure was the fact that, for the first time, many of the guerrillas engaged in the offensive in the 28 cities had never experienced street fighting. While some sappers were trained in urban warfare, many guerillas were familiar only with fighting in the jungle with the aid of liaison personnel not street maps. They had never seen big buildings or street names; there were no trees and bushes in which to hide themselves. As a result, many got so lost in the city of Saigon that they could not get to the predetermined points for the attack, failed to find their way for days, and had to surrender without even fighting. In other cases, Communist fighters reached the targets only to be surprised by the degree of effective resistance from civilian office workers who happened to be there on duty.

The failure of "concerted" attack, together with other, serious shortcomings on the Communist side led to the loss of more than half the Communist forces in South Vietnam and the collapse of their "people's war" infrastructure and logistics system.[102] After the defeat of the Tết Offensive, the morale of the people and armed forces in South Vietnam shot sky high in terms of self-confidence, aggressiveness, and a willingness to take the initiative. As noted by William Colby, between

1968 and 1972, security was restored to most of the Mekong Delta.[103] Interviews of "*hồi chánh*" (ralliers) confirmed what Colby wrote above. Given sufficient arms and ammunition, and provided American air support and backing were not withheld or prematurely withdrawn, the South Vietnamese could and would defend themselves successfully against a North Vietnamese conventional invasion supplied and backed by Moscow and Beijing.

The proof was in South Vietnam's repelling of yet another act of North Vietnamese aggression, the Easter Offensive of 1972. Tragically for the South Vietnamese, domestic American "anti-war" dissent had migrated from the streets and campuses to the US Congress, accompanied historically by a change in the dynamics of the Cold War. This combination of factors ensured that South Vietnamese sacrifice and patriotism would be rewarded with American betrayal and abandonment. In the words of American historian and Korean War veteran, Louis A. Fanning:

Hidden in a bewildering maze of foreign aid bills, supplemental appropriations, Defense Department legislation, and Foreign Aid Service allocations lies the singular fact that a Democratic caucus of the Congress of the United States, aided and abetted by a few liberal Republicans, cast the South Vietnamese people into Communist slavery.[104]

7. SOUTH VIETNAMESE ARMY (ARVN) - THE 1972 EASTER OFFENSIVE

The South Vietnamese Army played a crucial role in the defense of South Vietnam when given the chance and when the need of national defense demanded its action. Below is a brief review of its legacy, its performance during the 1968 Tet Offensive, and during the 1972 Easter Offensive.

7.1. A Sketch of the Legacy

The South Vietnamese Army, also known as ARVN, left behind a noble legacy and amazing history regarding its mission, performance and achievement, given the challenges it had to meet throughout the war, the challenges not of its own making. In sub-section 1.5. "A Difference in Concept", it's shown that there existed a difference between the US and the South Vietnamese leadership regarding how the ARVN should be organized to perform the Mission in national defense against North Vietnamese military ambition.

7.1.1. Mission of National Defense

Although the mission was well defined regarding Hanoi eventual military intention, major shortcomings existed in confronting the Communist strategy of guerrilla warfare. This resulted from a weakness in understanding the kind of People's War practiced by the Communists: the strength and weakness of the Communist Infrastructure that should be understood before an effective counter-strategy could be formed in fighting it. In the military alliance with the United States which represented the major role of material supply, the decision making process and the role of making mistakes unfortunately fell on the U.S., (Vũ Qúy Kỳ, *The First Republic of Vietnam*, ibid, p. 491) and the South Vietnamese reaped the consequence.

7.1.2. Misguided Strategy

During the first phase of North Vietnamese invasion, South Vietnam and the United States had to carry out a counter-insurgency war, with a misguided strategy of having the South Vietnamese army heavily trained and equipped for a conventional war, while neglecting the physical training and mental preparation necessary for guerrilla warfare.

7.1.3. Combat and support structure - Performance

On the one hand, throughout the war, the performance of the ARVN divisions were effected by four main factors: overall organization combat structure, firepower, hardware mobility, and communication ability. Although American concept of organizational structure had been applied to the Vietnamese Army, there existed a world of difference in conditioning the ability of the two armies. While it is common knowledge that, at some point in time, roughly 500,000 American soldiers were stationed and fighting the Vietnam War, only 100,000 of them were in combat, while the remaining 400,000 were in supporting role. The same ratio of one to four did not apply to the ARVN. Instead, it could be the inverse. The South Vietnamese did not enjoy the same ratio of support in combat as did the American counterpart. Based of the above difference, it's difficult to arrive at a fair comparison in the performance between to the two armies. (Vũ Qúy Kỳ, ibid, p. 492.)

7.1.4. Hardware and firepower of the South Vietnamese army

Throughout the first 14 years of fighting the war, that is,

up to 1968, South Vietnamese soldiers had been armed with WWII assault rifles, like carbines and the M1 or single shot "Garand", while their enemies were armed with Red Chinese AK-47s (automatic weapons) well before 1963.

Lewis Sorley, a Lt. Colonel serving in Vietnam between 1963 and 1966, had become a historian and author on intelligence, including a book entitled "Westmoreland, The General who lost Vietnam", wrote an article entitled "*Outgun: the AVRN under Westmoreland*" in the VVA Veteran, a publication of Vietnam Veterans of American.

At one point, Sorley wrote: ... "*For much of the war, the South Vietnamese were armed with castoff American equipment of World War II vintage. Meanwhile, the North Vietnamese and Viet Cong received the most modern weaponry their Communist patrons could provide, including AK-47 assault rifles.*

During the Westmoreland years, the South Vietnamese were consistently outgun, with predictable results in terms of battle field outcomes and morale, not to mention reputation ..."

Sorley continued to write on the possible reason for the above shortcomings: "*It was something that Westmoreland only sporadic, haft-hearted effort to accomplish - evidence of how pervasive was his belief U.S. forces could come in and do the job for the Vietnamese, without the necessity of ever equipping them to do it for themselves..,*"

Incidentally, Sorley quoted Ambassador Maxwell Taylor saying: "*We never really paid attention to the AVRN army. We didn't give a damn about them*".

7.1.5. Schwarzkopf on South Vietnamese Performance

Schwarzkopf, the famous and well known General who defeated Saddam Hussein in the so called one hundred days "Gulf War" in 1991, at different times, had been an advisor at the rank of major, and later fighting at the rank of colonel, in Vietnam. From that position, he offered authoritative opinion on the quality of leadership and the South Vietnamese performance. Regarding the then Colonel Ngô Quang Trưởng, Schwarzkopf wrote in "It Doesn't Take a Hero":

"Colonel Ngô Quang Trưởng was General Đồng's Chief of Staff. He does not look like my idea of a military genius: only five feet seven, in his mid-forties, very skinny, with hunched shoulders and a head that seemed too big for his body. His face was pinched and intense, not at all handsome, and there was always a cigarette hanging from his lips. Yet he was revered by his officers and his troops - and feared by those North Vietnamese commanders who knew his ability. Any time a particularly tricky combat situation came, Đống put him in command". (Norman Schwarzkopf, *It Doesn't Take a Hero*, p. 122.)

Through both advisory and fighting experiences, and also through encountering Vietnamese rangers, marines and airborne units, Schwarzkopf learned to appreciate, like, understand and respect his Vietnamese counterparts. And he reserved his top praise for the red beret airborne. Through his experience in serving with then-Colonel Trưởng, he was amazed by the latter's ability to anticipate enemy movement and timing, through superb use of reconnaissance, and keen use of knowledge of the local terrain and the enemy's habits. (ibid, p. 123.)

7.1.6. Leadership and Performance

Regarding the quality of leadership, there had been superb division and corps commanders like General Ngô Quang Trưởng, Nguyễn Viết Thanh, Nguyễn Khoa Nam, Nguyễn Bảo Trị, Nguyễn Đức Thắng, Phan Trọng Chinh, Lê Minh Đảo, Lê Văn Hưng, Trần Quốc Lịch, Đỗ Cao Trí, Lý Tòng Bá, Trương Quang Ân, and Lê Quang Lưỡng, et al...who led the cream of the AVRN leadership. Below these Generals, there existed several colonels and officers in combat. It was these officers who led the South Vietnamese army to fight and blunt the Communists in the 1968 Tết Offensive, and then defeated them again in the 1972 Easter Offensive. They had been trained to fight a conventional war and they did well, given sufficient support in weaponry. Although they were not equally successful in fighting the people's war (unconventional war) that they were not trained to fight in the early stage of the war, this study showed that eventually, after Tết Offensive, the people's war was no longer effective in Vietnam. That was part of the reason why North Vietnam had to use conventional warfare in 1972 as a failed effort to revive the people's war mechanism.

7.2. The 1972 Easter Offensive

The 1972 Easter Offensive was an effort by North Vietnamese with three main objectives: a/ using regular forces in attack against major urban centers in I Corps and II Corps to draw South Vietnamese troops away from the Mekong Delta and thus trying in vain to revitalize the Communist infrastructure there; b/ proving that Nixon's Vietnamization of the War was a failure; c/ attempting to occupy An Lôc and use it as possible capital city for the so called "Provisionary Revolutionary Government of South Vietnam" in case the Paris Peace Agreement favored that outcome. (Lâm Vĩnh Thế, *Quân Lực Việt Nam Cộng Hòa*, 2021, p. 124.) As usual, the timing coincided with the presidential election and was typically Hanoi's style to dramatize the political objective. This time around, South Vietnam fought by herself with American airpower and limited firepower support only. Right after the conclusion of Operation Lam Sơn 719 in 1971, President Nixon announced that Vietnamization was a success. (Andrew Wiest, *Vietnam's Forgotten Army*, p. 229.)

7.2.1. Reality of Vietnamization

As Andrew Wiest noted, "*From a high of more than 500,000 troops in South Vietnam in May 1968, by May 1971 U.S. strength in theater had been lashed by half, and in terms of combat units more than 70 percent of American maneuver battalions had been withdrawn.*" (Andrew Wiest, ibid, p. 230.) The above process of disengagement resulted in the reduction of combat support which greatly reduced the ARVN's ability facing the threat of NVA offensive in 1972.

Although the ARVN tried to make do in facing the withdrawal of American forces, this task was difficult given the constant numerical strength, out of which new units were created with potential attempt at more recruitment. (McNeil, *The Team*, p. 178.) On the other hand, South Vietnamese efforts resulted in increasing the ARVN to 400,000 and Territorial Forces to 500,000 consisting of Regional Forces, Popular Forces, and People Self Defense Forces. These RF, PF, and PSDF turned out to be very effective in countering the

Communists during 1972 Easter Offensive.

It was found that one of the worst effects of Vietnamization happened to be the dropping of Vietnamese morale when they felt that the U.S. were soon abandoning them. (Andrew Wiest, ibid, p. 234.) From Hanoi's perspective, the Easter Offensive would be a very good opportunity for the battle field to dictate the outcome of the Paris Peace talk.

7.2.2. The Offensive – An Lộc, Quảng Trị, and Kontum

The Paris Peace Talk which began in 1968 included the NLF representative called the Provisionary Revolutionary Government of South Vietnam (CPCMLTMNVN, or Chính Phủ Cách Mạng Lâm Thời Miền Nam Việt Nam), which was going to need a capital city in case the peace talk was fruitful in favor of the Communist intention. That was the reason why the Communist chose An Lộc, a small capital city of Bình Long Province, with barely 15,000 in population, and make it the Capital City for the CPCMLTMNVN. And that was the reason why the Communists put in a huge investment of force (5th VC, 7th NVA, 9th VC Divisions, 69 Artillery Division, 205th and 101st NVA Regiments, 203rd Tank Regiment, and 429 Sapper Group) totaling 35,000 troops.

The South Vietnamese defense forces consisted of: the 7th and 8th Regiments of the 5th Division, one 52nd Regiment of the 18th Division, three 31st , 36th , and 52nd battalions of the 3rd Ranger Brigade, the Local Forces and Popular Forces, and later reinforced by the 1st Airborne Brigade, the 81st Airborne Brigade (Biệt Cách), the 21st Division, and the 15th Regiment of the 9th Division.

The An Lộc Campaign started on April 5, 1972 with Communist 5th Division artillery's concerted attacks on the defending forces of the 9th Regiment of the ARVN 5th Division headquarters. This was the beginning of all hell breaking loose. Enemy's fire power was extremely intense, using heavy artillery 105 and 155, rockets 122 and tank canons. The total Communist campaign took a total of three bloody waves of offensives with very heavy losses but failed to take An Lộc. An Lộc was saved partly thanks to American firepower support, including B-52 carpet bombings. The Communists finally gave up their plan and their campaign for An Lộc on May 15, in view of too high a loss. (Phan Nhật Nam, Mùa Hè Đỏ Lửa, Bút Ký Chiến Tranh, p. 126)

The heroic defense of An Lộc by ARVN troops was typically memorable by: a/ the intensity of explosive falling on the city by Communist artillery and rocket shells; b/ a popular force soldier shot and destroyed a Russian T-54 tank, using an M-72 raised the morale and confidence of the defenders, who succeeded in destroying of rendering ineffective a total of 40 enemy tanks. (Lâm Vĩnh Thế, ibid, p. 149) The number of artillery and rocket shells falling on the city were about 6000 each time on the average. Once, this number reached 8,000. For the duration of more than a month under attack, all civilians and military members could survive only thanks to some sort of trench or bunkers, the luxury denied to hundreds of them.

The battle of Quảng Trị, from ARVN perspective, actually started early on March 30th when 3 NVA divisions crossed the DMZ, attacking an ARVN's positions to the north and west of Quảng Trị Province. Under surprise attack and in view of poor quality of leadership, General Vũ Văn Giai, Commander of 3rd Division let the Communist take over the ancient Quảng Trị Citadel, and seriously threatened Huế. It should be remembered that three days later, 3 NVA divisions launched the attack of Bình Long Province, leading to the eventual siege of An Lộc as mentioned earlier. This was followed by the attack of Kontum by 2 NVA divisions, representing not just a threat, but a test for survival facing South Vietnam.

This explained why the Quảng Trị theater did not receive immediate attention until General Ngô Quang Trưởng replaced General Hoàng Xuân Lãm (May 3, 1972) as Commander of I Corps which covered Quảng Trị theater. It took General Trưởng some precious time to stabilize Huế, before he could launch an offensive to take back the Ancient Citadel on September 15, 1972. (Lâm Vĩnh Thế, ibid, p. 160). This was made possible with 2,700 passes of B-52 carpet bombings delivering 57,000 tons of explosive, (Ibid, p. 161) in addition to supports by Task Force 77, the 7th Fleet.

The short treatment above of Quảng Trị theater suffered from inadequacy. The defense of Quảng Trị by ARVN 3rd Division against 3 NVA in a surprise attack was totally asymmetrical. There were three reasons to be considered for the quick collapse of the defense: a/ this attack across the DMZ was most unexpected, and it indicated a lack of strategic intelligence; b/ the ARVN's 3rd Division was the worst prepared unit in the South Vietnamese Army, consisting of a great number of undesirable elements including seven hundred deserters who formed the new division, (Andrew Wiest, ibid, p. 237) a most recently formed division, a "work in progress"; c/ the defense forces faced overwhelming odd of

1 against 3.

Overall, the whole Easter Offensive summarized the most heroic moments of the war: The perseverance shown by the armed force as a whole, the victory achieved by the collective sacrifices given by the people and the soldiers in facing the invading forces. This was again a very strong testimony that, given the opportunity and firepower, the South Vietnamese were capable of defending themselves and Vietnamization did work.

8. THE COLD WAR AND THE FALL OF SOUTH VIETNAM

America's engagement in Vietnam was the result of President Truman's strategy of "containment" in response to the spread of Communism over Eastern Europe and other parts of the world post-WWII. Containment became the geopolitical linchpin of the Cold War. As noted in the earlier part of this paper, America's worldwide containment strategy dictated qualified support for the French against Hồ Chí Minh. Geopolitical considerations remained, therefore, the major driving motive in US foreign policy amid the post-WWII arms race with the Soviet Union.

8.1. From Geopolitics to Limited War

After the departure of Eisenhower, President Kennedy entered the White House and was followed in turn by President Johnson. The nightmare of nuclear war and Chinese military intervention haunted the Johnson administration and induced its misplaced faith in "limited war" as a solution to a Communist "people's war" in Indochina, a war whose essential nature they neither recognized nor understood. In addition there was an equally false assumption that the leaders in the Kremlin (and, for that matter, Beijing and Hanoi) would behave along the same rational line of thought. A hard-edged approach to geopolitics and the Second Indochina War was blunted by the "gradualism" of limited war as waged by President Johnson and Secretary of Defense McNamara who did so against the collective military experience, wisdom and advice of their own Joint Chiefs of Staff.[105]

8.1.1. Intelligence "Failure" - Self-Restraint in the Arms Race

Either through negligence or the misinterpretation of vital intelligence regarding the nuclear arms race, McNamara performed an April 1965 mindreading of the Soviets' intentions: "The Soviets have decided that they have lost their quantitative race.... There is no indication that the Soviets are seeking to develop a strategic nuclear force as large as ours."[106] This led McNamara to promote "the doctrine of self-restraint,"[107] intended to induce a reciprocal Soviet restraint and lead to arms limitation agreements that would benefit both sides. McNamara hoped that mutual concessions could be achieved between Washington and the Kremlin. That same forlorn hope guided Johnson-McNamara's micromanagement of their limited air war in North Vietnam (1965-1968).

8.1.2. From Self-Restraint To Unilateral Restraint

In their drive for strategic superiority, the Soviets also took full advantage of McNamara's doctrine. The predictable result was an imbalance in military expenditure between the two superpowers - to America's detriment. According to the CIA's estimation,[108] the Soviets' defense expenditure during the decade of 1968-1978 was at 11 to 12 percent of their GDP, while the United States's declined from 9 to 5 percent for the same period. Further, it has been estimated that between 1973 and 1978, the "...Soviets spent nearly $100 billion more than the United States on arms procurement and construction...." As it turned out, McNamara's strategy did not result in the mutual concessions which he had hoped for in his naiveté. Instead, his "self-restraint" and "mutual concession" philosophy became dangerously unilateral.

8.2. From US Nuclear Superiority to Parity

Starting in mid-1960, McNamara, the champion of unilateral restraint, allowed the Soviets to catch up with and then surpass the US in the production of intercontinental ballistic missiles (ICBM), even in the midst of the negotiations during SALT 1 (the first Strategic Arms Limitation Treaty).[109]

Table 1 shows 1969 as the beginnings of Soviet superiority in strategic ICBMs.[110] Within five years, the Soviets had reached parity with the USA, 1050/1054. This was an important landmark. It coincided with the year that Richard Nixon entered the White House and sent a team to Helsinki for a primary negotiation with the Soviet Union on SALT 1.[111]

Table 1. Comparison of Production of ICBM

Year	1965	1966	1967	1968	1969	1970	1971
Soviet	270	300	460	800	1050	1300	1510
USA	850	904	1050	1054	1054	1054	1054

8.3. From Parity to Soviet Nuclear Superiority - And More

Nuclear parity was believed to be a condition to prevent either side from attacking first. But parity existed only until the Soviets overtook the US in Strategic Arms production; by 1971 the US faced a decisive Soviet superiority (see Table 1 above for 1970-1971). "This requires us to rethink the fundamental assumptions that lie behind the American notion of deterrence." commented Nixon in *The Real War*. "We are now forced to think the unthinkable."[112] (Among Nixon's "unthinkables," one should include the China card.)

After Watergate, the Nixon White House was fatally weakened in its struggles against a liberal "anti-war" Congress. The end results would be the self-inflicted loss of South Vietnam, the Congo, Angola, and the Soviet invasion of Afghanistan. In the aftermath of the fall of South Vietnam in April 1975, America's international prestige and foreign policy were personified by President Jimmy Carter's inauguration in January 1977. Given the sacrifice of so many of America's precious sons in the defense of a noble cause in South Vietnam, it was a long and tragic road from another inauguration on January 20, 1961 when President John F. Kennedy declared to the world:

> Let every nation know, whether it wishes us well or ill, that we shall pay any price, bear any burden, meet any hardship, support any friend, oppose any foe to assure the survival and the success of liberty. This much we pledge - and more.[113]

8.4. A Soviet Perspective

In 1978, Arcady Shevchenko, a former Soviet UN ambassador became the highest-ranking Soviet official ever to defect to the West. [114] On January 25, 1980, he had the opportunity to speak to the Intelligence Committee of the US Congress regarding Soviet determination to achieve "world domination." In his own words:

I once thought the Soviet Union was dedicated to disarmament but I saw instead that it was engaged in an armaments program more rapid and intensive than any since Hitler's armament of Germany before the Second World War.... The longer I served in the Soviet diplomatic service and the higher I rose, the more I saw the Machiavellian duplicity and fraud in Soviet foreign policy.... I discovered that to the Soviets détente is merely a tactic - to be pursued when convenient during the relentless pursuit of their final goal - the destruction of the free world. [115]

8.5. A Reflection On What Was and Might Have Been

American naiveté and a failure to understand the nature of its Communist enemies led to two decades of strategic mistakes with immeasurably tragic consequences. Having survived North Vietnam's 1972 Offensive, South Vietnam was betrayed and abandoned by a Congress sympathetic to the propaganda of the so called "antiwar" movement.[116] Had the North Vietnamese abided by the terms of the 1973 Paris Accords, had America responded as it should have when the Accords were violated before the ink was dry, there may have been a very different outcome to the Vietnam War. If South Vietnam had somehow managed to hold on until the advent of the Reagan Presidency, she might well exist today in prosperity and freedom. The few years between 1975 to 1981 do not seem too long a time when set against the future of a nation and its people. But it was not to be: The "anti-war" movement's campaign against South Vietnam took place around the time when the nuclear threat was intensified by the Soviet Union, hence the defeatist slogan, "Better Red Than Dead!" President Reagan disagreed. In 1981, he declared in *his* inaugural address as follows:

As for the enemies of freedom, those who are potential adversaries, they will be reminded that peace is the highest aspiration of the American people. We will negotiate for it, sacrifice for it; we will not surrender for it–now or ever....[117]

As presented in this paper, a combination of factors led to America's disengagement from the Second Indochina War. It was a Communist war of invasion planned, instigated and won by North Vietnam. US disengagement at that fatal moment in history was a death sentence for South Vietnam, one of the minor pawns on the geopolitical chessboard. On that same chessboard, the Sino-Soviet conflict offered a superb opportunity for America to make a friendly move toward China in a high-stakes game against the Soviet Union. There was no historical inevitability involved. It unfolded purely as a matter of historical coincidence, but it led to the 1972 Shanghai Communique.[118] With the advent of détente and a rapprochement with China, the South Vietnamese "pawn" had become increasingly expendable. The Cold War is, therefore, both a contextual backdrop and a significant part of that combination of factors which eventually lead to the fall of South Vietnam and the historical "naked truth" related in this paper.

NOTES

(Endnotes)

1 . Burton W. Folsom, Jr. & Anita Folsom, *FDR Goes to War* (New York, NY: Threshold Editions, 2011), Chapter 11.

2 2. Charles L. Mee, Jr., *Meeting At Potsdam* (New York, NY: M. Evans & Company, 1975), p. 243.

3 . Ibid., p. 239.

4 . Vũ Qúy Kỳ, *The First Republic of Vietnam* (San Jose: NHÂN ẢNH, 2024), Chapter 4.

5 . Ibid., pp. 308-313

6 . See Vũ Qúy Kỳ, *The First Republic of Vietnam,* passim.

7 . Ibid., pp. 363-368.

8 . Ibid., p. 241.

9 . Ibid., p. 149

10 . Ibid., pp. 150-232

11 . Ibid., p. 197.

12 . Ibid., pp. 197, 198.

13 . Ibid., pp. 206-210.

14 . Ibid., p.176. (VNQDĐ: *Việt Nam Quốc Dân*

Đảng, the non-Communist Vietnam Nationalist Party)

15 . Ibid., p. 179.

16 . Ibid., p. 182.

17 . For a comprehensive review of how historians have perceived the Land Reform, see Alex-Thai, D Vo, "Nguyễn Thị Năm and the Land Reform in North Vietnam, 1953." Journal of Vietnamese Studies (2015) 10 (1): 1–62, pp. 4-14. (DOI:10.1525/vs.2015.10.1.1).

18 . Vũ Qúy Kỳ, *The First Republic of Vietnam,* pp. 172-177.

19 . Ibid, pp. 178-179.

20 . Ibid, p. 180.

21 . Ibid, p. 182.

22 . Trần Đĩnh, *Đèn Cù,* (Việt Books, 2014), p. 111

23 . Vũ Qúy Kỳ, *The First Republic of Vietnam*, pp. 94-98.

24 . Thành Tín, *Mặt Thật*, (Turpin Press, 1994), pp. 37, 65.

25 . Vũ Qúy Kỳ, *The First Republic of Vietnam*, pp. 99, 100.

26 . Ibid, pp. 109-116

27 . Ibid, pp. 131-134.

28 . Tùng Phong, *Chính Đề Việt Nam* (Saigon: Nhà Xuất Bản Đồng Nai, 1965). p. 376.

29 . Vũ Qúy Kỳ, *The First Republic of Vietnam* p. 249.

30 . Ibid., p. 396

31 . Ibid., pp. 396, 397

32 . Ibid., pp. 388, 396, 397, 398.

33 . Ibid., pp. 426, 427.

34 . See Arthur Schlesinger Jr., *Robert Kennedy and His Times* (New York: Ballantine Books, 1979), p. 764. When an aid asked President Kennedy how the US could effect a withdrawal without loss of prestige, Kennedy reportedly replied: "'Easy....Put a government in there that will ask us to leave.'" See also Hoang Ngoc Thanh & Than Thi Nhan Duc, *Why the Vietnam War* (San Jose: Tuan-Yen & Quan-Viet Mai-Nam Publishers, 2001), p. 161.

35 . Stephen Pan & Daniel Lyon, *Vietnam Crisis* (New York, N.Y: East Asian Research Institute, 1966), p. 108.

36 . Vũ Qúy Kỳ, *The First Republic of Vietnam*, p. 423.

37 . Ibid., Appendix 3, pp. 525-529.

38 . Ibid., pp. 447-452.

39 . Vũ Qúy Kỳ, ibid, p. 450,

40 . Phillip Jennings, *The Politically Incorrect Guide to the Vietnam War* (Washington, DC: Regnery, 2010), p. 80.

41 . Phillip E. Catton, *Diem's Final Failure*, University Press of Kansas, 2002, p. 91.

42 . Ibid, pp. 128-131

43 . William Colby (with James McCargar), *Lost Victory: A Firsthand Account of America's Sixteen-Year Involvement in Vietnam* (Chicago: Contemporary Books, 1989), p.115.

44 . Catton, *Diem's Final Failure*, p. 117.

45 . Vũ Qúy Kỳ, A Great Secret: Did the USA Lose the War in Vietnam on Purpose? (San Jose: NHÂN ẢNH, 2023), p.120.

46 . Ibid, pp. 121, 122

47 . Ibid, pp. 123-133.

48 . Ibid, pp. 152-154, 161-164.

49 . William Colby, *Lost Victory*, pp. 420-421.

50 . Ibid, pp. 420-421.

51 . Vũ Qúy Kỳ, *The First Republic of Vietnam*, p. 263.

52 . Douglas Pike, *The Vietcong Strategy Of Terror* (Monograph published by United States Mission, Vietnam, 1970), p. 17.

53 . Vũ Qúy Kỳ, *A Great Secret*, pp. 379-384.

54 . *Hoi chanh*: a defector to the South Vietnamese side.

55 . Douglas Pike, *The Vietcong Strategy Of Terror*, p. 18.

56 . Xuan Vu, *Den Ma Không Den* (1992), p. 104.

57 . Vũ Qúy Kỳ, *A Great Secret*, ibid., p. 363.

58 . See Vũ Qúy Kỳ, *The First Republic of Vietnam*, pp. 504, 505.

59 . Phillip B. Davidson, *Vietnam at War: 1946-1975* (New York: Random House, 1988), pp. 487-488).

60 . See Ashley Rindsberg, *The Gray Lady Winked: How the* New York Times's *Misreporting, Distortions & Fabrications Radically Alter History* (Midnight Oil Publishers, Kindle edition, 2021), p. 100. "...Richard Holbroke noted that Halberstam and Sheehan were not just in the know about the coup but acted ... as if they were part of the conspiracy."

61 . Vũ Qúy Kỳ, *A Great Secret,* p. 75.

62 . Mark Moyar, *Triumph Forsaken: The Vietnam War, 1954-1965* (New York, NY: Cambridge University Press, 2009), p. 234.

63 . Vũ Qúy Kỳ, *A Great Secret,* pp. 342, 343.

64 . Ibid, p. 343.

65 . See, for example, Francis Winters, *The Year of the Hare* (University of Georgia Press, 1997), pp. 191-192 for assertions that Kennedy intended to cut and run from South Vietnam. For the case that Kennedy was committed to South Vietnam's defense, see Mark Moyar, *Triumph Forsaken,* Chapter 12.

66 . Vũ Qúy Kỳ, *The First Republic of Vietnam*, pp, 433-436.

67 . William Colby, *Lost Victory*, p. 195.

68 . Vũ Qúy Kỳ, *A Great Secret,* ibid, p. 34.

69 . Ibid., p. 45.

70 . See, for example, Geoffrey Shaw, *The Lost Mandate of Heaven: The American Betrayal of Ngo Dinh Diem, President of Vietnam* (San Francisco: Ignatius Press, 2015), passim.

71 . Vũ Qúy Kỳ, *A Great Secret*, ibid., p. 45

72 . Ibid., pp. 59-60

73 . Ibid., pp. 102, 105.

74 . Ibid., p. 111.

75 . Ibid., pp, 112-113.

76 . Ibid., p. 123.

77 . Following President Diem's removal and murder, there were six self-immolations within the space of five weeks. See Margueritte Higgins, *Our Vietnam Nightmare.* (Harper and Row: New York, 1965), p. 87.

78 . Vũ Qúy Kỳ, *A Great Secret*, pp. 152 (Bình Giả), 162 (Đồng Xoài)

79 . Ibid., p. 142.

80 . Ibid., p. 148.

81 . Ibid., p. 151.

82 . U. S. Grant Sharp, *Strategy for Defeat: Vietnam in Retrospect* (San Rafael: Presidio Press, 1978), passim.

83 . Ibid., pp. 182-186.

84 . Ibid., pp. 182-186.

85 . Mark Moyar, *Triumph Forsaken*, p. 184.

86 . See Michael G. Kort, *The Vietnam War Reexamined* (New York: Cambridge University Press, 2018, Kindle edition), p. 131. A memo from the Assistant Secretary of Defense to Robert McNamara re the building of SAM missile sites in North Vietnam advised as follows: "'We won't bomb the sites, and that will be a signal to North Vietnam not to use them,' an assessment McNamara shared."

87 . Ibid, p. 26. "General Matthew Ridgeway... thought of limited war as non-nuclear war. In his view there was no contradiction between fighting a limited war while also using decisive military force to achieve the desired objectives."

88 . U. S. Grant Sharp, *Strategy for Defeat,* p. 296.

89 . Ibid., pp. 275-282.

90 . Ibid., pp. 299-304.

91 . *Vietnam Documents and Research Notes Series: Translation and Analysis of Significant Viet Cong/North Vietnamese Documents* (University Publications of America, 2011)

92 . U. S. Grant Sharp, *Strategy for Defeat,* pp. 313-314. When translated, captured Communist documents revealed, "The Decline of VC capabilities in Sub-Region 5, COSVN, in 1969-1970."

93 . Ibid., pp. 316, 331, 332.

94 . Ibid., pp. 319-327.

95 . Ibid., pp. 328-329.

96 . Ibid., pp, 330-331

97 . Ibid., p. 332.

98 . Ibid., pp. 332-334.

99 . Ibid., pp. 334-336.

100 . Ibid., p. 362.

101 . Ibid., p. 369.

102 . Ibid., p. 412.

103 . William Colby, *Lost Victory*, p. 310.

104 . Louis A. Fanning, *Betrayal in Vietnam* (New Rochelle, NY: Arlington House Publishers, 1976), p. 11.

105 . Michael G. Kort, *The Vietnam War Reexamined*, pp. 26-32.

106 . Richard Nixon, *The Real War* (New York, NY: Warner Books, 1980), p. 170.

107 . Ibid., p. 165.

108 . Ibid., pp. 170, 171.

109 . Ibid., p. 169.

110 . Ray S. Cline, *World Power Assessment: A Calculus of Strategic Drift* (Washington D.C: Center for Strategic and International Studies, 1975), p. 57.

111 . Ibid, p. 57.

112 . Richard Nixon, *The Real War*, p. 172.

113. John F. Kennedy, "Inaugural Address, January 20, 1961," Washington, DC, Transcript, John. F. Kennedy Presidential Library and Museum, https://www.jfklibrary.org/archives/other-resources/john-f-kennedy-speeches/inaugural-address-19610120

114. "Arkady Shevchenko." *Wikipedia,* 10 July 2021, https://en.wikipedia.org/wiki/Arkady_Shevchenko

115. *Soviet Internal Developments: Hearings Before the Subcommittee on Program and Budget Authorization of the Permanent Select Committee on Intelligence, Ninety-Sixth Congress, Second Session, January 24 and January 25, 1980* (Washington: US Government Printing Office, 1980), page 129.

116. Louis A. Fanning, *Betrayal in Vietnam,* passim.

117. Ronald Reagan, "Inaugural Address 1981." January 20, 1981, Washington, DC, Transcript, Ronald Reagan Presidential Library and Museum, https://www.reaganlibrary.gov/archives/speech/inaugural-address-1981

118. "The Shanghai Communiqué," Richard Nixon Foundation, April 8, 2010, https://www.nixonfoundation.org/2010/04/shanghai-communique/

CHƯƠNG 4
LỘT TRẦN SỰ THẬT VỀ CUỘC CHIẾN TRANH VIỆT NAM

Giới Thiệu

Cuộc Chiến tranh Việt Nam đã chấm dứt và đã được phân tích rất nhiều từ năm mươi năm qua. Tại sao ta còn khơi lại nó làm chi? Bài viết này cho thấy các lý do tại sao: thứ nhất, một bản đồng ca do tuyên truyền của Cộng Sản và giới truyền thông thiên tả đã hợp xướng và coi sự bức tử của Việt Nam Công Hòa là một chiến thắng của công cuộc giải phóng Miền Nam, do "hậu quả tất yếu của của sự bất tài, tham nhũng, và thiếu ý chí chiến đấu của nhân dân và giới chức lãnh đạo Miền Nam". Đó là luận điệu của họ. Tuy nhiên, qua một thời gian dài sau chiến tranh, một số nhà nghiên cứu đứng đắn với nhiều tài liệu giải mật được thâu thập đã vẽ lại bức tranh lịch sử rất khác với cái nhìn cố hữu bao gồm rất nhiều xuyên tạc, bóp méo và bịa đặt một cách bất công. Do đó, người ta cần trình bày lại vấn đề lịch sử với những luận cứ dựa trên sự kiện đứng đắn để làm nền tảng cho sự hiểu biết quân bình về cuộc chiến tranh đó. Thứ hai, bài viết này dựa trên những dữ kiện lịch sử của Việt Nam và của Mỹ, nhất là những tài liệu lịch sử đã được giải mật, để gột rửa những huyền thoại về cái gọi là "cuộc chiến tranh giải phóng Miền Nam", một chiêu bài do Cộng Sản Viết Nam bịa đặt. Gạt bỏ ra ngoài những tuyên truyền dối trá nói trên, bài này trình bầy một sự thật lịch sử: đó là cuộc chiến tranh tự vệ của nhân dân Miền Nam chống lại cuộc xâm lược của Cộng Sản Bắc Việt trong khuôn khổ của tham vọng Cộng Sản toàn cầu xuyên qua cuộc Chiến Tranh Lạnh. Không may cho Nam Việt Nam, những biến chuyển của cuộc Chiến Tranh Lạnh song song với một số yếu tố khác, kể cả những sự thật "lõa lồ" được trình bày tại đây - dẫn đến sự can thiệp vụng về của Hoa Kỳ. Tuy nhiên, năm 1965, Tổng Thống Johnson đã cứu Nam Việt Nam thoát cơn nguy khốn do hậu quả của những quyết định tồi tệ của Tổng Thống Kennedy trong việc lật đổ Tổng Thống Ngô Đình Diệm. Mặc dầu "chiến lược vừa đánh vừa run" của Tổng Thống Johnson đã thất bại trong cuộc chiến tranh Không Tập vào Miền Bắc, tại Miền Nam quân đội Mỹ đã tiếp tục bảo vệ đồng Minh một cách hữu hiệu. Trong khi đó, giới "truyền thông một chiều" chỉ tập trung xoi mói những khuyết điểm và những thất bại của quân đội Miền Nam, mặc dầu quân đội này cho thấy có khả năng cải tiến và đạt chiến thắng trên chiến trường. Giới truyền thông đã cố tình làm ngơ những ưu điểm đó của quân đội Miền Nam.

Vì những điểm trình bày nói trên, tài liệu này, dựa trên những dữ kiện có thực, xác quyết rằng Cuộc Chiến Tranh Việt Nam đã có thể đạt kết quả tốt hơn cho cả Hoa Kỳ và Nam Việt Nam. Tiếc thay, có những biến cố tình cờ của lịch sử đã xẩy ra và khiến cho cuộc chiến tranh bị lái theo một chiều hướng hoàn toàn không thuận lợi. Những biến cố tình cờ này có tầm vóc quốc tế, đã vượt ra ngoài khả năng kiểm soát của Miền Nam Việt Nam, và đã đưa đến hậu quả không thể tránh khỏi, đó là sự sụp đổ bi đát vào tháng Tư năm 1975. Một trong những biến cố tình cờ nói trên là Cuộc Chiến Tranh Lạnh (the Cold War) xẩy ra ngay sau cuộc Đệ Nhị Thế Chiến với hậu quả của nó đối với cuộc Chiến Tranh Việt Nam.

1. CUỘC CHIẾN TRANH VIỆT NAM VÀ CUỘC CHIẾN TRANH LẠNH

Cuộc Chiến Tranh Lạnh được coi là một "biến cố tình cờ" vì, như ta sẽ thấy, nó đã xẩy ra do những thiếu sót và quyết định bất ngờ của một cá nhân, trong khi đó một cá nhân khác ở cùng một hoàn cảnh sẽ có thể quyết định ngược lại. Cuộc Chiến Tranh Lạnh đã diễn ra sau khi cuộc Đệ Nhị Thế Chiến kết thúc với sự ngây thơ và thiếu trách nhiệm của Tổng Thống Roosevelt đã giúp Stalin thôn tính toàn bộ Đông Âu.[1] Có hai nguyên nhân chính khiến Roosevelt không ưa Churchill và ngây thơ tin tưởng vào Stalin: thứ nhất, Roosevelt có khuynh hướng thiên tả và chống chủ nghĩa thực dân; thứ hai, Roosevelt nghĩ rằng Stalin và những người Cộng Sản là những người "quên mình" và "chỉ muốn làm điều tốt cho xã hội". Trong khi đó, Roosevelt coi Churchill là đại diện cho chủ nghĩa đế quốc thực dân. Hậu quả là người kế nhiệm ông ta là tổng thống Truman[2] đã phải thừa hưởng cuộc Chiến Tranh Lạnh kỳ cục sau khi Roosevelt ra đi. Sau khi thôn tính Đông Âu, Liên Xô đã củng cố nền thống trị đất đai và ý thức hệ tại đây, đe dọa an ninh của Tây Âu, và giúp đảng Cộng Sản Tàu bành trướng ở Trung Quốc.

Sau khi thôn tính Đông Âu, Liên Xô đã củng cố nền thống trị đất đai và ý thức hệ tại đây, đe dọa an ninh của Tây Âu, và giúp nước anh em của họ Mao bành trướng cuộc "đấu tranh vũ trang" khắp nước Tàu.

Đứng trước sự đe dọa bành trướng của Cộng Sản Quốc Tế, chủ thuyết "be bờ" (containment) của Tổng Thống Truman bao gồm những biện pháp quân sự, kinh tế và chính trị, như sự thành lập Liên Minh Bắc Đại Tây Dương (NATO), việc thi hành Kế Hoạch Marshall, việc xác nhận chủ quyền của các quốc gia nhỏ bé[3] bị Liên Xô và Trung Cộng xâm lấn do tham vọng địa lý chiến lược. Đó là hoàn cảnh trong đó Chiến Tranh Lạnh đã dẫn đến cuộc Chiến Tranh Triều Tiên và cuộc Chiến Tranh Việt Nam.

1.1. Đệ Nhị Thế Chiến - Chiến Tranh Lạnh - Sự Hình Thành Nam Việt Nam

Cuộc Chiến Tranh Lạnh là một tranh chấp lớn giữa Liên Xô và Thế Giới Phương Tây do Hoa Kỳ lãnh đạo. Đây là một cuộc tranh chấp phức tạp không có súng nổ giữa hai siêu cường, vốn từng là đồng minh trong đệ nhị thế chiến, nhưng đã trở thành đối thủ. Tuy nhiên, những cuộc chiến tranh nhỏ, còn gọi là "chiến tranh ủy nhiệm" (proxy wars), đã diễn ra giữa các nước nhỏ của khối Cộng Sản và khối Không Cộng Sản, bởi vì Cộng Sản quốc tế vi phạm chủ quyền của các nước Đông Âu và các nơi khác như Triều Tiên và Việt Nam. Ban đầu, Hoa Kỳ quan tâm tới cuộc Chiến Tranh của Pháp tại Đông Dương (1945-1954) nhưng sự can thiệp của Hoa Kỳ vào cuộc chiến tranh này không trực tiếp và chỉ giới hạn trong phạm vi viện trợ vũ khí cho đoàn quân Viễn Chinh của Pháp. Sau khi người Pháp thất bại tại Điện Biên Phủ, đưa đến Hiệp Định Genève phân chia hai miền Bắc và Nam Việt Nam - Đệ Nhất Cộng Hòa của Miền Nam đã ra đời. Sau khi giành lại được độc lập từ tay người Pháp, Việt Nam Cộng Hòa đã trở thành một tiền đồn trên bức trường thành chống lại Cộng Sản thế giới, mà Cộng Sản Bắc Việt lúc đó là đại diện. Vĩ tuyến 17 lúc đó là lằn ranh phân chia Nam Bắc. Việt Nam Cộng Hòa nhất thiết trở thành đồng minh của Hoa Kỳ và một đối tác trong chiến lược "be bờ" (Containment) của cuộc Chiến Tranh Lạnh.

1.2. Những Thử Thách Ban Đầu mà Nam Việt Nam Phải Đối Phó

Giai đoạn hòa bình ngắn ngủi sau 1954 là một thử thách đáng kể đối với Miền Nam Việt Nam lúc đó còn nghèo tả tơi, và phải điều đình lấy lại nền độc lập hoàn toàn từ tay người Pháp và biến đổi danh xưng từ "Quốc Gia Việt Nam trong Liên Hiệp Pháp" thành "Việt Nam Cộng Hòa", một nhà nước có chủ quyền của nhân dân Việt Nam. Những thử thách nói trên khá phức tạp, một phần do người Pháp còn quyến luyến với tham vọng kéo dài quyền lợi thực dân tại Đông Dương[4]. Do tham vọng này, người Pháp tiếp tục hỗ trợ những nhóm võ trang địa phương để họ chống lại chính quyền trung ương do Thủ Tướng Ngô Đình Diệm lãnh đạo, một chính quyền lúc đó chưa nắm giữ bộ Quốc Phòng, Bộ Ngoại Giao, và Ngân Sách, còn trong tay người Pháp.

1.3. Chiến Tranh Lạnh và Cuộc Chiến Tranh Việt Nam

Đây là một giai đoạn nghiêm trọng mà quyền lợi thiết thân của Hoa Kỳ đòi hỏi hỗ trợ ngoại giao cho Việt Nam Cộng Hòa, mặc dầu lúc đó sự hiểu biết của người Mỹ về mặt thực tế xã hội, chính trị, và văn hóa của Việt Nam còn rất nghèo nàn và thiếu sót. Hai ông đại sứ đầu tiên của Mỹ tại Việt Nam lúc đó là Donald R. Heath và tiếp theo là Lawton Collins[5] ("đặc sứ Mỹ tại Việt Nam với hàng đại sứ") phải tìm hiểu về Việt Nam qua người Pháp trong việc điều đình những tranh chấp giữa Việt Nam và Pháp. Sự mâu thuẫn quyền lợi kỳ cục nói trên dĩ nhiên không nên có, đã đưa đến nhiều cuộc khủng hoảng trong giai đoạn dẫn đến sự thành hình của Đệ Nhất Cộng Hòa. Đây chỉ là một chút nhắc nhở về những hoàn cảnh khá kỳ dị trước khi nền đệ nhất Cộng Hòa ra đời[6].

1.4. Những Hỗ Trợ Ban Đầu Từ Hoa Kỳ

Mặc dầu những khó khăn nói trên, nền Đệ Nhất Cộng Hòa đã được thành lập vào năm 1955, được sự hỗ trợ mạnh mẽ của Tổng Thống Eisenhower Eisenhower, đã trải qua 4 năm phát triển về kinh tế, ổn định chính trị, và được hơn năm mươi quốc gia tự do trên thế giới công nhận. Một mặt, Hoa Kỳ và Nam Việt Nam đều quan tâm đến mối đe dọa xâm lược từ Cộng Sản Miền Bắc, do đó cần có sự chuẩn bị về nhân lực, hỏa lực và vũ khí cho quân đội Nam Việt Nam. Mặt khác, hai bên đối tác đã có một sự khác biệt trong suy nghĩ chiến lược[7] về vấn đề xây dựng một quân đội cho mục đích quốc phòng của Miền Nam. Giới lãnh đạo Hoa Kỳ chủ trương xây dựng một quân đội Nam Việt Nam theo mô hình của quân đội chính quy Hoa Kỳ, với lợi điểm dễ thấy là nó giúp cho việc hành quân hỗn hợp được dễ dàng khi cần Hoa Kỳ can thiệp ngay lập tức để chống lại một cuộc xâm lăng của Hà Nội. Trước khi Hoa Kỳ có thể can thiệp, quân đội Nam Việt Nam cần đủ mạnh để cầm chân quân xâm lăng trong ít nhất một tháng để lực lượng Hoa Kỳ và Liên Phòng Đông Nam Á kịp thời cứu viện.

1.5. Sự Khác Biệt về Quan Niệm Chiến Lược

Chiến lược trình bày ở trên về tổ chức, huấn luyện và trang bị vũ khí cho quân đội Việt Nam Cộng Hòa là đặc điểm chính yếu của đường lối yểm trợ của Hoa Kỳ. Trái lại Nhà lãnh đạo Miền Nam chủ trương tổ chức, huấn luyện và trang bị vũ khí cho quân đội Miền Nam để có thể chống lại một cuộc xâm lăng phi quy ước, với những đơn vị hành quân cho chiến tranh đặc biệt lên tới cấp tiểu đoàn, và được huấn luyện và tổ chức thích hợp với chiến tranh du kích và chiến tranh đặc biệt ở cấp xã ấp hoặc cấp quận nhắm mục đích bình định vùng nông thôn.

Tuy nhiên, Hoa Kỳ là nước cung cấp viện trợ, và dĩ nhiên quan điểm của người Mỹ đã lấn trước quan điểm Việt Nam Cộng Hòa. Thực tế đã diễn ra một cách bất lợi cho Miền Nam khi Cộng Sản Miền Bắc đã không tấn công Miền Nam theo như người Mỹ dự đoán dựa trên kinh nghiệm của cuộc chiến tranh quy ước Triều Tiên. Trái lại, trong những năm đầu, Miền Nam đã phải đối phó với một cuộc chiến tranh du kích phi quy ước, và họ đã không được trang bị đầy đủ cũng như không được chuẩn bị để phó với cuộc "Chiến Tranh Nhân Dân" theo kiểu Mao Trạch Đông.

2. TẠI SAO MIỀN NAM PHẢI CHIẾN ĐẤU ĐỂ TỰ VỆ

Có ba lý do chính khiến Miền Nam Việt Nam phải chống lại tham vọng của Hà Nội: a/ Cuộc Cải Tạo Ruộng Đất cho thấy chế độ Cộng Sản Miền Bắc là một chế độ cực kỳ man rợ phản lại truyền thống Việt Nam; b/ Hồ Chí Minh chuẩn bị chiến tranh để áp đặt chế độ man rợ đó lên Miền Nam Việt Nam; c/ Hồ Chí Minh và đảng Cộng Sản Miền Bắc đã bí mật tuân phục Trung Cộng và Mao Trạch Đông, kẻ thù truyền thống của dân tộc Việt Nam.

Mặc dầu Hà Nội lên tiếng đòi hỏi bầu cử để thống nhất

đất nước vào năm 1956, nhưng tất cả những dấu hiệu mà giới lãnh đạo Miền Nam có thể thấy được cho thấy Hà Nội chuẩn bị xâm chiếm Miền Nam bằng vũ lực chứ không qua những thủ tục dân chủ[8].

2.1. Cuộc Cải Tạo Ruộng Đất - Họ Hồ Lừa Bịp Như Thế Nào

Trong giai đoạn chiến tranh Việt Pháp vào năm 1954 và 2 năm sau chiến tranh, Hồ Chí Minh đã tiến hành cuộc "Cải Tạo Ruộng Đất". Mặc dầu đây là một biến cố động trời, các nhà nghiên cứu có thẩm quyền của Tây Phương đã diễn đạt một cách thiếu sót và sai lạc. Trong một xã hội bị Cộng Sản bưng bít kín mít như Bắc Việt vào lúc đó, tin tức bị kiểm soát chặt chẽ, và các sử gia Tây Phương rất dễ dàng bị "Bác Hồ" lừa bịp.

Cuộc Cải Tạo Ruộng Đất[9] ở Bắc Việt được bắt đầu từ năm 1953 một cách tương đối giới hạn trong vùng Cộng Sản kiểm soát, để chuẩn bị cho chiến dịch Điện Biên Phủ, và được thực hiện thẳng tay vào năm 1956, sau khi đất nước chia đôi và Cộng Sản quản trị toàn bộ Miền Bắc Việt Nam. Cuộc Cải Tạo Ruộng Đất được bắt đầu sau khi họ Hồ bị Stalin hối thúc, và đã tiến hành dưới sự lãnh đạo và huấn luyện của cán bộ của Mao Trạch Đông[10]. Theo như lời tuyên truyền của chính quyền Cộng Sản thì cải tạo ruộng đất nhằm mục đích thực thi công bình xã hội, lấy ruộng đất của những nông dân giầu để chia cho nông dân nghèo kể cả nông dân không có ruộng đất phải đi làm thuê gọi là "tá điền" và "điền tốt". Chính quyền Cộng Sản công bố những chi tiết thống kê về kết quả của cuộc Cải Tạo Nông Nghiệp. Nhiều nhà nghiên cứu có thẩm quyền của Tây Phương chỉ dựa vào tài liệu chính thức của Nhà Nước, đã vội vã ca ngợi cuộc Cải Tạo Nông Nghiệp ở Miền Bắc là đem lại công bình xã hội cho nông dân. Sau khi những tin tức xác thực về cuộc cải tạo nói trên lọt ra ngoài vùng kiểm soát của họ Hồ, người ta nhận thấy các nhà nghiên cứu Tây Phương phần lớn đã quá ngây thơ. Những người Cộng Sản đi vào "giải phóng" Miền Nam trong suốt cuộc chiến rồi từ bỏ "Bác Hồ" trong chương trình Chiêu Hồi, đã kể lại sự thật về cuộc Cải Tạo Nông Nghiệp, sự phản bội lý tưởng công bình xã hội, và nhất là những vụ giết người tàn bạo qua các cuộc đấu tố của tòa án nhân dân. Cuốn sách The First Republic of Việt Nam đã trình bày chi tiết về cuộc Cải Tạo Ruộng Đất để các độc giả tham khảo.

2.2. Sự Thật về "Phân Chia Ruộng Đất"

Ngay sau khi ruộng đất được phân chia cho nông dân, họ Hồ đã ra Nghị Quyết số 16 của Trung Ương Đảng[11] tháng Tư 1959, quốc hữu hóa toàn bộ ruộng đất kể cả hồ ao, nông cụ và trâu bò để cầy bừa, và sau đó là sự thành lập Hợp Tác Xã nông Nghiệp nhằm tập thể hóa nông dân biến thành nông nô trong hệ thống làm ăn tập thể. Theo tài liệu chính thức của Nhà Nước thì cho tới tháng 9 năm 1960, có 83.27 phần trăm nông hộ[12] đã gia nhập hợp tác xã. Theo Nghị Quyết 16, tất cả mọi nông dân bây giờ biến thành vô sản, mất hết đất đai vừa mới cướp được của địa chủ. Mỗi ngày các xã viên của hợp tác xã làm việc từ 6 giờ sáng tới 6 giờ chiều để được cán bộ ghi "công điểm". Số công điểm tổng cộng mỗi tháng sẽ quyết định mỗi ngày một nông được lãnh bao nhiêu gạo[13]. Kể từ đó đất đai là của Nhà Nước. Nhà thơ Nguyễn Chí Thiện viết "Con cá, lá rau nát nhàu quản lý" để tóm lược sự kiểm soát toàn bộ cuộc sống của nông dân trong hợp tác xã. Cuộc "Cải Tạo Ruộng Đất vĩ đại", với hứa hẹn phân chia ruộng đất cho nông dân vô sản, rút cuộc là một cuộc bịp bợp vĩ đại. Các cây viết Tây Phương hoàn toàn mù tịt về điểm này.

2.2.1. Sách Lược Tiêu Diệt Đối Thủ Chính Trị

Về căn bản, cuộc Cải Cách Ruộng Đất chỉ là một sách lược của họ Hồ và đàn em sử dụng những hứa hẹn công bằng xã hội phối hợp với Tòa Án Nhân Dân, sử dụng và khích động nông dân vô sản đứng lên tàn sát những nạn nhân bị gán cho cái tên là "địa chủ ác ôn". Sự thực là họ Hồ và đàn em sử dụng đấu tố tại tòa án nhân dân để thủ tiêu rất nhiều kẻ thù có thật hoặc tưởng tượng vì đa nghi, trong đó có cả đảng viên Quốc Dân Đảng và cán bộ đảng Cộng Sản[14].

Nhiều ngàn nạn nhân của Cuộc Cải Tạo Ruộng Đất sẽ không bao giờ được được ai biết đến. Những tài liệu chính thức ghi nhận con số nạn nhân bị giết là 172,002.[15] Hàng ngàn nạn nhân bị liệt vào danh sách để bị giết đã thoát chết khi người ta khám phá là bị xử oan vì những sai lầm trong khi đấu tố. Họ đã được trả tự do khi có "chiến dịch Sửa Sai".[16] Con số thực sự của những nạn nhân bị giết sẽ không bao giờ biết được bao lâu mà chế độ Cộng Sản còn tồn tại. Nhưng "sự nghiệp" quan trọng nhất của họ Hồ trong cuộc Cải Tạo Ruộng Đất là: nó đã ngụy trang và nhanh chóng tiến hành cuộc thủ tiêu hàng loạt địch thủ chính trị theo kế hoạch của họ Hồ. Theo bén gót Stalin và Mao Trạch Đông, cuộc Cải Tạo Ruộng Đất được dùng để củng cố quyền lực chính trị của Hồ. Cùng chung con đường tàn bạo để đạt mục tiêu chính trị, Hồ không khác gì Stalin và Mao Trạch Đông, chỉ khác là ở quy mô nhỏ hơn. Một số nhà viết sử không nhận ra điều này một phần vì họ bị mắc lừa và một phần khác vì họ thiếu tin tức xác thực. Mặc dầu họ có thể là nhà nghiên cứu đứng đắn, nhưng họ đã không đủ khả năng nhìn thấu sự thật; điều may mắn là có nhiều người khác đã có thể phơi bày được sự thật.[17]

Vì thế, cuộc Cải Tạo Ruộng Đất là một biến cố có tính cách quyết định để lộ ra bản chất thật của Hồ Chí Minh và đàn em là những đệ tử trung thành của ý thức hệ Stalin và Mao Trạch Đông, do đó họ đã áp dụng phương pháp đấu tranh Cộng Sản để đàn áp và phản bội dân tộc Việt Nam. Và nó cũng cho thấy truyện gì đương chờ đợi dân tộc Việt Nam nếu không ai đứng lên để chống lại họ Hồ. Đó là kế hoạch bí mật tối hậu của họ Hồ cùng với những chi tiết đã bị tiết lộ qua những cuộc phỏng vấn những tù binh và những hồi chánh viên rời bỏ hàng ngũ Việt Cộng, mặc dù giới lãnh đạo Miền Nam lúc đó, qua những nguồn tin tình báo chiến lược, đã biết một cách đại cương về dự tính xâm lược của họ Hồ.

2.2.2. Kéo Dài Vai Trò Thống Trị Của Một Nhóm Giặc Cướp

Phương pháp thực hiện Cải Tạo Ruộng Đất rồi kết thúc nó qua chiến dịch sửa sai như ta đã biết cho thấy Hồ Chí Minh có một khả năng đáng sợ: đó là chẳng những họ Hồ có thể phạm những tội giết người ghê gớm, nhưng sau đó vẫn tỉnh bơ và tiếp tục nắm vững quyền hành. Sau khi thủ tiêu nhiều ngàn nạn nhân vô tội qua những cuộc đấu tố của Tòa Án Nhân Dân,[18] họ Hồ đứng trước một tình trạng nội loạn vì những cuộc phản đối bùng lên khắp nơi.[19] Dịp này trùng với cuộc viếng thăm của Khrushchev tại Hà Nội. Điều nực cười là vào lúc đó Stalin, thần tượng của "bác Hồ", vừa mới chết, và người kế vị Stalin là Khrushchev đã tố cáo những tội ác của Stalin cũng chính là những tội ác mà Hồ đang phạm, nhân danh Cải Tạo Ruộng Đất ở Miền Bắc.[20] Mặc dầu họ Hồ ngậm tăm về cuộc Cải Tạo đang tiến hành trong khi Khrushchev đang có mặt tại Việt Nam, nhưng đứng trước tình trạng nội loạn, trong thâm tâm Hồ đang chuẩn bị "xuống thang" cuộc bạo hành này qua những diễn biến sau đây:

a/ Một chiến dịch "Sửa Sai" được chuẩn bị để chấp nhận những sai lầm trong cuộc Cải Tạo Ruộng Đất.[21] Chiến dịch này được bắt đầu sau những đợt học tập về Đại Hội 20 của Trung Ương Đảng Liên Xô , và Hồ có nhu cầu phải theo đuôi Liên Xô nhằm sửa chữa những sai lầm trong cuộc Cải Tạo Ruông Đất.

b/ Trong một buổi xuất hiện trước công chúng, Hồ đã khóc lóc và đổ tội cho cấp dưới làm sai.[22] Dù dân chúng Miền Bắc lúc đó có tin hay không tin vào mấy giọt nước mắt của Hồ, hoặc biết kẻ chủ mưu chính là họ Hồ, thì họ cũng nín thinh vì biết rằng họ không đủ sức đối phó với một kẻ nguy hiểm, đầy mưu mẹo này vì hắn nắm toàn bộ quyền lực và súng đạn trong tay. Nằm trong kế hoạch sửa sai, hai con dê tế thần là Trường Chinh và Hồ Viết Thắng, hai nhân vật lãnh đạo của Đảng, bị mất chức nhưng không chịu hình phạt gì cả. Không có một tòa án nào được thiết lập để xử những người có trách nhiệm trong vụ án Cải Tạo Ruộng Đất, trong đó nhiều ngàn người bị giết oan qua các vụ đấu tố.

c/ Võ Nguyên Giáp được cử ra thuyết trình trước Trung Ương Đảng để xác nhận rằng có nhiều sai lầm trong Cải Tạo Ruộng Đất, do các cán bộ đã "quá tay". Võ Nguyên Giáp đã được Đảng đề cao uy tín và "đánh bóng" sau trận Điện Biên Phủ. Do đó Giáp được sử dụng để xin lỗi nhân dân.

Rút cục là chiến dịch Sửa Sai chỉ nhằm mục đích giúp cho một tình trạng nội loạn có cơ hội "xì hơi" và tránh một sự bùng nổ nguy hiểm trên toàn quốc khiến chế độ của Hồ có thể sụp đổ. Nó cho thấy dưới nền pháp trị của Hồ, những tội phạm to lớn tầy đình của Hồ và đàn em có thể được dễ dàng tẩy xóa bằng một câu: “Xin lỗi, tôi đã làm bậy”, kèm theo một ít giọt nước mắt. Thế là xong!

Cái đó được Hồ gọi là Sửa Sai. Do đó, chế độ Cộng Sản của họ Hồ, cũng như Cộng Sản của Mao và của Stalin, đã để lộ bản chất của một đám giặc cướp có khả năng tổ chức cao, chẳng những có thể tránh thoát những hoàn cảnh khó khăn nhất, mà còn có thể kéo dài sự tồn tại từ sau cuộc Cải Tạo Ruộng Đất cho tới ngày nay.

2.3. Thực Tế Của Vấn Đề Trung Cộng

Cuộc Cải Tạo Ruộng Đất là một biến cố định hình cho thấy bản chất phản quốc của Hồ Chí Minh và bọn đàn em đã đi ngược lại quyền lợi của người dân Việt Nam để phục vụ quyền lợi Trung Cộng trong khi tuân theo chỉ thị của những cán bộ họ Mao. Ngược lại dòng lịch sử trong cuộc chiến tranh chống Pháp, sau chiến dịch Cao-Bắc-Lạng[23] năm 1949-1950, Hồ và đàn em bắt đầu ngả theo Mao, Quân Đội Nhân Dân[24] nhận các cố vấn Trung Cộng làm thầy, âm thầm để các cố vấn kiểm soát và chỉ huy trong các đợt học tập chính trị và chiến dịch quân sự kể cả chiến dịch Điện Biên Phủ.[25]

Sau trận Điện Biên Phủ, thực tế của vấn đề Trung Cộng trở nên quyết liệt hơn: a/ Hồ bắt đầu bằng một bài viết ca tụng “Kinh nghiệm Trung Quốc trong mọi mặt của cuộc sống”; b/ Cố Vấn Trung Cộng ảnh hưởng lớn mạnh trong chiến lược điều khiển và kiểm soát về mặt chính trị và xã hội. Ngay từ lúc đó, Hồ đã nhượng bộ trước áp lực của Trung Cộng trong vấn đề kiểm soát tư tưởng và chuẩn bị cho cuộc Cải Tạo Ruộng

Đất.[26] c/ Sau trận Điện Biên Phủ, Mao đã nắm thế tay trên đối với Hồ, và thực tế là Trung Ương Đảng Cộng Sản Việt Nam đã hoàn toàn phục tòng Trung Cộng.[27] (Ở đây ta nên ghi nhớ là phe thân Liên Xô lúc đó là thiểu số trong Trung Ương Đảng)

Sự phục tòng của Hồ dưới sự kiểm soát và điều khiển của Trung Cộng trở nên một mối đe dọa rất đáng sợ đối với tương lai của Việt Nam nếu Miền Nam bị Bắc Việt xâm lăng và thống trị. Đó là mối quan tâm lớn nhất của giới lãnh đạo Miền Nam vào lúc đó.[28]

2.4. Hồ Chuẩn Bị Chiến Tranh

Như đã trình bày ở trên, sự chuẩn bị quân sự của họ Hồ để xâm lăng, cộng với kinh nghiệm của cuộc Cải Tạo Ruộng Đất, và sự thần phục Trung Cộng của Hồ Chí Minh là ba yếu tố quan trọng nhất khiến Miền Nam Việt Nam phải đứng lên chống lại cuộc xâm lăng của Miền Bắc. Đồng thời với cuộc Cải Tạo Ruộng Đất, năm 1956 Hồ Chí Minh đã chuẩn bị cho cuộc xâm lăng Miền Nam bằng cách kín đáo động viên nhân lực qua một kế hoạch được gọi là Tổng Biên Chế Quân Đội Nhân Dân của Bắc Việt,[29] trong đó một phần quân đội được giải ngũ và chuyển sang nhiệm vụ sản xuất trong các "Công Trường" và "Nông Trường". Việc tổ chức những công trường và nông trường này nhằm che dấu những chuẩn bị bí mật của một cuộc xâm lăng võ trang qua vĩ tuyến 17, một cuộc chiến tranh bí mật và phức tạp mà qua nhiều thập niên đã khiến nhiều nhà nghiên cứu và chiến lược gia xa lông của Tây Phương phải bối rối vì không hiểu nổi.

Một vài học giả Tây Phương và một số nhân vật truyền thông đã im lặng về những sự kiện nói trên. Có phải vì họ không quan tâm, hoặc không thèm để ý, hoặc giả vờ không biết?

2.5. Họ Hồ Phát Tín Hiệu Chiến Tranh

Hiệp ước Genève 1954 đã phân chia hai Miền Nam Bắc qua vĩ tuyến 17, đưa đến việc di chuyển cán bộ chính trị và quân sự của Cộng Sản ở Miền Nam ra Miền Bắc, kể cả thường dân nếu họ muốn. Tương tự như vậy, những viên chức chính trị và quân sự cũng như hành chính, kể cả thường dân không Cộng Sản được di chuyển từ Bắc vào Nam để định cư theo như họ mong ước, đưa đến một cuộc di cư khổng lồ của gần một triệu người Miền Bắc và cuộc tái định cư vĩ đại ở Miền Nam. Trên thực tế, họ Hồ đã để lại Miền Nam nhiều ngàn cán bộ Cộng Sản nằm vùng bí mật cùng với vũ khí chôn dấu, để chờ đợi một cuộc chiến tranh tương lai chống lại Việt Nam Cộng Hòa.[30] Tất cả lực lượng nằm vùng được lệnh chờ đợi tín hiệu của Hồ phát ra từ Hà Nội. Trong khi chờ đợi, cán bộ của Hồ xúc tiến một cuộc "chiến tranh âm thầm" để đe dọa an ninh tại nhiều vùng hẻo lánh ở thôn quê thuộc Đồng Bằng Cửu Long,[31] gồm có những hoạt động khủng bố lẻ tẻ như ám sát các viên chức xã ấp, nhất là các giáo viên, các cán bộ y tế và công dân vụ, là những người có khả năng lãnh đạo ở thôn quê. Thêm vào đó, chuyên viên khủng bố của Hồ xúc tiến các chiến dịch gài mìn và giật mìn trên quốc lộ liên tỉnh, với mục đích làm suy yếu ảnh hưởng của chính quyền tại Miền quê của Đồng Bằng Cửu Long. Trong mục đích tuyên truyền tô vẽ một phong trào chống đối địa phương của Miền Nam, những hoạt động nói trên tuyệt đối tránh để lộ mối liên hệ trực thuộc Hồ Chí Minh.

Đứng trước mối đe dọa xâm lăng của họ Hồ, Tổng Thống

Diệm phải lợi dụng thời gian 4 năm hòa bình để tái thiết đất nước, đồng thời phải tỉnh táo quan tâm tới vấn đề an ninh quốc gia. Những thành công đáng kể của Ông Diệm gồm có việc xây dựng một nền kinh tế thịnh vượng và phát triển ngoại thương cũng như ngoại giao với hơn năm mươi quốc gia trên thế giới.

Cũng trong thời gian đó, Miền Bắc suy sụp tan hoang dưới nền kinh tế tập trung và hệ thống chính trị chuyên chính. Nếu một cuộc tổng tuyển cử hoàn toàn tự do được tổ chức vào lúc đó (năm 1959) để thống nhất đất nước thi chắc chắn họ Hồ sẽ đi luôn. Đứng trước nguy cơ bị diệt vong, Lê Duẩn được phái vào Nam để tìm hiểu tình hình, và do nhận định của Lê Duẩn, Cộng Sản Miền Bắc đã phát động chiến dịch Đồng Khởi[32] vào ngày 20 tháng 7, 1959. Đó là một chiến dịch khủng bố lan rộng tại nhiều vùng nông thôn của đồng bằng Cửu Long trong đó đặc công Cộng Sản đã ám sát các viên chức xã ấp, các cán bộ dân sự có khả năng lãnh đạo ở nông thôn. Cùng lúc đó, Cộng Sản dựng lên một phong trào bù nhìn mang danh hiệu Mặt Trận Dân Tộc Giải Phóng Miền Nam, viết tắt là MTGP, tự xưng là đại diện cho những "người dân Miền Nam bị đàn áp" dưới "ách độc tài Ngô Đình Diệm" do Mỹ bảo trợ. Sự ra đời của MTGP không có ảnh hưởng gì đến đa số người dân Miền Nam, nhưng mục đích của nó là để lôi kéo sự chú ý của giới truyền thông và học giả Tây Phương, nhất là Hoa Kỳ. Đó chính là mục đích cốt yếu của họ Hồ. Và đó cũng là một cơ hội cho họ Hồ ôm bụng cười muốn tắc thở vì sự ấu trĩ của giới trí thức Tây Phương, vốn tưởng nhầm rằng MTGP đại diện cho tầng lớp nhân dân Miền Nam được coi là bất mãn dưới "chế độ Diệm độc tài".

2.6. Nội Chiến hay là một Cuộc Chiến Chống Cộng Sản Miền Bắc Xâm Lược?

Vấn đề chính là mối đe dọa xâm lược từ Cộng Sản Miền Bắc, sử dụng chiến tranh nhân dân qua công cụ Cộng Sản, một mạng lưới chiến tranh mà Cộng Sản Miền Bắc điều động qua cánh tay nối dài ở Miền Nam, được gọi là Trung Ương Cục Miền Nam, viết tắt là TUCMN (thối thân của Xứ Ủy Nam Kỳ trong thời Chiến Tranh chống Pháp). Sự thành lập MTGP là một màn lừa bịp những người vô tâm để họ nghĩ rằng những lời báo động về Miền Bắc Xâm Lăng chỉ là sự diễn dịch sai lầm về một cuộc nội chiến trong nội bộ Miền Nam. Đây là một nhu cầu chiến lược quan trong đối với họ Hồ, nhằm thuyết phục thế giới bên ngoài rằng cuộc chiến tranh sắp tới là một cuộc nội chiến [33] mà Hoa Kỳ không có lý do can thiệp. Theo đúng ý muốn của Hồ, giới trí thức thiên tả, giới truyền thông, và một số viên chức có thẩm quyền của Bộ Ngoại Giao Hoa Kỳ cũng tin theo thuyết "nội chiến". Để đối phó với cuộc "Nội Chiến", họ cổ vũ cho việc tập trung vào giải pháp chính trị, chứ không phải là giải pháp quân sự. Họ đề cao phong trào "hòa bình" và làm suy yếu chính quyền Việt Nam Cộng Hòa đứng trước sức tấn công của Cộng Sản. Họ chủ trương liên lạc với phe đối lập để điều đình. Đặc biệt là họ nhấn mạnh vấn đề gây dựng những lãnh tụ đối lập và sử dụng những phần tử này để vận động Hoa Kỳ "chém vè" và bỏ cuộc khi cần thiết.[34]

Một mặt, có nhiều người biết rõ là Bắc Việt lúc đó đang tiến hành cuộc xâm lăng Miền Nam trong một kế hoạch rất tinh vi, và MTGP chỉ là một con rối được điều khiển từ Miền Bắc. Phần lớn những người am hiểu vấn đề là thuộc cánh Hữu, là những người ủng hộ Nam Việt Nam. Dĩ nhiên phe Tả làm ngơ những điều họ biết là thật hay giả. Họ về hùa theo chủ thuyết "nội chiến" tại Miền Nam và giả vờ không biết gì về cuộc xâm lược của họ Hồ.

Mặt khác, những người bảo thủ trong nền chính trị Hoa Kỳ chủ trương tập trung vào việc dùng chiến tranh để giải quyết cuộc xâm lăng của họ Hồ từ Miền Bắc.[35] Một khi thắng xong cuộc chiến, vấn đề MTGP sẽ tự nó biến mất. Họ chủ trương tiếp tục hỗ trợ chính quyền hợp pháp của Miền Nam và nhấn mạnh rằng cần phải làm ngơ phong trào "phản chiến" vì phong trào đó chỉ là dụng cụ của họ Hồ trong chiến lược xâm lăng nhằm xoi mòn sự quyết tâm của giới lãnh đạo Hoa Kỳ trong đường lối hỗ trợ Nam Việt Nam chống lại Cộng Sản xâm lược.

Cho tới đây, nội dung chính của vấn đề được thảo luận gồm có ba tiêu điểm: a/ Nam Việt Nam và đồng minh Hoa Kỳ đồng ý về một cuộc xâm lăng của Miền Bắc chắc chắn sẽ xẩy ra. Tuy nhiên, mặc dầu Nam Việt Nam chủ trương nên huấn luyện quân đội Miền Nam theo chiến tranh phi quy ước, nhưng cả Hoa Kỳ và Miền Nam đều bị bất ngờ đối với hình thái chiến tranh mà Hà Nội đem tới; b/ trong khi chính quyền Eisenhower ủng hộ Nam Viết Nam hết mình trong cuộc chiến chống Cộng, những vị tổng thống Dân Chủ kế nhiệm Tổng Thống Eisenhower đã thiếu hiểu biết về bản chất của cuộc chiến và cách giải quyết cuộc chiến; c/ sự thiếu hiểu biết về bản chất của chiến tranh phi quy ước đã có hậu quả tiêu cực về phương diện quân sự và chính trị. Tình trạng này kéo dài trong nhiều năm trước khi người ta tìm ra một chiến lược hữu hiệu, thì lại đúng vào lúc Hoa Kỳ quyết định bỏ rơi Nam Việt Nam.

3. CHIẾN TRANH PHI QUY ƯỚC – CHIẾN TRANH NHÂN DÂN

Hình thái chiến tranh phi quy ước [36] mà Cộng Sản thực hành ở Việt Nam thường được gọi là "chiến tranh nhân dân" theo Mao Trạch Đông và được các cán binh du kích ca tụng là " vô địch" và "bách chiến bách thắng". Tại Miền Nam Việt Nam, điều ca tụng trên quả là đúng trong một thời gian nhiều năm, và gây nhiều tai hại cho công cuộc chiến tranh chống phiến loạn, cho tới khi người ta khám phá ra bí quyết của "chiến tranh nhân dân" như sẽ đươc trình bày dưới đây.

3.1. Quan Niệm – Thế nào là Quy Ước và Phi Quy Ước

Từ ngữ chiến tranh "phi quy ước" [37] bắt nguồn từ nhóm chữ "chiến tranh quy ước" do nhân loại sử dụng tứ mấy trăm năm qua. Quy ước quốc tế đầu tiên về chiến tranh bắt nguồn từ tác phẩm của Hugo Grotius có tên là *De Jure Belli Ac Pacis*, có nghĩa là "*Những Luật Lệ về Chiến Tranh và Hòa Bình*", xuất bản năm 1625. Sau đó đã có nhiều luật quốc tế gọi là "quy ước" để quyết định cách tiến hành chiến tranh cho đúng sự thỏa thuận quốc tế. Nói một cách vắn tắt, một quân đội theo quy ước quốc tế phải tuân theo bốn quy ước về chiến tranh: thứ nhất, quân đội đó phải có một cấp chỉ huy rõ rệt; thứ hai, quân đội đó phải mặc quân phục; thứ ba, quân đội đó phải mang vũ khí công khai cho mọi người có thể nhìn thấy; và thứ bốn, quân đội đó phải tuân thủ những quy ước của chiến tranh.

Từ ngữ "chiến tranh quy ước" đã trở thành quen thuộc trong thời gian gần đây, nghĩa là kể từ sau đệ nhị Thế Chiến, từ ngữ "chiến tranh **phi quý ước**" được dùng để chỉ những loại chiến tranh không tuân thủ bất cứ quy luật nào đã được quốc tế công nhận. Do đó, những quân đội tiến hành chiến tranh mà không tuân theo quy ước quốc đã có thì được liệt kê là quân đội "phi quy ước". Trước kia, những quân đội này được gọi là "du kích quân", ví dụ trong Chiến Dịch Bán Đảo Wellington năm 1808, những chiến binh phi quy ước được gọi là "du kích quân" (guerrilla).

3.2. Tổ Chức và Nhiệm Vụ - Hạ Tầng Cơ Sở (Chi Bộ Xã)

Trong chiến trường Việt Nam, quân du kích là một thành phần căn bản của tổ chức phi quy ước ở cấp thấp nhất, gọi là hạ tầng cơ sở, gồm có ba thành phần: a/ "chi bộ xã"; b/ lực lượng du kích; và c/ Nông Hội, Hội Thanh Niên Giải Phóng, và Hội Phụ Nữ Giải Phóng.

Trên nhiều phương diện, **chi bộ xã**, hay "hạ tầng cơ sở" của tổ chức Cộng Sản tại nông thôn là phần tử cốt lõi tạo nên sức mạnh của Chiến Tranh Nhân Dân. Tổ chức của chi bộ xã gồm đảng viên nắm các vị trí then chốt như: **bí thư** chi bộ xã là người đứng đầu và chỉ huy, với sự hỗ trợ của các **ủy viên** như quân sự, an ninh, binh vận, tài chánh, tuyên-văn-giáo (tuyên truyền, văn hóa, và giáo dục) và nông hội, gồm có nông dân, thanh niên giải phóng và phụ nữ giải phóng. Điều kiện tiên quyết của một "xã-giải-phóng" là ngoài các vai trò ủy viên do các đảng viên nắm giữ, còn phải có các hội nông dân, thanh niên giải phóng và phụ nữ giải phóng. Nếu thiếu ba hội nói trên, một xã do Việt Cộng kiểm soát chỉ được gọi là xã xôi đậu.

Vai trò quan trọng nhất trong chi bộ xã là bí thư chi bộ có trách nhiệm lãnh đạo và phải là đảng viên Công Sản, cũng như 5 ủy viên quân sự, an ninh, binh vận, tài chánh và tuyên văn giáo.

Vai trò quan trọng thứ hai trong chi bộ xã là ủy viên quân sự, phụ trách lực lượng du kích xã, và chịu trách nhiệm điều động các công tác quân sự trong xã, hoặc nếu nhu cầu đòi hỏi thì điều động công tác quân sự ở cấp huyện qua sự hợp tác với các xã lân cận.

Vai trò quan trọng thứ ba trong chi bộ xã là ủy viên an ninh, chịu trách nhiệm về an ninh cho chi bộ xã, lo việc bảo vệ an toàn cho chi bộ. Hiểu theo nghĩa tích cực, ủy viên an ninh còn điều động nhân sự trong công tác khủng bố, như bắt cóc, giam giữ con tin, ám sát hoặc phá hoại (ví dụ như đặt mìn, giật mìn trên xa lộ, cắt đường giao thông).

Ủy viên binh vận chịu trách nhiệm tuyên truyền đối với quân đội Cộng Hòa, nhằm lôi kéo họ đào ngũ, rã ngũ (rã ngũ có nghĩa là không ngưng chiến đấu, nhưng trốn về gần gia đình để tiếp tục chiến đấu ở địa phương của mình).

Các công tác quan trọng khác của chi bộ xã bao gồm việc thu thập tin tức tình báo về hoạt động quân sự, chính trị của chính quyền Việt Nam Cộng Hòa. Chi bộ xã cũng có nhiệm vụ học tập những nghị quyết về chính sách ở cấp Huyện đưa xuống để theo đó mà thi hành. Chi bộ xã có nhiệm vụ theo rõi những hành động và chính sách của chính quyền quốc gia, để phản ứng và đối phó. Chi bộ xã còn có nhiệm vụ cung cấp nhân lực, tiền bạc, lương thực tùy theo nhu cầu của cấp trên, từ TƯCMN đưa chỉ thị xuống.

Về phương diện nhân lực, chi bộ xã cung cấp người để bổ xung cho hàng ngũ du kích địa phương từ xã ấp lên tới "huyện đội" (cấp đại đội) và "tỉnh đội" (cấp tiểu đoàn). Nguồn nhân lực này lấy từ các nông hội, hội thanh niên giải phóng, và hội phụ nữ giải phóng. Trong trường hợp có những cuộc hành quân lớn cần nhiều sự hỗ trợ nhân lực, nhiều chi bộ xã cùng cung cấp dân công để chuyển vận lương thực, súng đạn, thuốc men, để bố trí tại những địa điểm đã được định trước cho cuộc hành quân, và sẵn sàng cho lực lượng hành quân tiếp nhận và sử dụng. Những dân công nói trên còn kiêm cả nhiệm vụ tải thương, che dấu những xác chết của đồng bọn sau mỗi cuộc đụng độ, với mục đích che dấu tổn thất của Cộng quân. Điều này giải thích tại sao số xác chết đếm được trên chiến trường thường thường ít hơn số tổn thất thực sự của Việt Cộng, theo như sự kể lại của những hồi chánh viên.[39] Mặt khác, Phillip Jenning trong cuốn "The Politically Incorrect Guide to the Vietnam War" cũng xác nhận những lời báo cáo như trên.[40]

3.2.1. Tầm Quan Trọng của Chi Bộ Xã - Một Tổ Chức Bí Mật

Vì những lý do nói trên, chi bộ xã là sức mạnh chính của bộ máy chiến tranh nhân dân. Thứ nhất, nó nắm vững vấn đề lãnh đạo chính trị ở cấp thấp nhất, nên được gọi là hạ tầng cơ sở; thứ hai, với lực lượng du kích, nó cung cấp sức mạnh quân sự; thứ ba, với hội nông dân và thanh niên giải phóng nó cung cấp nguồn nhân lực và vật lực. Trong tổ chức nói trên, chi bộ xã là thành phần cốt lõi của bộ máy chiến tranh nhân dân, và vì thế, nó cần được giữ rất bí mật, và cần được bảo vệ bằng mọi giá. Trên chiến trường, lực lượng du kích có thể chịu tổn thất, nhưng tổn thất nhân lực có thể được thay thế nhờ có nông hội (hội nông dân) và hội thanh niên thanh nữ giải phóng.

Sự hữu hiệu và sự sống còn của bộ máy chiến tranh phi quy ước phụ thuộc vào sự hữu hiệu của hạ tầng cơ sở của du kích quân Cộng Sản, nhất là sự lãnh đạo của chi bộ xã. Vì nhu cầu sống còn của chiến tranh phi quy ước, hạ tầng cơ sở cần có dân ủng hộ và bảo vệ. Điều kiện tiên quyết để được dân bảo vệ là khả năng chiếm được cảm tình và sự tin cậy của dân, sau đó mới dùng đến sự đe dọa để "vận dụng " dân làm những việc trái với ý muốn của họ.

3.2.2. Làm thế nào để chiếm được cảm tình của dân?

Muốn chiếm được cảm tình của dân, trước hết cán bộ Cộng Sản nằm vùng thường phải giấu kỹ sự liên hệ Cộng Sản, và chỉ khai thác những bất mãn của người dân đối những khuyết điểm của chính quyền địa phương ở cấp xã, ấp, hay quận (huyện), là những truyện trực tiếp liên quan đến quyền lợi của dân chúng nông thôn, như vấn đề thuế má, đi lính, cải cách điền địa, hoặc những lạm dụng quyền lực của viên chức chính quyền địa phương. Cán bộ Cộng Sản phải tỏ ra đồng tinh với dân, đứng về phe của dân, chống việc nộp thuế, truyện đi lính, và đặc biệt là chống lại những lạm dụng quyến lực của viên chức địa phương. Những bước đầu tiên này giúp cán bộ Cộng Sản chiếm được cảm tình của nông dân chất phác. Dĩ nhiên, ban đầu cán bộ Cộng Sản phải biết dùng lời lẽ ngon ngọt để lừa bịp, hứa hẹn giúp thanh niên trốn lính bằng cách rủ rê họ đi theo vào "bưng", xúi dân đừng nộp thuế để tạo sự bất hợp tác với chính quyền.

3.2.3. Tổng Thống Diệm Đối Phó Ra Sao?

Phần trên đây là điểm khởi đầu để một xã có thể biến thành "giải phóng" hay không, tùy theo người dân có làm theo lời tuyên truyền của cán bộ Cộng Sản hay không? Vấn đề này thay đổi theo thời gian, cũng như tùy theo sự phản ứng và đối phó của chính quyền quốc gia. Dưới thời Tổng Thống Ngô Đình Diệm, để đối phó với sự xâm nhập của cán bộ vào xã ấp, chính quyền đã đề ra chương trình Ấp Chiến Lược để tách rời cán bộ Cộng Sản ra khỏi vùng nhân dân cư ngụ khiến cán bộ Cộng Sản không thể tiếp xúc vơi dân.[41] Kế hoạch Ấp Chiến Lược có những khuyết điểm về thiên nhiên cũng như về nhân sự. Về thiên nhiên, dân chúng Miền Nam, nhất là vùng đồng bằng Cửu Long, quen sống độc lập với nhà ở thưa thớt cách xa nhau. Khi ấp chiến lược được thiết lập, nhiều gia đình vốn sống cách xa nhau đã bị bắt buộc phải rời chỗ ở để di chuyển và tập trung vào một khu gọi là Ấp Chiến Lược có hàng rào bảo vệ và người dân có vũ khí để tự vệ. Điều này là một khuyết điểm gây nhiều bất mãn và phản đối tại một số địa phương thuộc Miền Đồng Bằng Cửu Long. Mặt khác, những khó khăn về điều khiển nhân sự và thi hành kế hoạch Ấp Chiến Lược cũng gây ra trở ngại, như nạn tham nhũng, tại một số địa phương.[42] Mặc dầu những khuyết điểm nói trên, kế hoạch ấp chiến lược đạt được mục tiêu chính yếu là cô lập được cán bộ Cộng Sản và ngăn cản chúng không xâm nhập vào vùng nông thôn của Quốc Gia.

Cũng cần ghi nhận ở đây là đại sứ Nolting là người hiểu được quan niệm Ấp Chiến Lược và ủng hộ chương trình này. Những người khác ủng hộ Kế Hoạch Ấp Chiến Lược gồm có Rufus Phillips là người hiểu được mục tiêu chính trị của Ấp Chiến Lược, cũng như Tướng Paul Harkins, người đứng đầu MACV.[43] Mặt khác, có những người Mỹ không đồng ý với ý niệm Ấp Chiến Lược như Roger Hilsman của Bộ Ngoại giao Hoa Kỳ vì suy nghĩ khác về cách giải quyết vấn đề của kế hoạch đó.[44]

3.2.4. Kennedy Gây Đổ Vỡ

Tiếc thay, năm 1963 chính quyền Kennedy lật đổ chính quyền Việt Nam Cộng Hòa, sát hại Tổng Thống Diệm cùng bào đệ Ngô Đình Nhu và đưa Tướng Dương Văn Minh lên thay thế. Tướng Dương Văn Minh không có khả năng lãnh đạo, không hiểu gì về quốc sự,[45] làm nhiều việc sai lầm quan trọng, trong đó có việc gỡ bỏ Ấp Chiến Lược và thả tự do tất cả các cán bộ Cộng Sản, với lý do là chúng bị bắt vì bất đồng chính kiến với nhà cầm quyền. Ngoài ra, Dương Văn Minh còn cách chức hàng loạt các tỉnh trưởng bị coi là thuộc Đảng Cần Lao [46] và thay thế họ bằng tay chân của Thích Trí Quang, bất kể họ có đủ khả năng cần thiết cho việc lãnh đạo một tỉnh trong thời loạn hay không. Hậu quả của yếu tố Kennedy và Dương Văn Minh đưa đến sự đổ vỡ của nền an ninh của vùng nông thôn, và giúp cho sự phát triển mạnh mẽ của Công Sản ở khắp vùng nông thôn. Mặt khác cuộc đảo chính do Kennedy gây ra đã kéo theo nhiều cuộc đảo chính liên tiếp [47] và làm suy yếu thượng tầng lãnh đạo của Miền Nam. Cộng Sản trong Nam do đó có cơ hội vươn lên qua các trận tấn công tại Bình Giả và Đồng Xoài vào năm 1964 và 1965.[48] Mặt khác, Cộng Sản Hà Nội đã nhân cơ hội này đổ quân vào Miền Nam như chúng ta sẽ phân tích trong Phân Đoạn 6 của bài này. Mục đích của Phân Đoạn 3 này nhằm phân tích trong hoàn cảnh nào các "xã giải phóng" đã vươn lên với Chiến Tranh Nhân Dân, và trong hoàn cảnh nào các "xã giải phóng" lại suy tàn khi chiến tranh nhân dân đi vào thoái trào.

Để có một ý niệm cụ thể về số "xã giải phóng" ở Đồng Bằng Cửu Long đi theo với cao trào và thoái trào của chiến tranh nhân dân,[49] ta hãy phân tích báo cáo của William Colby trong cuốn "LostVictory" do nhà xuất bản Contemporary Books, 1989. Trang 420 và 421.

3.2.5. Cao Trào và Thoái Trào của Chiến Tranh Nhân Dân

Cao trào của chiến tranh nhân dân bắt đầu sau khi Tổng Thống Kennedy lật đổ Tổng Thống Diệm, gây ra tình trạng cực kỳ xáo trộn ở Miền Nam, và tạo cơ hội cho Cộng Sản phát triển hạ tầng cơ sở ở nông thôn, và tiến lên đánh một số trận gây tiếng vang như Trận Bình Giả và Đồng Xoài. Những trận đánh này tuy chưa có giá trị dứt điểm, nhưng đã giúp các xã giải phóng bành trướng thêm trên các vùng nông thôn. Tiếp theo đó, Hồ chí Minh đã đổ vào Nam một số Trung Đoàn qua Đường Mòn Hạ Lào, và Hoa Kỳ cũng đổ quân vào Miền Nam trong chiến lược cứu nguy Miền Nam.

Giai đoạn bành trướng mạnh của Cộng Sản bắt đầu từ đây cho tới năm 1967 thì khựng lại và đi vào thoái trào kể từ Tết Mậu Thân và tàn lụi sau đó. Trang 420 của cuốn sách Lost Victory cho thấy thống kê bằng hình trên bản đồ về sự hiện diện của xã giải phóng vào năm 1967, tức là trước trận Tổng Công Kích Tết Mậu Thân. Trang 421 cho thấy năm 1971,[50] tức là 3 năm sau Trận Tết Mậu Thân, số xã giải phóng hoàn toàn biến mất trên bản đồ của Đồng Bằng Cửu Long.

3.2.6. Ba Phần Tư Đất Đai ? – Bốn Phần Năm Dân Số ?

Phần trên đây giới thiệu một cách đại cương về những đặc tính của bộ máy chiến tranh nhân dân, thế nào là hạ tầng cơ sở, thế nào là một chi bộ xã, thế nào là một xã giải phóng, thế nào là một xã xôi đậu. Ta cũng được khai tâm về vai trò cực kỳ quan trọng của chi bộ xã trong chiến tranh. Từ đó ta cũng có thể suy ra ba điểm quan trọng: thứ nhất, trong kế hoạch chống lại chiến tranh nhân dân kiểu Mao Trạch Đông, điểm thiết yếu nhất không phải là đi tìm lực lượng võ trang của nó để tiêu diệt, mà phải là tiêu diệt chi bộ xã, một cơ phận cực kỳ bí mật; thứ hai, do đó, cơ phận hữu hiệu để lùng và diệt chi bộ xã phải dựa vào tình báo nhân dân, và nhân dân địa phương; thứ ba, sau khi tiêu diệt được chi bộ xã thì lực lượng du kích, nông dân, và dân công sẽ không còn hữu hiệu và mất phương hướng hoạt động.

Một câu hỏi được đặt ra là: Đài Phát Thanh Giải Phóng và Đài Phát Thanh Hà Nội thường khoe rằng PTGP đã kiểm soát "ba phần tư đất đai và bốn phần năm dân số Miền Nam", vậy điều đó thực hư ra sao? Câu trả lời là: điều đó hoàn toàn do trí tưởng tượng phong phú của bộ máy tuyên truyền Cộng Sản và không có tài liệu nào để chứng minh.

Trên đây là thực tế và tầm quan trọng của chi bộ xã trong khuôn khổ "chiến tranh nhân dân", xét trên phương diện tổ chức và hoạt động ở Miền Nam Việt Nam.

3.3. Khía Cạnh Chiến Thuật - Những Lợi Thế của Chiến Tranh Phi Quy Ước

Trên phương diện hành quân và chiến thuật, chi bộ xã gồm các ủy viên hỗ trợ cho việc chuyển quân và chuẩn bị chiến trường. Thay vì dùng bản đồ trong việc hành quân, chi bộ xã cung cấp giao liên để hướng dẫn các chiến binh, cũng như cung cấp tin tức tình báo diện địa cho việc hành quân. Bởi vì cơ giới (như xe cộ) không có trong chiến tranh du kích, chi bộ xã phải cung cấp dân công trong việc vận chuyển lương thực, vũ khí, cũng như chôn xác chết sau mỗi lần đụng trận.

3.3.1. Lợi thế trên phương diện hành quân

Một lợi thế to lớn của các chiến binh phi quy ước là các

du kích quân không bao giờ mang quân phục, không đi giầy, không đeo lon hoặc phù hiệu. Nếu một du kích quân không để lộ vũ khí mà họ mang theo trong người, thì trông họ giống như một nông dân vô tội. Nếu du kích quân này gặp một binh sĩ trong quân đội quy ước, lợi thế rõ rệt ở phía du kích quân vì hắn hoàn toàn có quyền quyết định ra tay trước để chiến thắng với vũ khí giấu trong người. Vấn đề diễn ra có thể trong một giây phú ngắn ngủi. Vì lý do trình bày ở trên, người lính quy ước không khoái đánh nhau với quân du kích trong cuộc đọ súng bất cân xứng.

Vì lý do nói trên, Ông Diệm và ông Nhu muốn cơ cấu của quân đội được tổ chức giựa trên nhân sự địa phương và quân lính được tuyển dụng ngay tại xã ấp địa phương là nơi các quân nhân này am hiểu tình hình địa phương, và biết được ai là thù, ai là bạn. Tuy nhiên, người Mỹ là người viện trợ vũ khí và lo huấn luyện đào tạo, do đó có quyền quyết định, và đã quyết định sai lầm và vụng về. Trong khi đó chính quyền Miền Nam đã quyết định tổ chức và huấn luyện các lực lượng địa phương quân, nghĩa quân, và nhân dân tự vệ (PSDF) bằng ngân sách Việt Nam. Những lực lượng này tuy nghèo, vì không nhận được viện trợ Mỹ, nhưng có lợi thế vì họ được tuyển dụng để bảo vệ địa phuong nơi họ sinh sống và do đó họ biết mặt dân làng. Trong khung cảnh chiến tranh phi quy ước, Cộng Sản rất nể mặt và căm thù các địa phương quân và nghĩa quân.

3.3.2. Lợi Điểm Chiến Thuật của Chiến Tranh Phi Quy Ước

Một lợi điểm khác của chiến binh du kích là họ nắm thế chủ động khi cần quyết định tấn công hay không tấn công.

Khi quân của đối phương xâm nhập một vùng đất đai của lực lượng du kích, lực lượng này có thể quyết định lẩn tránh và dễ dàng tan biến vào rừng cây xung quanh nếu bị bất ngờ, hoặc nếu đối phương quá mạnh, hoặc vì hoàn cảnh chính trị không thuận lợi cho một cuộc tấn công vào lúc đó.

Quy luật hành động của du kích quân là phải theo đúng một số nguyên tắc, trong đó nguyên tắc quan trọng nhất là chỉ tấn công khi có ưu thế quân số áp đảo. Mục tiêu tối hậu của nguyên tắc này là để tạo một tác dụng tâm lý, tạo một tên tuổi cho lực lượng du kích: hễ đánh là thắng.

3.4. Chính Sách Khủng Bố Trong Chiến Tranh Phi Quy Ước

Chính sách khủng bố là một phần thiết yếu trong chiến tranh phi quy ước mà Hồ Chí Minh và đàn em sử dụng có hệ thống trong chiến tranh Việt Nam.

3.4.1. Phương Diện Tổ Chức và Đào Tạo

Ở Miền Nam, dưới vĩ tuyến 17 quân khủng bố Cộng Sản được đào tạo ở trung tâm Ba Thu, thuộc Mỏ Vẹt (Parrot's Beak) thuộc đất Cam Pu Chia. Ở Miền Bắc, lực lượng đặc công được đào tạo ở trường đặc công Xuân Mai, dưới sự điều khiển của Đại Tá Điều và Thượng Tá Đạo là Chính Ủy.[51] Một đặc điểm của hệ thống tổ chức binh chủng đặc công là không có cấp bậc trung đoàn, trung đội, mà chỉ có cấp tiểu đoàn, đại đội, phân đội và tổ gồm 4 hoặc 5 người. Một đặc điểm nữa của ngành đặc công là tính cách chuyên môn ở cấp tiểu đoàn. Ví dụ Tiểu Đoàn 5 đặc công thì chuyên đánh dưới nước như tấn công cầu và thuyền bè; Tiểu Đoàn 2 Đặc Công thì chuyên huấn luyện lực lượng đặc công dành cho Miền Nam;

Tiểu Đoán 4 Đặc Công chuyên đánh trong thành phố (được sử dụng nhiều trong trận Tết Mậu Thân ở vùng Saigon). Nói chung chiến thuật đặc công sử dụng kỹ thuật chuyên môn để tấn công một đối thủ không chuyên môn, và dùng một lực lượng nhỏ để tấn công một lực lượng lớn hơn.

3.4.2. Đặc Công Trong Chiến Tranh Khủng Bố

Chúng ta cần nhớ rằng chiến thuật đặc công được sử dụng nhiều trong Chiến Tranh Việt Nam với mục đích khủng bố nhắm vào thường dân hơn là một chiến lược quân sự nhắm vào các mục tiêu quân sự (nhất là trong cuộc Tổng Công Kích Tết Mậu Thân). Trong Trận Tết Mậu Thân, con số nạn nhân của khủng bố, riêng tại Huế, đã lên tới trên 3000 người.

3.4.3. Mục Tiêu Của Cộng Sản Trong Chính Sách Khủng Bố

Một trong những mục tiêu chính yếu của chính sách khủng bố của Cộng Sản là tạo sự sợ hãi trong dân chúng, khiến cho dân chúng hành động theo yêu cầu của Cộng Sản. Ở cấp xã ấp, Ủy viên an ninh của chi bộ xã, dưới sự chỉ đạo của bí thư chi bộ là người quyết định về hành động khủng bố tùy theo nhu cầu chính trị của từng trường hợp. Hình thức khủng bố gồm có công tác phá hoại, ám sát, bắt cóc, hoặc tấn công võ trang. Công tác ám sát thường thường sử dụng súng hoặc dao, và đôi khi gồm có băm vằm mổ xẻ nhắm gia tăng tác động đe dọa đối với quần chúng trong vùng.

Nạn nhân của khủng bố thường được lựa chọn trong một danh sách mà Douglas Pike liệt kê trong cuốn *The Viet-Cong Strategy of Terror*[52]. Trong phần lớn những trường hợp khủng bố, nạn nhân thường là dân địa phương trong một xã "xôi đậu" là nơi chính quyền chỉ làm chủ vào ban ngày, và việc ám sát được tiến hành vào ban đêm. Tuy nhiên, tùy theo mức độ làm chủ của chính quyền cao hay thấp, Việt Cộng có thể xúc tiến việc ám sát ngay giữa ban ngày để tạo tác dụng giật gân.

Một tác dụng khác của chiến lược khủng bố nhằm thuyết phục người dân thi hành một vài chính sách hoặc tuân thủ một vài yêu cầu của Việt Cộng, nếu chính sách thuyết phục mềm dẻo hoặc tuyên truyền suông không thành công. Trong trường hợp này, phương pháp khủng bố có thể tùy tiện và đại cương như trong trường hợp giật mìn trên đường xa lộ liên tỉnh để giết hại những nạn nhân tình cờ. Một thí dụ nữa là việc pháo kích vào trường học để giết hại những học sinh hoặc những thầy giáo vô tội.

Một trường hợp đặc biệt của khủng bố với mục tiêu rõ rệt trên quy mô lớn là trường hợp Tết Mậu Thân 1968 tại Huế, trong đó ít nhất 3 ngàn người bị thủ tiêu dựa trên một danh sách được soạn sẵn từ trước cuộc Tổng Công Kích.[53] Những nạn nhân này phần lớn bị bắn hoặc bị đâm chết hoặc bị chôn sống. Chính sách khủng bố này hoàn toàn không có trong lịch sử Việt, mà do họ Hồ nhập cảng vào Việt Nam qua đường lối Mác Xít, Lê Nin, Stalin và Mao Trạch Đông trong những năm đầu xây dựng Cộng Sản chủ nghĩa. Điều tệ hại là họ Hồ chỉ giỏi "cóp nhặt" những cái xấu, cái tệ hại của người.

3.4.4. Nạn Nhân Trong Danh Sách Khủng Bố

Trong Cuốn *The Viet-Cong Strategy of Terror*, tác giả Douglas Pike liệt kê 15 loại người Việt bị Cộng Sản coi là "kẻ thù của nhân dân". Sau đó, tác giả viết: "Dựa trên danh sách này, người ta ước lượng rằng, nếu áp dụng cho Miền Nam, ít nhất ba triệu người bị coi là kẻ thù cua nhân dân. Có lẽ dựa trên căn bản này mà Đại Tá Trần Văn Đắc, một hồi chánh viên cao cấp [43] đã nói rằng "Có ba triệu người Miền Nam mang nợ máu với nhân dân". Đa số những người này không phải là quân nhân.[54] Những người khác chắc chắn gồm có những cán bộ Xây Dựng Nông Thôn, những giáo viên và những viên chức làm công tác xã hội.[55]

4. CƠ QUAN TRUYỀN THÔNG VÀ CHIẾN TRANH VIỆT NAM

Mặc dầu những lợi điểm nói trên của Chiến Tranh Phi Quy Ước, lực lượng du kích cũng có nhiều khi bị tổn thất nặng khi những sĩ quan giỏi về chiến thuật có cơ hội lãnh đạo quân chính phủ. Tuy nhiên nói chung, có nhiều trường hợp kỳ lạ khiến phe chính phủ không hiểu nổi. Đó là một số đơn vị địch dường như bị thiệt hại lớn sau một cuộc giao tranh, nhưng sau một thời gian ngắn đã phục hồi quân số như có một phép lạ. Giới chức Việt Nam Cộng Hòa không giải thích được điều bí mật này. Báo chí Tây Phương, nhất là báo chí Mỹ thường nhắc đến những trường hợp như thế để dèm pha những con số thống kê của chính phủ, coi rằng đó thường là do thói quen thổi phồng những thắng lợi của quân đội Miền Nam, một quân đội kém cỏi.

Trong nhiều trường hợp, sự đánh giá của báo chí Tây Phương bắt nguồn từ sự dốt nát và bất công. Giới truyền thông thường thường báo cáo sai lạc vì hành nghề ở một quốc gia xa lạ, không nói cùng ngôn ngữ với người bản xứ, nên nhặt tin không chính xác. Chính phủ Cộng Hòa cũng có một phần trách nhiệm vì đã không kịp khám phá ra điểm bí mật của chiến tranh nhân dân sau khi Cộng Sản đã thu hoạch được thắng lợi tuyên truyền với sự đồng lõa của truyền thông Tây

Phương.

Điểm bí mật nói trên thực ra nằm trong tổ chức và hoạt động của chiến tranh nhân dân giựa trên hệ thống nhân sự gọi là "hạ tầng cơ sở" mà ta đã phân tích ở trên. Dù ở cấp xã ấp hay huyện hay tỉnh, sau mỗi trận đụng độ, các xã "giải phóng" có nhiệm vụ vận động bổ xung nhân lực lấy từ các nông hội, các hội thanh niên và phụ nữ giải phóng. Mặc dầu không phải lúc nào cũng đúng như vậy, nhưng khả năng bổ xung một phần hay toàn phần quân số bị tổn thất đã tạo huyền thoại cho một số đơn vị cấp tiểu đoàn hay trung đoàn, như Trung Đoàn Đồng Tháp trong trận Ấp Bắc 1963 (Cộng Sản gây thiệt hại đáng kể cho quân đội Quốc Gia) và Ấp Bắc 1965 (Cộng Sản thua liểng xiểng).

Dĩ nhiên nhiệm vụ của bộ máy tuyên truyền của Cộng Sản là ca tụng và tô điểm những đơn vị của họ là vô địch, và với sự hỗ trợ của giới truyền thông Mỹ, người ta đã tạo một ý niệm sai lầm là quân dội quốc gia có thói quen thổi phồng những tổn thất của địch quân.

Trong cuộc chiến tranh Việt Nam, việc trình bày sai lạc sự thật do giới truyền thông Mỹ đã xẩy ra vì một số nguyên nhân: các hãng thông tấn tranh nhau lấy tin nhanh đã tạo ra tệ đoan loan tin không chính xác vì tình hình chiến sự nhiều khi mù mờ không xác định rõ. Việc lấy tin tức chiến tranh tại một nước Á Châu xa xôi gặp phải bức tường ngôn ngữ và văn hóa khiến cho thông tín viên ngoại quốc khó lòng loan tin chính xác và trung thực. Mặt khác, khi người làm truyền thông phục vụ cho một mục tiêu chính trị, một hình ảnh trung thực có cơ hội trở thành bị bóp méo.

4.1. Bộ Máy Khuếch Đại Âm Thanh

Chiến tranh du kích ở Việt Nam khởi sự một cách khiêm nhượng tại vùng nông thốn hẻo lánh của Đồng Bằng Cửu Long, tại mấy tỉnh Định Tường Kiến Hòa, Chương Thiện, cũng như ở Miền Trung tại các tỉnh Quảng Nam, Quảng Ngãi, và Bình Định,v.v... Trong khi Cộng Sản phát triển, bộ máy tuyên truyền của họ đã khuếch đại sự thật lên nhiều lần vì biết rằng có người sẵn sàng tin và càng nói khoác càng có lợi, ít ra là trong nhất thời. Vì không có ai đủ sức kiểm chứng và chứng minh ngược lại, nên bộ máy khuếch đại của Cộng Sản đã khoe rằng Việt Cộng "kiểm soát được ba phần tư dân số và 4 phần năm đất đai của Miền Nam".[56] Đứng trước sự bịa đặt hoàn toàn nói trên, những phần tử hăng say của truyền thông sẵn sàng làm nhiệm vụ khuếch đại cho công tác tuyên truyền của Mặt Trận Giải Phóng. Hình ảnh khuếch đại nói trên càng làm cho nhiều người trên thế giới Tây Phương tưởng nhầm rằng Mặt Trân Giải Phóng đại diện cho một khối đông dân số bất mãn với chế độ Ngô Đình Diệm và chế độ đệ nhị Công Hòa kế tiếp sau đó của Miền Nam.

4.2. Phóng Sự Cuội kiểu Snapshot

Một kiểu phóng sự Cuội gọi là "Snapshot reporting" gồm kỹ thuật chụp một tấm hình giật gân trong một hoàn cảnh đặc biệt, và dùng nó để tượng trưng cho một tình trạng có giá trị tổng quát. Kỹ thuật này thường hay được sử dụng tại Việt Nam, nhất là trong Trận Tết Mậu Thân, trên màn ảnh TV (truyền hình) tường trình một biến cố tại một khung trời xa xôi, mang đến tận nhà của khán thính giả ở Hoa Kỳ ngồi trong phòng lạnh. Trong hoàn cảnh đó người phóng viên truyền hình dể dàng uốn nắn tư tưởng khán thính giả của mình. Một ví dụ là trong trận Tết Mậu Thân, hình ảnh một toán đặc công tấn công Tòa Đại Sứ Mỹ tại Saigon, khi được phổ biến ở Mỹ, nó tạo ra một cảm giác sai lầm là cả Sài Gòn bị tấn công. Một thí dụ khác là một toán đặc công đốt phá ở vùng ven biên Sài Gòn cũng khiến cho khán thính giả truyền hình ở Mỹ tưởng nhầm rằng quân Cộng Sản đã tiến vào vùng trung tâm của Sài Gòn và đốt cháy vùng này thành bình địa. Sự thật thì không phải như vậy, nhưng vào lúc đó ở Mỹ, không ai có thì giờ, cũng như sự hiểu biết về thủ đô Sài Gòn để giải thích sự thật cho khán thính giả Mỹ.

Với kỹ thuật Snapshot, phóng viên truyền hình có khả năng vượt trội để thuyết phục khán thính giả khiến họ có khuynh hướng suy nghĩ theo chiều hướng ông chủ bút (editor) của một hãng thông tấn đang cần tìm kiếm những hình ảnh phù hợp với nhu cầu chính trị của mình. Người phóng viên truyền hình, muốn có một công việc tốt, thường phải cung cấp cho ông chủ bút của mình những hình ảnh có tính cách giật gân để giúp cho câu truyện có tính cách "make news".

4.3. Cạnh Tranh Tin Tức Sốt Dẻo, Bất Cần Chính Xác

Trong cuộc chiến tranh Việt Nam, lần đầu tiên phóng viên truyền hình có thể gửi tin một cách tức thời với hình ảnh tới Mỹ hoặc bất cứ nơi đâu trên thế giới. Điều này đã tạo ra một hoàn cảnh cạnh tranh ráo riết giữa các hãng thông tấn muốn gửi tin nhanh bất cần chính xác. Trong cuộc Tổng Công Kích Tết Mậu Thân,[57] mặc dù đặc công Cộng Sản không chiếm được Tòa Đại Sứ Mỹ ở Sài Gòn, nhưng những hình ảnh giật gân đã tạo ấn tượng mạnh mẽ đối với khán thính giả Mỹ. Chương trình truyền hình đã lợi dụng tác dụng trên để xuyên tạc và khiến mọi người tin rằng Cộng Sản đã thắng trong trận

Tết Mậu Thân, và cho rằng Mỹ đã thua trong nỗ lực bảo vệ Việt Nam Cộng Hòa. Trên thực tế, Cộng Sản đã bị thua đậm.

4.4. Hoàn Cảnh Chiến Địa và Tin Tức Thất Thiệt

Trong chiến tranh phi quy ước, hoàn cảnh chiến địa là một trở ngại lớn cho những phóng viên muốn thu thập tin tức chính xác từ những người cung cấp tin. Một nông dân trông có vẻ hiền lành và vô tội, có thể là một nguồn tin chân thực, nhưng biết đâu họ có thể là một du kích quân, hoặc một nông dân trong "nông hội" của một "xã giải phóng" có nhiệm vụ loan tin thất thiệt? Các ký giả ngoại quốc, dù rất là can trường xông pha mũi tên hòn đạn, nhưng làm sao trả lời được câu hỏi trên? Khi thiếu những nguồn tin chích xác, làm sao có thể đánh giá một cách trung thực chiều hướng của cuộc chiến tranh ở Nam Việt Nam?

4.5. Ngôn Ngữ Bất Đồng và Tường Thuật Chính Xác

Một thí dụ [58] được tìm thấy trong cuốn *A Bright Shining Lie* của tác giả Neil Sheehan cùng với David Halberstam viết về một cuộc đụng độ ở Ấp Bắc gần Quốc Lộ 4, thuộc quận Cai Lậy, tỉnh Định Tường ngày 2 tháng 1, năm 1963. Sự tường trình của Sheehan nhằm làm nổi bật một thất bại của lực lượng Việt Nam Cộng Hòa (Sư Đoàn 7) khi đối mặt với một đối phương ít quân số hơn, gồm 3 tiểu đoàn. Những cuộc phỏng vấn cán bộ cộng sản đào ngũ cho thấy có thể nhược điểm về ngôn ngữ đã khiến Sheehan thiếu sót trong báo cáo của Ông ta. Lực lượng Cộng Sản trong trận đụng độ nói trên thực ra là 5 tiểu đoàn chứ không phải là 3 tiêu đoàn như Sheehan báo cáo, nghĩa là một đa số áp đảo gồm có cả một Trung Đoàn Đồng Tháp.

Hai năm sau, năm 1965, cùng ngày 2 tháng 1, cùng địa điểm Ấp Bắc, cũng Trung Đoàn Đồng Tháp của Cộng Sản, đã quay về để kỷ niệm "chiến thắng" hai năm trước. Chẳng may cho Trung Đoàn Đồng Tháp, lần này, cũng Sư Đoàn 7, nhưng do Đại Tá Nguyễn Bảo Trị chỉ huy, và Ông Trị đã giáng cho Trung Đoàn Đồng Tháp một kinh nghiệm để đời. Trận Chiến thắng này được phổ biến rộng rãi, và dĩ nhiên Sheehan và Halberstam phải biết, nhưng không hiểu vì lý do gì, hai ông này nín thinh.

Robert Elegant, một phóng viên kỳ cựu về Chiến Tranh Việt Nam, cho rằng những hiểu lầm của quần chúng về chiến tranh là do những phóng sự sai lầm từ các đồng nghiệp. Ông tiết lộ những gian lận trắng trợn dưới hình thức "bề hội đồng" gọi là "collective policy of the media". Như đã trình bày trước đây, do những khó khăn về văn hóa và ngôn ngữ, nhiều phóng viên Tây Phương bị dồn tới hoàn cảnh thiếu tin tức như là "bị cách ly ngoài ý muốn". Do đó trong khi tường thuật tin tức, họ mượn tin của nhau và ca ngợi lẫn nhau.[59] Thói quen "bề hội đồng tin tức" này do Elegant tiết lộ đã khiến cho các phóng viên vào cuối ngày thường tụ tập tại quán cà phê ở khách sạn Caravelle hoặc Continental, Sài Gòn, để "chia sẻ tin tức" nghĩa là các "phóng viên đàn em" chôm các tin tức từ "phóng viên lão thành" và đăng lại khiến cho khán thính giả tưởng rằng mình được thấy "sự thật trăm phần trăm" từ mọi phóng viên.

4.6. Phóng Sự Chủ Quan – Viết Chuyện "Theo Đơn Đặt Hàng" (Advocacy Media)

Một kinh nghiệm của riêng tôi về lề lối phóng sự có chọn lọc "theo đơn đặt hàng"còn gọi là "Advocacy media" trong cuộc chiến tranh Việt Nam: Có một lần tôi thắc mắc và hỏi một phóng viên "tại sao ông ta không tường thuật về việc Cộng Sản pháo kích trường học ở thôn quê, giết hại nhiều học sinh và thầy giáo vô tội". Ông phóng viên trả lời rằng những chuyện này không phải là tin tức đáng lưu ý (they don't make news), và ông chủ bút không chi tiền.

Một vài trường hợp nổi tiếng về phóng sự "Theo đơn đặt hàng" dính dáng tới hai nhà báo nổi tiếng David Halberstam và Harrison Salisbury. Nhà báo Halberstam viết về cái gọi là "Cuộc Khủng hoảng Phật Giáo" chống lại Tổng Thống Diệm năm 1963. Dựa trên sự tường thuật của Halberstam, một nhà nghiên cứu sẽ tự hỏi ông ta có nhận được tiền để chống Ông Diệm hay không, hoặc Bộ Ngoại Giao Hoa Kỳ có thông đồng với Tổng Thống Kennedy không, hoặc giả bị Kennedy xúi bậy, hoặc chỉ bị ông xếp xúi trẻ ăn cứt gà, đã cùng nhau triệt hạ Tổng Thống Diệm.[60] Sau khi quân đội của chính phủ tấn công Chùa Từ Đàm tại Huế, Halberstam loan tin ba mươi người bị giết trong đó có cả nhiều nhà sư.[61] Bài phóng sự này về Huế, cộng thêm sự loan tin của Halberstam về sự sát hại các tu sĩ Phật Giáo bằng lưỡi lê và súng đạn, đã tạo nên một làn sóng phẫn nộ trên thế giới và khiến cho Liên Hiệp Quốc phải gửi một phái đoàn điều tra tới Miền Nam Việt Nam. Khi Phái Đoàn Liên Hiệp Quốc tới Nam Việt Nam, thì số 30 nạn nhân Phật Giáo bị giết bỗng nhiên rút xuống còn có 4 người, nghĩa là 26 nạn nhân của Halberstam tự nhiên sống lại. Một phép lạ cuối cùng là 4 nạn nhân đã chết lại "lục tục sống lại" và được gặp Phái Đoàn Liên Hiệp Quốc để được phỏng vấn.[62] Và Halberstam đã được giải thưởng Pulitzer về tài phóng sự.

Tài phóng sự của một người khác cũng được giải thưởng Pullitzer, đó là Harrison Salisbury, với chủ đề về cuộc chiến tranh Không Tập tại Miền Bắc,[63] cũng cho ta một thí dụ khác về "hoàn cảnh khôi hài" của những phóng viên viết phóng sự theo đơn đặt hàng của ông chủ bút, với mục đích xuyên tạc sự thật về cuộc chiến tranh Việt Nam. Năm 1966, Salisbury được tờ New York Times giao nhiệm vụ viết về việc Mỹ oanh tạc Miền Bắc Việt Nam. Bài phóng sự của Salisbury về những trận ném bom ở Nam Định, thành phố lớn thứ nhì ở Miền Bắc, theo ông ta trình bày là dựa trên nhận định cá nhân của ông ta trong khi thăm viếng Nam Định. Nhưng sau đó người ta mới khám phá ra rằng bài phóng sự của Salisbury hoàn toàn dựa trên những mẫu tuyên truyền và "tài liệu thống kê" của chính quyền Hà Nội. Theo như sự mô tả của Salisbury thì Nam Định chỉ là một thành phố có kỹ nghệ dệt bông và lụa, chứ không phải là thành phố có giá trị quân sự. Sự thực không phải như vậy vì Nam Định có kho chứa nhiên liệu và dầu để phục vụ chiến tranh và được bảo vệ bằng một hệ thống súng phòng không và hệ thống hỏa tiễn địa - không (SAM), ở chung quanh. Đối với "người dân hè phố", lối viết phóng sự "theo đơn đặt hàng" của Salisbury không đáng được giải thưởng Pullitzer, nhưng đó là loại giải thưởng của Mỹ dành cho những phóng sự về chiến tranh Việt Nam đã được ngụy tạo cho mục đích phản chiến.

Những bài báo của Salisbury, phần lớn dựa trên trí tưởng tượng, đã nói rằng Hoa Kỳ cố ý oanh tạc khu dân cư, đã khiến ông ta nổi tiếng do sự phổ biến trên tờ nhật báo *New York Times*, và do đó được nhiều người trên thế giới tin tưởng. Tờ *New York Times* vào lúc đó vốn có nhiều ảnh hưởng đối với sự tiến hành cuộc chiến tranh Việt Nam, do đó đã khiến nhiều người Mỹ nghĩ rằng chính phủ của họ đã lừa dối dân Mỹ và đã tiến hành một cuộc chiến tranh tàn ác và vô nhân đạo. Trải qua nhiều năm người ta mới thấy sự thật trái ngược với những gì truyền thông đã nói. Nhưng quá muộn! Hậu quả đối với nội tình nước Mỹ cuối cùng đã gây tai hại cho số phận Việt Nam như ta đã thấy.

4.7. Viết Báo Theo Thành Kiến

Ngoại trừ trường hợp một số tác giả và phóng viên đứng đắn đã viết hoặc tường thuật một cách cân bằng và chuyên nghiệp về cuộc chiến Việt Nam, đa số còn lại đã có đầy thành kiến. Nhiều phóng viên đã thích thú khi viết về những khuyết điểm của Miền Nam, trái ngược với khi họ viết về Miền Bắc. Trái ngược với xã hội đóng kín của Miền Bắc, các phóng viên ở Miền Nam được tự do đi lại hầu tìm tòi những thói hư tật xấu để nói cho đã cái miệng. Một trong những cách dễ dàng kiếm tài liệu là đi mua những tấm hình có hậu quả xấu cho Miền Nam, với giá cả cao hoặc thấp tùy mức độ tai hại mà tấm hình có thể gây ra cho người xem. Ví dụ một tấm hình cho thấy một người lính Việt Nam Cộng Hòa đang hái trộm trái cây sẽ đáng giá 5 mỹ kim, và tấm hình cho thấy một người lính đánh đập một bà già có thể đáng giá 50 mỹ kim, nghĩa là giá cả tùy theo mức độ tệ hại mà tấm hình được đánh giá.[64] Một câu hỏi rất quan trọng đáng nêu lên ở đây là những tấm hình đó có thực không, hay là được ngụy tạo để kiếm tiền từ những phóng viên ngây thơ phục vụ cho một ông chủ bút có sẵn thiên kiến.

Trong cuộc Chiến Tranh Việt Nam, ngành truyền thông có một ảnh hưởng quyết định đối với nền chính trị Mỹ. Đây là lần đầu tiên trong lịch sử Hoa Kỳ mà phóng viên có toàn quyền tự do áp đảo một quốc gia đang mở mang phải đối phó với một cuộc chiến tranh phức tạp. Trái ngược hoàn toàn với khung cảnh độc tài ở Miền Bắc, báo chí Mỹ ở Miền Nam được tự do quyết định đi tới đâu, bất cứ lúc nào họ muốn, và đi kiếm tài liệu tin tức bằng bất cứ cách nào. Họ sung sướng hành xử quyền "bề hội đồng tin tức" một cách vô trách nhiệm. Trong khi họ tuyên xưng quyền tiên quyết về tự do ngôn luận và một "nền báo chí tự do", họ đã lạm dụng quyền tự do đó và chối bỏ trách nhiệm của người làm báo và biến nghề làm báo thành một nghề rẻ tiền là xuyên tạc tin tức. Sự thiếu khách quan, thiếu trung thực và thiếu cân bằng trong ngành truyền thông đánh dấu bước khởi đầu của sự suy thoái của ngành báo chí vốn có tiêu chuẩn cao.

Khi truyền thông không còn khách quan, vô tư, và quân bình, khi họ không còn báo cáo tin tức trung thực, những tin tức có thể được kiểm chứng, và chạy theo việc báo cáo tin tức chủ quan nhằm phục vụ cho một mục tiêu chính trị, thì họ đã phản bội lại *lẽ sống* của nền dân chủ, và họ tự biến mình thành dụng cụ tuyên truyền cho một phe nhóm. Khi xã hội Hoa Kỳ dung túng những hệ thống truyền thông nói trên, sớm muộn sẽ có vấn đề vì chính hệ thống truyền thông sớm muộn sẽ lật đổ nền dân chủ Hoa Kỳ như họ đã gây tai hại cho nền Cộng Hòa của Nam Việt Nam

5. TÒA BẠCH ỐC VÀ CHIẾN TRANH VIỆT NAM

Vai trò lãnh đạo Tòa Bạch Ốc thay đổi theo chu kỳ 4 năm hoặc 8 năm tùy từng trường hợp, và mỗi vị tân tổng thống sẽ thay đổi hoặc đảo ngược đường lối của vị tiền nhiệm. Chính sách ngoại giao của Hoa Kỳ trong cuộc Chiến Tranh Việt Nam vì thế cũng trở nên thiếu liên tục một cách bât ngờ mỗi khi có sự thay đổi nói trên. Do đó, từ Tổng Thống Eisenhower tới Kennedy rồi Johnson, sự thay đổi chính sách của Hoa Kỳ đã đem lại hậu quả tai hại cho Việt Nam Cộng Hòa. Diễn tiến nói trên còn trùng hợp với giai đoạn sa sút của Hoa Kỳ trong cuộc

Chiến Tranh Lạnh do hậu quả của những sai lầm của hai ông Kennedy và Johnson.

Quan niệm về "Chiến Tranh Hạn Chế" đã mê hoặc một số cố vấn cao cấp trong Bộ Ngoại Giao Hoa Kỳ, đưa đến chính sách ngoại giao tại Lào, và tiếp tục ảnh hưởng tới chính quyền Johnson (trong phân đoạn 6 của bài viết này). Đó là một điểm hay ho mà ta sẽ tìm hiểu trong những đoạn kế tiếp.

5.1. Chính Quyền Kennedy: Ngây Thơ hay Dự Tính "Chém Vè" (Cut and Run)

Tổng Thống Kennedy được "biết đến" sau vụ thất bại ở "Vịnh Con Heo" (Bay of Pigs Debacle), tuy nổi tiếng về những lời tuyên bố hùng hồn, nhưng đã chứng tỏ ông bị "lạnh cẳng" khi đối diện với "chiến tranh nhân dân của Mao Trạch Đông", nhất là trong khung cảnh chiến tranh Việt Nam. Do đó ông đã có quyết định chém vè và bỏ rơi Việt Nam,[65] với một dự mưu từ trước, hoặc do ảnh hưởng của Averel Harriman và mấy người cố vấn khác. Cũng có nhà nghiên cứu như Mark Moyar thi tin rằng Kennedy quyết tâm giữ vững Nam Việt Nam. Tuy nhiên, điều không chối cãi được là cách lấy quyết định của chính quyền Kennedy bị coi là cực kỳ vụng về và tệ hại. Điều này đã được chứng minh rõ rệt trong Thỏa Ước Genève [66] 1962 nhằm trung lập hóa Lào Quốc. Có hai vấn đề tai hại do thỏa ước này đem lại: a/ việc rút hết các quân ngoại quốc (kể cả Hoa Kỳ) ra khỏi Lào; b/ việc thiếu sót các điều khoản căn bản để ngăn ngừa những vi phạm của bất ai trong hai phe. Harriman là kẻ đã thảo ra thỏa ước này.

Trong khi Hoa Kỳ rút hết nhân viên quân sự ra khỏi Lào, Bắc Việt loan báo đã rút tất cả số nhân viên 40 người, trong khi tổng số quân đội thật sự của Bắc Việt tại Lào gồm có 7000 người.[67] Kennedy và Harriman không hề phản đối. Tại sao thế? Phải chăng đó chính là mục đích tối hậu của họ? Phải chăng đó chính là mục đích chém vè? Nếu không phải đúng như vậy, và nếu Kennedy lo cho sự tồn vong của VNCH thì Kennedy và các cố vấn của ông ta đã tỏ ra hết sức ngây thơ đối với kẻ địch là Cộng Sản. Ông ta không hề ngây thơ đối với đồng minh là Việt Nam Cộng Hòa.

Hậu quả là Cộng Sản Bắc Việt đã sử dụng Lào để xây dựng hệ thống đường mòn xâm nhập vào Nam Việt Nam trong cuộc chiến tranh xâm lược.

Dĩ nhiên Tổng Thống Diệm đã phản đối dữ dội "thành quả ngoại giao" của Harriman tại Lào. Và cũng không phải là điều ngẫu nhiên mà Tổng Thống Kennedy chấp thuận vụ đảo chính để lật đổ Tổng Thống Diệm. Trong những giòng dưới đây ta sẽ duyệt xét những biến cố đưa đến vụ đảo chính đó.

Ngay từ năm 1961, nghĩa là trước cả vụ trung lập hóa Lào, một trong những phụ tá thân cận của Kennedy là Roger Hilsman đã đưa ra đề nghị thanh toán Ông Diệm.[68] Không ai biết được đó là ý kiến riêng của Hilsman hay là nó phản ảnh ý kiến của Kennedy. Sau này người ta đã thấy Hilsman là một trong ba nhân vật chủ chốt chỉ đạo chiến dịch lật đổ và sát hại Ông Diệm. Dưới đây ta sẽ lần lượt ôn lại từng sự kiện.

5.1.1. Khủng Hoảng Phật Giáo - Phải Chăng Có Đàn Áp Tôn Giáo

Cuộc "khủng hoảng Phật Giáo" [69] bắt đầu với sự khiếu nại của Thượng Tọa Thích Trí Quang về vụ treo cờ Phật Giáo tại những nơi công cộng. Thượng Tọa Thích Trí Quang ban đầu khiếu nại rằng Tổng Thống Diệm là một người Công Giáo, đã thiên vị Giáo Hội Công Giáo và cho phép treo cờ Công Giáo Vatican đầy rẫy ở những nơi công cộng, nhưng lại không cho phép Phật Giáo làm như vậy. Nhiều cuộc nghiên cứu khách quan và độc lập cho thấy rằng Ông Diệm cố hết sức mình để giúp đỡ sự phát triển của Phật Giáo,[70] nhưng Thượng Tọa Thích Trí Quang nhất quyết khai thác sự kỳ thị tôn giáo và biến nó thành một chủ đề tối quan trọng, và trong giai đoạn kế tiếp ông ta đã sử dụng những buổi thuyết pháp hùng hồn để thu hút và khích động những đồng bào Phật Tử nhẹ dạ, dễ hiểu nhầm, để họ tin theo.

Chiến dịch thuyết pháp của Thích Trí Quang lên tới cao điểm vào ngày 8 tháng Năm khi Ông thu hút một số đông Phật Tử và khách bàng quan tụ tập ngay trước Đài Phát Thanh Huế.[71] Ngay lúc đó tại bên ngoài đài phát thanh có một tiếng nổ kinh hồn làm chết 7 em bé và làm bị thương 5 binh sĩ đứng gần. Thượng Tọa Thích Trí Quang không cần chờ đợi sự điều tra, lập tức lợi dụng tình trạng hoang mang để tung ra nguồn tin tố cáo ông Phó Tỉnh Trưởng đã ra lệnh bắn bừa vào đám đông, ném lựu đạn và dùng xe thiết giáp có xích sắt đè nghiến lên thường dân và gây nên cảnh máu đổ thịt rơi. Lúc dó, truyền thống quốc tế, không cần kiểm chứng thực hư, lập tức loan truyền trên thế giới một bản tin nóng hổi về "cuộc đàn áp tàn bạo của chính phủ Diệm đối với Phật Giáo đồ".[72]

5.1.2. Tổng Thống Diệm Đối Phó Ra Sao?

Tổng Thống Diệm hoàn toàn bị bất ngờ và không kịp đối phó với mức độ khủng hoảng ập tới quá phức tạp, quá nhanh và quá lớn, vì cuộc khủng hoảng cần nhiều tuần lễ hay nhiều tháng để điều tra và xác định nguyên nhân. Ông chưa kịp ổn định tình hình thì Thượng Tọa Thích Trí Quang đẩy cuộc khủng hoảng lên một mức cao hơn bằng cách tung ra một cuộc "tự thiêu có người giúp đỡ" của Hòa Thượng Thích Quảng Đức ở ngay trung tâm Sài Gòn, và tiếp đó với nhiều cuộc tự thiêu ở các tỉnh Miền Trung. Mặc dầu cuộc điều tra chưa kết thúc về nguyên nhân vụ nổ ở đài phát thanh Huế, Tổng Thống Diệm phải điều đình với các đại diện Phật Giáo để cam đoan tín ngưỡng cũng như tính mạng của Phật Giáo đồ được bảo đảm an toàn (mặc dù trên thực tế tín ngưỡng của Phật Tử không hề bị đe dọa).

Trong một khoảng thời gian quá ngắn, Tổng Thống Diệm phải đối phó với một cuộc khủng hoảng nhiều mặt: áp lực từ chính quyền Kennedy (Bộ Ngoại Giao), truyền thông Mỹ và truyền thông thế giới, và các tu sĩ Phật Giáo, cộng thêm ngoại trưởng Vũ Văn Mẫu từ chức và cạo trọc đầu để ủng hộ thượng tọa Thích Trí Quang. Cùng lúc đó, Thượng Tọa Thích Trí Quang đã từ từ chuyển đổi lập trường từ tôn giáo sang chính trị và đòi hỏi Ông Diệm phải từ chức.

5.1.3. Bàn Tay của Hoa Thịnh Đốn – Thủ Phạm

Truyền thông và những kẻ thù của Tổng Thống Diệm trong Bộ Ngoại Giao Hoa Kỳ đã mô tả cuộc Khủng Hoảng Phật Giáo là vấn đề tôn giáo giữa một ông Tổng Thống Công Giáo và một "dân tộc Phật Giáo". Điều này giúp cho chính quyền Kennedy dưới ảnh hưởng của các cố vấn nhu Harriman, Hilsman, và Forrestal .v.v.. đã bật đèn xanh cho cuộc đảo chính. Nhân viên của Cơ quan CIA là Lucien Conein [73] đóng vai chi tiền cho cuộc đảo chính dưới sự giám sát và đồng lõa của Đại Sứ Cabot Lodge. Những kẻ thừa hành là Tướng Dương Văn Minh và tay sai đã giết Tổng Thống Diệm và bào đệ Ngô Đình Nhu. Ngay sau đó, cuộc điều tra của Liên Hiệp Quốc đã kết luận rằng không có bằng chứng về truyện Tổng Thống Diệm đàn áp tôn giáo. Trái lại phái đoàn Liên Hiệp Quốc đã tìm được chứng cớ cho thấy những lời tố cáo của Thượng Tọa Thích Trí Quang và đàn em là hoàn toàn bịa đặt.

Việc dàn dựng lên cuộc khủng hoảng là một màn ảo thuật cực kỳ khéo léo, do âm mưu của một hệ thống băng đảng chống Tổng Thống Diệm gồm có cố vấn cao cấp của Tổng Thống Kennedy, phóng viên Mỹ, nhân viên Tòa Lãnh Sự Mỹ tại Huế và Tòa Đại Sứ Mỹ tại Sài Gòn đã trực tiếp hoặc gián tiếp hô trợ. Những tài liệu được giải mật cho thấy tay sai của Tổng Thống Kennedy đã tích cực làm ầm lên những lời tố cáo về kỳ thị tôn giáo, mà sau này người ta mới vỡ nhẽ ra là vô căn cứ.

Tổng Thống Kennedy đã vô tình hoặc cố ý giúp cho việc giật sập nền đệ nhất Cộng Hòa qua kế hoạch của Bộ Ngoại Giao trong việc đảo chánh Tổng Thống Diệm.

5.1.4. Phúc Trình Liên Hiệp Quốc - Minh Danh cho Tổng Thống Diệm

Trở lại giai đoạn cao độ của cuộc khủng hoảng Phật Giáo, vào tháng Chín năm 1963, mười sáu chính phủ quốc tế, cùng với Tổng Thư Ký Liên Hiệp Quốc, đã ra tuyên ngôn cáo buộc Chính Quyền Nam Việt Nam đã "vi phạm nhân quyền một cách nghiêm trọng".[74] Tổng Thống Diệm liền mời Liên Hiệp Quốc gửi một phái đoàn tới điều tra tại chỗ. Phái đoàn Liên Hiệp Quốc được thành lập ngày 11 Tháng Mười gồm đại diện của Afghanistan, Brazil, Costa Ria, Dahomey, Morocco, Ceylon và Nepal. Phái đoàn có đủ phương tiện và cơ hội để đi bất cứ nơi nào trong nước và gặp bất cứ ai để phỏng vấn, và bất kể thời gian bao lâu.

Ngày 7 tháng 12, 1963, tức là hơn một tháng sau khi Tổng Thống Diệm và Ông Ngô Đình Nhu bị sát hại, Bản Phúc Trình của Liên Hiệp Quốc đã đưa ra ánh sáng những lời tố cáo gian lận và những bịa đặt mà nhóm truyền thông "theo đơn đặt hàng" (Advocacy media) tìm cách trình bày như sự thật. Người ta đã khám phá ra câu chuyện Ông Diệm "giết những Phật Tử vô tội" chỉ là "tin tức xạo".

Ngày 17 Tháng Hai, năm 1964, Thượng Nghị sĩ Thomas Dodd, một thành viên của Ủy Ban Ngoại Giao và Đồng Chủ Tịch Tiểu Ban Nội An Thượng Viện Hoa Kỳ, đã chuyển bản nhận định của Ông trong một lá thư gửi cho Chủ Tịch của Tiểu Ban, kèm theo với bản Phúc Trình của Liên Hiệp Quốc. Thượng Nghị Sỹ Dodd đã vạch ra sự thật tàn bạo về câu chuyện bịa đặt gọi là "Khủng Hoảng Phật Giáo". Ông tố cáo cơ quan truyền thông đã hoàn toàn lờ đi bản Phúc Trình của Liên Hiệp Quốc trong hơn hai tuần lễ, cho tới khi có "người bình luận hay ho về câu chuyện này". Ông xác quyết rằng "bất cứ người nào khách quan, sau khi đọc bản phúc trình cũng phải kết luận rằng câu chuyện đàn áp Phật Giáo ít nhất đã bị thổi phồng, và tệ hơn nữa, câu chuyện hoàn toàn là sự tuyên truyền bịa đặt dơ bẩn".[75]

5.2. Kennedy – Con Người Liều Lĩnh - Hậu Quả của Lỗi Lầm

Việc làm liều lĩnh của Tổng Thống Kennedy đưa đến cuộc chính biến ở Sài Gòn đã để lại những hậu quả [76] có ảnh hưởng tai hại cho Nam Việt Nam mà Kennedy có vẻ chẳng quan tâm: thứ nhất, những người kế nhiệm Tổng Thống Diệm do chính quyền Kennedy dựng lên hoàn toàn không biết gì về lãnh đạo, nói chi đến chuyện ổn định tình hình sau cuộc đảo chính.

Thứ hai, họ chỉ biết làm theo chỉ thị của Thượng Tọa Thích Trí Quang và đám tay sai là những người chỉ biết lo nghĩ về quyền lợi chính trị và chạy chọt lo lót tư lợi. Thứ ba, Những vụ tự thiêu trước đó vẫn tiếp tục diễn ra mặc dầu Tổng Thống Diệm và chính quyền "đàn áp" của Ông không còn nữa.[77] Thứ bốn, chính quyền mới thẳng tay thay thế các tỉnh trưởng do Ông Diệm bổ nhiệm mà không cần biết những người thay thế có đảm đương nổi trọng trách hay không. Hậu quả đưa đến tình trạng rối loạn ở nông thôn. Trong phút chốc, khắp cả vùng nông thôn đã được mở toang cho Cộng Sản xâm nhập trở lại. Thứ năm, sau cú đảo chính của Tướng Dương Văn Minh, nhiều cuộc đảo chính tiếp theo đã khiến cho thượng tầng lãnh đạo chính trị bị rối loạn và tình hình Nam Việt Nam gần như sụp đổ. Lợi dụng tình hình suy sụp ở nông thôn Nam Việt Nam, Cộng Sản phóng ra các trận đánh lớn ở Bình Giả (28 Tháng 12, 1964) và Đồng Xoài (9 và 10 Tháng 6, 1965) [78]. Mặt khác, đứng trước tình hình suy sụp về chính trị trên bình diện quốc gia của Miền Nam, giới lãnh đạo Hà Nội nhìn thấy cơ hội xâm lăng rất hấp dẫn.

Chúng ta nhớ lại cuộc tranh chấp Nga-Hoa bùng ra sau khi Khrushchev hạ bệ Stalin năm 1956 [79] khiến cho Đảng Cộng Sản Miền Bắc bị phân chia ra hai phe "Thân Nga" và "Thân Tàu". Vụ khủng hoảng "hỏa tiễn Cuba" là một khúc quanh khiến phe "thân Tàu" lên chân và gọi phe thân Nga là bọn "xét lại" (revisionist). Tới năm 1963, nhân vụ "khủng hoảng Phật Gíáo" cuộc tranh chấp giữa hai phe Thân Nga và Thân Tàu đến hồi ngã ngũ. Cộng Sản Bắc Việt họp Đại Hội Trung Ương Đảng Kỳ 9 vào ngày 20 tháng 12, đi đến Nghị Quyết 9 Trung Ương Đảng. (Chúng ta nên ghi nhận ở đây là nghị quyết Trung Ương Đảng có giá trị thấp hơn một nghị quyết Chính Trị Bộ do đại Hội Toàn Đảng quyết định). Nghị quyết 9

Trung Ương Đảng đưa đến sự quyết định một giải pháp quân sự để xúc tiến việc xâm chiếm Miền Nam.[80] Nhiều đại đơn vị (cấp trung đoàn) của Bắc Việt đã xâm nhập qua Đường Mòn thượng đạo của Lào (còn gọi là đường mòn Hồ Chí Minh), vào Miền Trung. Mọi người đều nhớ trong thỏa ước Trung Lập Lào Quốc 1962, Kennedy và Harriman đã giúp cho Bắc Việt có cơ hội xâm nhập vùng Hạ Lào, và do đó xây dựng hệ thống tiếp vận 559 cho công cuộc xâm chiếm Miền Nam .

Năm 1964, vào khoảng 5,800 quân Bắc Việt thuộc các Trung Đoàn 59, 32 và 101 đã xâm nhập Miền Trung của Việt Nam.[81] Tới cuối năm 1965, lực lượng Bắc Việt xâm nhập lên tới 17,000. Những Trung Đoàn này của Bắc Việt đe dọa cưa đôi Miền Nam ở khúc Bình Định. Sự đe dọa an nguy cho Miền Nam có liên hệ tới biến cố USS Maddox và dẫn đến Nghị Quyết Đông Nam Á, còn được gọi là Nghị Quyết Vịnh Bắc Việt, ngày 5 tháng Tám 1964. Đó là bước khởi đầu cho sự can thiệp của Tổng Thống Johnson nhằm cứu Nam Việt Nam bị lâm nguy do hậu quả của những quyết định của người tiền nhiệm.

5.3. Chiến Tranh Không Tập của Johnson – Thế Nào là Chiến Tranh Hạn Chế (Limited War)

Cuộc Tổng Tuyển Cử năm 1964 đã đưa Tổng Thống Johnson vào Bạch Cung thay thế vị Tổng Thống Kennedy bị ám sát. Theo dự tính, tùy theo tác giả khác nhau, Tổng Thống Kennedy có thể chém vè hoặc giữ vững Miền Nam. Riêng Tổng Thống Johnson, thì Ông thành thật muốn nhảy vào Nam Việt Nam để cứu nguy đất nước này, qua cuộc Chiến Tranh Không Tập ở Miền Bắc và cuộc Chiến Tranh trên bộ ở Miền Nam. Hành động quyết liệt của Johnson đã tạm thời cứu nguy Miền Nam, nhưng chiến lược chiến tranh của Johnson bị phá hư do ảnh hưởng quá lớn của Bộ Trưởng Quốc Phòng McNamara và các cố vấn dân sự có khuynh hướng thiên tả. Hậu quả là Johnson đã thất bại trong cuộc chiến tranh Không Tập ở Miền Bắc, khiến cho chiến tranh kéo dài ở Miền Nam một cách không cần thiết.

Quan niệm "Chiến Tranh Hạn Chế" của Johnson bị Đô Đốc Sharp gọi là "Chiến Lược để Chiến Bại",[82] (còn gọi là "Đánh để Thua") và cái tên hay nhất có thể được gọi là cuộc chiến tranh "Đánh Đấm Nửa Vời" ("No-Win Half-War"). Có nhiều lý do đưa tới tình trạng đánh đấm nửa vời này: đáng kể nhất là Ông McNamara kỳ thị Bộ Tổng Tham Mưu và thiên vị quá nhiều về phía những cố vấn gồm những trí thức tốt nghiệp trường Harvard, là những người ham mê và giỏi sử dụng môn phân tích điện toán cho chiến tranh. Mặt khác, cả hai Ông Johnson và McNamara đã quản lý chặt chẽ cách tiến hành cuộc chiến tranh tới mức "đo lọ nước mắm, đếm củ dưa hành" như các bà nội trợ miệt vườn. Mục đích của cách hành xử này là bảo đảm rằng các tướng ngoài chiến trường theo đúng các quy tắc chiến thuật mà hai Ông đề ra. Điều này chẳng những dẫn đến nhiều lỗi lầm tệ hại trong việc tiến hành chiến tranh không tập mà còn phương hại tới toàn bộ cuộc chiến để bảo vệ Miền Nam.[83]

5.3.1. Vũ khí Nga - Hoa Được Thả Cửa Vào Việt Nam

Cặp bài trùng Johnson McNamara đã cho Liên Xô và Trung Cộng tự do vận chuyển vũ khí giúp Bắc Việt, qua các cửa khẩu Lạng Sơn, Lào Cai, và hải cảng Hải Phòng, rồi từ đó phân tán mỏng ra khắp nơi trên đất Bắc,[84] trước khi được chuyển vào Nam qua hệ thống "đường mòn" Hồ chí Minh mà có người châm biếm gọi là "xa lộ Harriman".[85] Để bảo đảm cho chiến lược "đánh để thua" (Strategy for Defeat), Johnson-McNamara phóng ra những chiến dịch không tập rất hạn chế bằng phi cơ chiến thuật, săn đuổi những mục tiêu kém quan trọng và biến các phi cơ chiến thuật này thành mục tiêu ngon lành cũa cao xạ phòng không và hỏa tiễn địa không của Bắc Việt.[86]

5.3.2. Trói Tay Cấp Chỉ Huy Chiến Trường

Qua nghệ thuật "Đo lọ nước mắm, đếm củ dưa hành" trong việc điều khiển chiến tranh, ban đầu cặp bài trùng Johnson-McNamara không cho phép máy bay Mỹ tấn công hỏa tiễn SAM trừ trường hợp bị chúng tấn công. Johnson-McNamara còn ấn định một số khu an toàn cho địch ở Miền Bắc mà máy bay Mỹ không được pháp tấn công. Hai ông này nghĩ rằng việc đó phù hợp với quan niệm "chiến tranh hạn chế".

5.3.3. Quan niệm "Chiến Tranh Hạn Chế"

Quan niệm "chiến tranh hạn chế" là một sản phẩm của thời đại sau Đệ Nhị Thế Chiến khi một cuộc chiến tranh nguyên tử có nguy cơ hủy diệt thế giới tới một mức độ ngoài sức tưởng tượng. Không phải chỉ có một số trí thức thiên tả và chống quân đội, mà còn gồm cả hai ông Tướng Gavin và Bedel Smith cũng ủng hộ quan niệm chiến tranh hạn chế. Trong khi chống lại quan niệm trả đũa ồ ạt (massive retaliation) của thời Eisenhower để đối phó với trường hợp bị Liên Xô xâm lăng, họ đề nghị quan niệm "chiến tranh hạn chế" là một giải pháp khả thi, giữa hai thái cực là đầu hàng hoặc bị hủy diệt trong chiến tranh hạch tâm. **Họ nghĩ rằng đối phương là Liên Xô cũng suy tính như họ.**

Trên căn bản, cách tiến hành chiến tranh hạn chế phải thực thi ba bước đi căn bản: a/ phải từ từ từng bước sử dụng sức mạnh quân sự và không được sử dụng sức mạnh tối đa; b/ phải phản ứng uyển chuyển đối với hành động của đối phương, kèm theo với những bước đi ngoại giao nhằm tiến tới một cuộc "đánh đấm nửa vời"; c/ tạo ra một tình trạng tiến thoái lưỡng nan để kết thúc cuộc chiến.

Theo cách tiến hành "chiến tranh hạn chế" của Johnson-McNamara, hai Ông đã theo dõi cuộc chiến từng bước để bảo đảm các cấp chỉ huy trên chiến trường thi hành đúng những chỉ thị của các "thần đồng" Harvard không biết gì về chiến tranh, điều khiển qua máy điện toán tại Bộ Quốc Phòng Hoa Kỳ. Cuộc chiến tranh hạn chế tại Bắc Việt quả nhiên đạt tới tình trạng tiến thoái lưỡng nan và không ngăn chặn được các đoàn xe vận tải đầy ắp dụng cụ chiến tranh của Bắc Việt, được chuyển cho bộ máy chiến tranh của Cộng Sản trong Nam.

Vấn đề đáng buồn là quan niệm chiến tranh hạn chế của Johnson McNamara được áp dụng cho một cuộc chiến tranh không đúng chỗ và không đúng lúc. Cuộc chiến tranh Việt Nam chẳng phải là chiến tranh hạch tâm, mà là chiến tranh Nhân Dân của Mao Trạch Đông, mà tình trạng "tiến thoái lưỡng nan" chỉ có lợi cho kẻ địch là Cộng Sản Bắc Việt.[87]

Một mặt, Tổng Thống Johnson lấy cớ rằng Trung Cộng sẽ can thiệp như trong cuộc chiến tranh Triều Tiên, nhưng mặt khác Ông ta và McNamara có thể nghĩ rằng họ đang gián tiếp đánh một cuộc chiến tranh hạn chế chống lại lực lượng hạch tâm của Liên Xô. Trong khi đó, có thể hai Ông này không biết rằng đối phương của họ ở Hà Nội đang bám chặt Bắc Kinh trong cuộc mâu thuẫn Nga -Hoa. Trong khi Hà Nội tiến hành cuộc chiến tranh Nhân Dân, cái khó của họ là phải tìm cách qua mặt chính quyền Johnson từng bước một. Johnson-MacNamara nhầm lẫn tin tưởng vào chiến tranh hạn chế (ít ra là theo sự hiểu biết của họ) là vì họ không hiểu gì về Chiến Tranh Nhân Dân. Hậu quả là những sai lầm tệ hại trong cuộc chiến tranh Không Tập tại Bắc Việt, đưa đền những tổn thất quá lớn và bi đát về phi công và máy bay chiến thuật cộng thêm sự phung phí tài nguyên. Cuộc chiến tranh lẽ ra có thể đem lại chiến thắng nếu có một vị tổng thống khác tại Bạch Cung, một nhà lãnh đạo biết nghe tiếng nói của giới quân nhân thay vì giới dân sự. Một cuộc chiến tranh không tập thành công sẽ dẫn đến sự thành công của mặt trận bộ chiến.

6. CUỘC CHIẾN TRANH TRÊN BỘ Ở MIỀN NAM

Trong cuộc chiến tranh không tập, mấy "cậu thần đồng" (Whiz Kids) của McNamara có thể làm mưa làm gió với mấy trăm phi công trên trời một cách dễ dàng trên máy điện toàn, hơn là đối với mấy trăm ngàn binh lính gội mưa nắng trong rừng sâu ở Miền Nam, đó là những người cầm súng bắn hàng ngày mà không theo chỉ thị của máy điện toán. Tuy nhiên cái quan niệm ác ôn của chiến tranh hạn chế vẫn được Johnson-McNamara sử dụng để kiềm chế các hành động quân sự qua những quy luật hành quân (Rules of Engagement), ví du: quân Mỹ bị cấm không được tấn công quân đội Cộng Sản trên đất Miên, bất kể là bằng pháo binh hay là bằng không quân. Tóm lại tướng Westmoreland phải chịu đựng những cấm cản khiến cho ông rất khó lòng hoàn thành nhiệm vụ: Ông không được phép vượt biên giới qua Lào để truy cập lực lượng Bắc Việt xâm nhập vào đất Lào. Ông không được tấn công đại bản doanh của Trung Ương Cục Miền Nam trên đất Miên. Ông không được phép truy lùng và tiêu diệt các căn cứ tiếp vận của Cộng Sản Việt Nam ở vùng biên giới trên đất Miên và Lào và tiếp giáp với lãnh thổ Nam Việt Nam.[88]

6.1. Một Bất Ngờ Làm Hà Nội Không Vui

Mặc dầu McNamara cố sức áp dụng chiến tranh hạn chế tại Miền Nam, nhưng tướng Westmoreland cố gắng chặn đánh và tiêu diệt những đơn vị chính quy của Cộng quân Bắc Việt xâm nhập Miền Nam và đụng trận với Mỹ tại một số địa điểm như Vạn Tường, Pleime, và Thung Lũng Ia Drang, v.v...[89] Trong những trận nói trên, quân Cộng Sản Bắc Việt học thuộc địa hình hiểm trở để từ đó phóng ra những trận hành quân "trận địa chiến" và tính ăn gỏi những đơn vị của Mỹ vừa mới chân ướt chân ráo được gởi tới Việt Nam vào năm 1965. Mặc dầu vậy, quân Cộng Sản đã thất bại nặng trước ưu thế về hỏa lực, cơ khí, và lưu động tính của Mỹ trong chiến thuật trực thăng vận.

6.2. Quan Niệm "Truy Lùng và Tiêu Diệt" (Search and Destroy)

Sau những thất bại đẫm máu nói trên, Cộng quân tìm cách lẩn tránh và không đối đầu trực diện với những đơn vị bộ binh ưu tú của Mỹ để tránh tổn thất nặng. Để đối phó với sự lẩn tránh của Cộng quân, tướng Westmoreland đưa ra quan niệm Truy Lùng và Tiêu Diệt tức là đi tìm địch tại chính nơi ẩn náu của chúng và tiêu diệt chúng tại chỗ và phá tan sào huyệt ẩn náu của chúng. Một cuộc hành quân "Truy Lùng và Tiêu Diệt"[90] là một cuộc tấn công lớn gồm nhiều đơn vị bộ binh phối hợp với không quân và pháo binh nặng. Cuộc hành quân này dựa trên tin tức tình báo cho biết quân địch tập trung nhiều tại một vùng căn cứ để chuẩn bị phóng ra một chiến dịch lớn. Đây là những cơ hội quý báu để: a/ tìm và tiêu diệt một số lượng lớn địch quân; b/ hoặc tiêu diệt kho chứa lương thực của địch; c/ giúp tìm ra một màng lưới hạ tầng cơ sở của địch; d/ tiêu diệt hệ thống hậu cần của địch; e/ nếu may mắn thì có thể tịch thu được nhiều tài liệu quý báu có giá trị tình báo to lớn.

Trên đây là những mong đợi thực tiễn của Tướng Westmoreland khi ông ta phóng ra các cuộc hành quân Attleboro, Cedar Falls, và Junction City, v.v... Nói chung, Westmoreland đã đạt những kết quả rất đáng kể. Nhưng trên phương diện chiến tranh "tiêu hao", số tổn thất của địch quân so với tầm cỡ của những cuộc hành quân thì tương đối nhỏ. Điều này khiến cho một số những phóng viên và nhà bình luận không am hiểu tình hình đã ví von chiến dịch "Truy Lùng và Diệt Địch" giống như dùng một chiếc búa tạ để giết mấy con muỗi. Câu ví von nói trên tuy rất có duyên nhưng hoàn toàn bị trật đường rầy.

Có khá nhiều người đứng đắn chỉ trích chiến dịch "Lùng và Diệt Địch" của Westmoreland, nhưng một số những tác giả này chỉ hiểu vấn đề một cách nửa vời. Nếu ta nhìn vào những hạn chế mà Ông Tổng Trưởng Quốc Phòng McNamara dựng lên nhằm "đánh để thua", thì ta không biết làm sao Tướng Westmoreland có thể đạt được mục tiêu cứu nguy Miền Nam sau khi Tổng Thống Diệm gặp họa, đồng thời còn đánh bại những đại đơn vị của Cộng Sản. Vậy mà ông ta đã thành công trong việc chặn đứng đà suy thoái chính trị. Năm 1967, Miền Nam đã tổ chức một cuộc Tổng Tuyển Cử cho nền Đệ Nhị Công Hòa. Mặc dầu những hậu quả chiến lược tệ hại lâu dài của Chiến Tranh Hạn Chế, việc Tổng Thống Johnson can thiệp quân sự đã cứu Nam Việt Nam thoát khỏi những hậu quả lâu dài do lỗi lầm của Tổng Thống Kennedy - ít nhất trong một thời gian đáng kể.

Chiến lược Lùng và Diệt Địch có những hậu quả không hiển nhiên khiến những nhà quan sát hời hợt không nhìn thấy trong cách tiến hành cuộc chiến của Westmoreland. Những tài liệu Cộng Sản, mà người ta tịch thu được trong các cuộc hành quân Truy Lùng và Diệt Địch, đã mất một thời gian được phiên dịch tại Tòa Đại Sứ Mỹ. đã minh chứng hậu quả của các cuộc hành quân đó. Những tài liệu này được thâu thập dưới chủ đề "Vietnam Documents and Research Notes"[91], đã tiết lộ một khối lượng tin tức về nội tình của Cộng quân do hậu quả của các cuộc hành quân "Truy Lùng và Diệt Địch".

6.3. Đằng Sau Các Cuộc Tranh Luận - Hậu Quả của "Truy Lùng Và Diệt Địch"

Mặc dầu những cuộc tranh luận về chiến dịch "Truy Lùng và Diệt Địch" đã diễn ra giữa những "người mù sờ voi", người ta biết rất ít về những gì diễn ra trong thế giới bí mật của Chiến Tranh Nhân Dân của Cộng Sản, những khó khăn mà Cộng Sản phải đối phó, chúng bị suy yếu như thế nào do hậu quả của chiến lược Westmoreland.[92] Một hậu quả khác của các chiến dịch này là thường dân của các vùng bị đụng độ vì chiến sự đã tìm cách bỏ chạy về vùng có an ninh, tạo nên một gánh nặng về cứu trợ dân tỵ nạn cùng với những khó khăn về kinh tế xã hội cho chính phủ Việt Nam Cộng Hòa. Mặt khác, mặc dầu có những vấn đề đảo lộn đời sống do chạy loạn, nhưng phong trào tỵ nạn này vô tình đóng góp nhiều ích lợi cho chính quyền Miền Nam, và trong số lớn những người tỵ nạn có lẫn cả những cán binh Cộng Sản bỏ hàng ngũ MTGP vì chán nản, vì thất vọng, vì bất mãn hoặc vì đói.

6.3.1. Vấn Đề Tỵ Nạn Chiến tranh – Một Động Thái Bất Ngờ

Tùy theo những nhóm người tỵ nạn xuất phát từ vùng an ninh hay "xôi đậu", hay vùng "giải phóng", những người tỵ nạn này nhiều khi có thể vô tình hoặc mù quáng hoặc bị đe dọa phải ủng hộ Cộng Sản. Sau khi bị chiến tranh đánh bật ra khỏi vùng Cộng Sản, họ biến thành tỵ nạn, bắt đầu tiếp xúc với một "thế giới mới" và nhiều người đã có một nhãn quan mới về chính trị, khiến họ thay đổi lập trường. Hàng trăm người gia nhập chương trình *Chiêu Hồi*[93], vốn đã bắt đầu từ thời Tổng Thống Diệm và vẫn còn được duy trì cho những năm sau khi ông bị sát hại. Dưới chính sách Chiêu Hồi, những hồi chánh viên được đổi tên mới, được cấp một thẻ căn cước mới, và được bắt đầu một cuộc sống tự do của người công dân Việt Nam Cộng Hòa. Đối với Cộng Sản, mỗi người tỵ nạn chạy thoát vùng "giải phóng" tượng trưng cho nhiều mất mát: mất một người nộp thuế, mất một dân công phục vụ chiến trường, hoặc đó là một du kích tương lai, hoặc thêm một kẻ thù "ác ôn" nếu người đó gia nhập chương trình chiêu hồi và cung cấp nhiều tin tức tình báo chống lại Việt Cộng.

Nói vắn tắt, thêm một điểm cho chính quyền quốc gia là bớt một điểm cho phía Việt Cộng. Ban đầu, tác dụng của vấn đề tỵ nạn đem lại một số nhỏ lợi điểm. Nhưng càng ngày càng có nhiều người theo chương trình chiêu hồi và rời bỏ hàng ngũ Việt Cộng. Đó là một động thái của vấn đề tỵ nạn, một hậu quả vô tình của chiến dịch "Truy Lùng và Diệt Địch". Những cây viết nông cạn không biết được những hiện tượng này và ý nghĩa của nó, nên không quan tâm tới những tài liệu

Cộng Sản bị tịch thu. Tương tự như trường hợp một nhà báo nói với tôi rằng việc Cộng Sản pháo kích trường học không đáng là tin quan trọng, có thể một số cây viết nghiên cứu nghĩ rằng những điều minh chứng nhỏ bé cho sự tồn tại của Miền Nam Việt Nam không đáng là "lịch sử".

6.3.2. Vấn Đề Tiếp Vận Trong Chiến Tranh Nhân Dân

Việt Cộng dùng danh từ "hậu cần" (một từ ngữ của Trung Cộng) để chỉ hệ thống tiếp vận cho công tác chiến tranh của Việt Cộng.[94] Đây cũng là một vấn đề mà những cây viết Tây Phương tinh ý nhất cũng không nắm vững. Lý do đơn giản là vì những cây viết này chưa bao giờ nhìn thấy hệ thống "hậu cần" hoạt động như thế nào. Nhờ những tin tức tình báo do những hồi chánh viên đóng góp mà chính quyền biết về hệ thống tiếp vận chằng chịt của Việt Cộng ở thôn quê cùng những nơi tập trung tiếp vận và sản xuất. Trong phần lớn các trường hợp, đồ tiếp vận được chở bằng xe bò đi qua một số hạn chế những đường mòn nhất định mà phía chính quyền có thể biết được để tổ chức phục kích hoặc pháo kích để tiêu diệt. Chiến dịch Lùng và Diệt Địch đóng góp nhiều vào việc phá vỡ và tịch thu những kho tiếp vận lớn trong mỗi cuộc hành quân lớn vào mật khu Việt Cộng, nhưng những điều này nhiều khi không phải là điều quan tâm của các phóng viên kém hiểu biết. Ví dụ như những tài liệu Việt Cộng bắt được trong cuộc hành quân Cedar Falls cho thấy những người điều hành hệ thống tiếp vận bị ảnh hưởng tâm lý khiến cho xuống tinh thần, đồng thời với nỗ lực thu mua lương thực bị suy giảm vì chiến sự và phí tổn thu mua bị gia tăng. Truyền thông không hề biết về những điều này.

Những hậu quả tai hại khác đối với nỗ lực chiến tranh

của Việt Cộng gồm có tình trạng thương vong của các đơn vị lớn như Trung Đoàn 95 Bắc Việt [95] gồm có tổn thất quân số, xuống tinh thần, thiếu chủ động và nhất là không còn kiểm soát được quần chúng địa phương. Ngoài ra, tài liệu Việt Cộng bi tịch thu còn cho thấy tại đơn vị này còn có "vấn đề thiếu gạo, thiếu đạn dược và thiếu băng cứu thương". Vấn đề đáng quan tâm nhất là tệ nạn "đào ngũ, đầu hàng và tự tử", lan rộng như bệnh dịch đã gây nên tình trạng báo động mà cấp lãnh đạo Việt Cộng phải tìm cách che dấu.[96]

Những vấn đề "kém-hiển-nhiên" nói trên, tuy không được sự quan tâm của các cây viết và phóng viên Tây Phương, đã đóng góp sâu xa cho tình trạng sa sút của của chiến tranh Nhân Dân ở Nam Việt Nam mà nhiều người không nhìn thấy và cũng là một trong những thành công của chiến dịch "Truy Lùng và Diệt Địch".

6.4. Trận Tổng công kích Tết Mậu Thân 1968

Khoảng tháng Ba năm 1967, một phái đoàn quân sự Trung Cộng và Cuba đã bí mật viếng thăm vùng Việt Cộng kiểm soát để đánh giá tình hình ở trong Nam. Sau đó họ trở về Hà nội với một báo cáo bi quan về tình trạng đi xuống của Trung Ương Cục Miền Nam.[97]

6.4.1. Cần Phải Có Một Cuộc Tổng Công Kích

Do hậu quả của bản báo cáo nói trên, Cộng Sản Bắc Việt nhận thấy chiều hướng đi xuống của "Chiến Tranh Nhân Dân" khiến nó đang trở thành vô nghĩa nếu không có hành động đặc biệt để đảo ngược tình hình: a/ đó là một lý do rất quan trọng khiến họ quyết định về một chiến dịch Thu-Đông; b/ một yếu tố khác có ảnh hưởng tới thời điểm của chiến dịch nói trên là cuộc bầu cử tổng thống Hoa Kỳ vào năm 1968. Đây là một cơ hội rất hấp dẫn cho Hà Nội thực hiện một chiến dịch tuyên truyền có tác dụng lớn ngay trên đất Mỹ; c/ ngoài ra đây cũng là một cơ hội cho đám truyền thông "theo phiếu đặt hàng" (advocacy media), vốn chiếm đa số trong truyền thông Tây Phương, có dịp củng cố dự đoán rằng kỳ này "Võ Nguyên Giáp sẽ đánh bại Mỹ như đã đánh bại Pháp vào năm 1954". Hà Nội đã quyết định chọn căn cứ hỏa lực Khê Sanh để biến nó thành một Điện Biên Phủ thứ hai.[98]

6.4.2. Nghi Binh Để Đánh Lạc Hướng

Điểm khác biệt với năm 1954, là Bắc Việt đã chọn Khê Sanh [99] làm Điện Biên Phủ với mục đích đánh lạc hướng, bởi vì mũi tấn công chính là cuộc Tổng Công Kích - Tổng Khởi Nghĩa (TCK_TKN) trên toàn Miền Nam, do lực lượng MTGP đảm nhiệm.

Đây là một chiến dịch hành quân đầy tham vọng được chuẩn bị rất chi tiết chưa từng có trong lịch sử chiến tranh Việt Nam.[100] Cuộc TCK-TKN đã vận động 97 tiểu đoàn độc lập, với nhiều đơn vị đặc công, và những Trung Đoàn có tên tuổi như: Đồng Nai, Thép, Đồng Xoài, Quyết Thắng, Đồng Tháp, Phú Lợi, và những đơn vị thuộc các Sư Đoàn 5, 7, và 9 của MTGP. Số quân tổng cộng tham gia vào chiến dịch này là vào khoảng 150,000, một lực lượng thật đáng kể. Tuy nhiên cuộc tấn công trải ra 28 quận và tỉnh khác nhau của Miền Nam, đưa đến nhiều bất lợi và nhiều lầm lỗi của một chiến dịch mệnh danh là "đồng khởi" (concerted) và "tập trung" cường lực (concentation of forces). Nói tóm lại, làn sóng tấn công của Cộng Sản trở thành thiếu chiều sâu và quá trải rộng, khiến cho ưu điểm của "tập trung cường lực" đã biến thành "phân tán lực lượng" để đi đến thất bại.

6.4.3. Tấn Công Đồng Khởi Trong Khung Cảnh Chiến Tranh Nhân Dân

Trận Tổng Công Kích nếu muốn thành công phải dựa vào yếu tố hoàn toàn bất ngờ, và bí mật tuyệt đối. Mặc dầu cuộc Tổng Công Kích đã được chuẩn bị rất kỹ lưỡng và cực kỳ chi tiết, nhưng tới lúc thi hành thì mọi chuyện trở thành đổ bể.[101] Điểm thất bại căn bản là cuộc tấn công **đồng khởi** đã thiếu mất **yếu tố đồng khởi**. Trong số 28 mục tiêu phải tấn công đồng loạt, từng nhóm bốn năm mục tiêu đã bị tấn công khác thời điểm. Vì thế, những địa điểm bị tấn công trước đã báo động cho những mục tiêu khác có thì giờ chuẩn bị đối phó. Lý do chính của tình trạng "mất đồng khởi" nằm trong cốt lõi của chiến tranh nhân dân: nhu cầu cốt lõi là "bí mật" đi đôi với thực tế là "thiếu sót khoa học kỹ thuật truyền tin". Để bảo toàn bí bật, những chỉ thị từ trên phải chờ đến phút chót mới đưa xuống dưới, và phải chuyển bằng tay qua giao liên chạy bộ, đưa đến sự chậm trễ và mất đồng bộ nhiều hay ít tùy theo nơi nhận chỉ thị ở xa tít hay gần xịt. Nhu cầu bảo mật đã hợp tác với sự chậm trễ để làm mất yếu tố bất ngờ của cả một chiến dịch Tổng Công Kích trên toàn quốc.

Một yếu tố khác khiến cuộc Tổng Công Kích thất bại là lần đầu tiên khi các du kích quân tấn công vào 28 thị trấn, nhất là Saigon, họ mới được nếm mùi thế nào là chiến tranh trong thành phố. Đa số du kích quân quen đánh nhau trong rừng núi với giao liên dẫn đường thay vì dùng bản đồ. Chưa bao giờ họ nhìn thấy những tòa nhà lớn nối đuôi nhau chạy hết phố này qua phố khác, với bảng tên phố thay vì rừng cây. Nhiều du kích quân đã bị lạc hướng, không tới được điểm hẹn để bố trí theo chỉ thị ban đầu. Nhiều người đã bị lạc trong nhiều ngày, bị đói và phải đầu hàng.

Sự thất bại trong cuộc tấn công bất ngờ, cùng với những sai lầm chiến thuật khác như: "tập trung cường lực" mà lại phân tán mỏng ra 28 địa điểm cách nhau xa lắc xa lơ, đã khiến cho Cộng Sản tổn thất quá nửa quân số ở trong Nam, cộng thêm với sự tổn thất ở hạ tầng cơ sở của chiến tranh nhân dân, và hệ thống "hậu cần" bị sụp đổ.[102]

Sau khi Trận Tổng Công Kích của Cộng Sản bị thất bại, tinh thần của dân chúng Miền Nam và nhất là tinh thần tự tin của quân đội vọt lên cao, họ trở nên táo bạo hơn và sẵn sàng giành thế chủ động. Theo như tác giả William Colby viết thì từ năm 1968 đến 1972, an ninh đã được phục hồi tại vùng đồng bằng Cửu Long.[103] Những hồi chánh viên được phỏng vấn cũng đồng ý với tác giả Colby. Khi được cung cấp đầy đủ vũ khí và đạn dược và có sự yểm trợ của không lực, quân đội Miền Nam dư sức chiến đấu chống lại quân Bắc Việt, dù họ được Bắc Kinh và Mạc Tư Khoa tiếp tế đầy đủ. Điều này đã được minh chứng trong cuộc Tổng Công Kích Xuân Hè năm 1972. Điều bi đát là phe "phản chiến" Mỹ từ đường phố đã xâm nhập vào các trường đại học và quốc hội Hoa Kỳ, đúng vào thời khắc lịch sử của cuộc Chiến Tranh Lạnh. Hậu quả là những hy sinh và lòng yêu quê hương của quân và dân Miền Nam đã được những người Mỹ thiên tả tưởng thưởng bằng sự phản bội và bỏ rơi. Một tác giả vừa là sử gia và cũng là cựu Chiến Binh Hoa Kỳ tại Triều Tiên, Louis Fanning, đã viết như sau:

"Đằng sau những đống giấy tờ về chi phí ngoại viện, những bản phụ chi, những đạo luật về quốc phòng, và những dự chi cho Công Tác Ngoại Viện, có một sự kiện duy nhất cho thấy ban thường vụ của đảng Dân Chủ tại Quốc Hội Mỹ cùng với một ít đảng viên Cộng Hòa tả khuynh đã đẩy nhân dân Miền Nam vào ngục tù nô lệ Cộng Sản".[104]

7. Quân Đội Việt Nam Cộng Hòa - Cuộc Tổng Công Kích Xuân Hè 1972

Quân đội Việt Nam Cộng Hòa đóng vai trò thiết yếu trong việc bảo vệ Miền Nam khi có cơ hội và khi tình hình quốc phòng đòi hỏi. Trong tài liệu này ta có cơ hội khảo sát quân đội đó xuyên qua quá trình hoạt động và sự biểu diễn vai trò của quân đội đó trong cuộc Tổng Công Kích 1972.

7.1. Quá Trình Hoạt Động

Quân đội Việt Nam Cộng Hòa đã để lại một quá khứ cao đẹp và một thành tích lịch sử oai hùng khi phải thi hành sứ mạng để đối phó với những thử thách trong suốt cuộc chiến, những thử thách ngoài phạm vi trách nhiệm của họ. Trong tiểu đoạn 1.5. "**Sự Khác Biệt về Quan Niệm Chiến Lược**" ta thấy giữa Hoa Kỳ và Việt Nam Cộng Hòa có sự khác biệt nghiên trọng về cách tổ chức quân đội Miền Nam để chống lại sự xâm lăng của Cộng Sản Miền Bắc.

7.1.1. Sứ Mạng Quốc Phòng

Mặc dầu có sự xác định rõ ràng về dự tính của Cộng Sản xâm lăng bằng quân sự, nhưng những khuyết điểm lớn nằm ở chỗ đối phó với cuộc chiến tranh du kích của Cộng Sản. Sự thiếu sót nghiêm trọng ban đầu nằm ở chỗ không am hiểu về cách đối phó với hình thái Chiến Tranh Nhân Dân theo kiểu Mao Trạch Đông: ưu điểm cũng như khuyết điểm của hạ tầng cơ sở của Cộng Sản đòi hỏi sự am hiểu tường tận trước khi tiến hành một chiến lược và những chiến thuật để đối phó với chúng. Trong liên minh quân sự với Hoa Kỳ là quốc gia cung cấp phần lớn cơ sở vật chất, quyền quyết định ưu tiên về chiến lược cũng như quyền phạm sai lầm nằm trong tay Hoa Kỳ. Miền Nam Việt Nam có quyền gặt hái hậu quả.

7.1.2. Chiến Lược Sai Lầm

Trong giai đoạn đầu của Cộng Sản xâm lược, Nam Việt Nam và Hoa Kỳ tiến hành cuộc chiến tranh chống phiến loạn và đã mắc phải sai lầm chiến lược khi đặt nặng ưu tiên trên phương diện huấn luyện và trang bị cho một cuộc chiến tranh quy ước trong khi lơ là trên phương diện huấn luyện thể chất và chuẩn bị tinh thần cho một cuộc chiến tranh du kích. Và mặc dầu chấp nhận đường lối chiến tranh quy ước của Hoa Kỳ, trên phương diện diễn xuất, có sự bất tương xứng giữa Việt Nam và Hoa Kỳ khi ta phân tích mối tương quan về số lượng giữa vai trò chiến đấu và hỗ trợ.

7.1.3. Lực Lượng Tác Chiến và Lực Lượng Hỗ Trợ

Trên phương diện hiệu năng tác chiến, quân đội Việt Nam Công Hòa (VNCH) tùy thuộc ảnh hưởng của cơ cấu tổ chức, hỏa lực, cơ giới, lưu động tính, và khả năng liên lạc. Mặc dầu trên danh nghĩa, người ta áp dụng cơ cấu tổ chức của Hoa kỳ cho quân đội Việt Nam Cộng Hòa, nhưng trên thực tế có sự khác biệt một trời một vực quyết định khả năng ứng phó của hai quân đội nói trên. Với khoảng 500,000 binh sĩ Hoa Kỳ đồn trú tại Việt Nam, lực lượng tác chiến vào khoảng 100,000 người trong khi lực lượng hỗ trợ là 400,000, nghĩa là cứ 1 người lính Mỹ chiến đấu thì có 4 người hỗ trợ, trong khi về phía Việt Nam Cộng Hòa, cứ 4 người lính chiến đấu thì chỉ có 1 người lính hỗ trợ. Nghĩa là sự trang bị về mọi mặt cơ giới, hỏa lực, lưu động tính khác nhau một trời một vực giữa hai đạo quân. Do đó, không nên so sánh khả năng chiến đấu và hiệu lực chiến đấu của hai đạo quân đó. Mặt khác người ta cần tìm hiểu xem Hoa Kỳ đã trang bị quân đội chính quy của Việt Nam Cộng Hòa như thế nào.

7.1.4. Cơ Giới và Hỏa Lực của Quân Đội VNCH

Trong suốt 14 năm chiến đấu, kể từ năm 1954 tới 1968, người chiến binh VNCHđược trang bị bằng súng trường của Đệ Nhị Thế Chiến như súng carbine, súng M1 hoặc súng "Garand" bắn từng phát một, trong khi đối phương sử dụng súng Trung Cộng AK-47 (súng tự động)ngay từ trước năm 1963. Tác giả Lewis Sorley, một cựu Trung Tá Hoa Kỳ phục vụ tại Việt Nam từ 1963 tới 1966, đã trở thành một nhà viết sử nghiên cứu về tình báo, là tác giả của cuốn sách "Westmoreland, người bại tướng tại Vietnam", đã viết một bài báo nhan đề "Thiếu vũ khí: VNCH dưới thời Westmoreland" đăng trên tạp chí VVA do Cựu Chiến Binh Mỹ trong cuộc chiến Việt Nam phát hành.

Trong một đoạn văn, tác giả Sorley viết:... "*Trong phần lớn cuộc chiến, quân đội Nam Việt Nam được trang bị với vũ khí phế thải của Hoa Kỳ còn tồn đọng từ đệ nhị thế chiến. Trong khi đó, lính Bắc Việt và lính Việt Cộng được cung cấp những vũ khí tối tân nhất mà quan thầy của họ có thể cung cấp, kể cả súng trường AK-47.*

"Trong suốt những năm của thời Westmoreland, quân đội Nam Việt Namluo6n luôn bị thua kém về vũ khí với hậu quả có thể đoán trướcvề phương diện chiến trận cũng như tinh thần chiến

đấu, không kể đến vấn đề danh tiếng..."

Tác giả Sorley viết tiếp và suy đoán về lý do đưa đến những khuyết điểm nêu trên: "*Đây là điều mà Westmoreland thỉnh thoảng miễn cưỡng thực hiện - một bằng chứng cho thấy Ông ta mơ hồ tin tưởng rằng quân đội Mỹ có thể nhẩy vào đánh hộ cho người Việt Nam, mà không cần trang bị cho người Việt tự làm lấy..,*"

Tình cờ, Sorley trích dẫn một câu của Đại Sứ Maxwell Taylor nói rằng: "*Chúng ta không bao giờ quan tâm tới quân đội VNCH. Chúng ta chẳng coi họ ra cái gì.*"

7.1.5. Schwarzkopf nói về Khả Năng Tác Chiến của Nam Việt Nam

Schwarzkopf, vị danh tướng đã đánh bại Saddam Hussein trong trận đánh Một Trăm Giờ, mệnh danh là "Gulf War" năm 1991, đã từng là sĩ quan cố vấn cho quân lực VNCH quân hàm thiếu tá, và sau đó chiến đấu cũng tại Việt Nam với quân hàm đại tá. Từ vai trò đó, Ông ta đã phát biểu quan điểm về phẩm chất lãnh đạo và khả năng diễn xuất của quân lực Nam Việt Nam. Ông ta đã viết về đại tá Ngô Quang Trưởng như sau:

"Đại Tá Ngô Quang Trưởng là sĩ quan Tham Mưu Trưởng của Tướng Đống. Ông ta không có vẻ gì là một thiên tài về quân sự: cao có 1.675m, ở lứa tuổi 45, gầy guộc, vai gù và cái đầu hơi to so với thân hình. Mặt ông ta căng thẳng với nhiều nét không có gì là đẹp trai, và đôi môi luôn ngậm một điếu thuốc lá. Vậy mà các sĩ quan thuộc cấp và binh lính dưới quyền rất kính nể ông - các sĩ quan chỉ huy của Bắc Việt rất ngán tài dụng binh của ông. Bất cứ khi nào có một hoàn cảnh chiến đấu phức tạp xẩy ra, Tướng Đống luôn luôn giao việc chỉ huy cho ông."

Tướng Schwarzkopf tán thưởng, ưa thích, hiểu biết và kính trọng Tướng Trưởng qua kinh nghiêm cố vấn và chiến đấu với các lực lượng Dù, Biệt Động Quân, và Thủy Quân Lục Chiến. Và ông dành những lời ca ngợi cao nhất đối với quân chủng mũ đỏ. Qua kinh nghiệm cố vấn cho đại Tá Trưởng, ông rất thán phục khả năng đặc biết của vị đại tá biết tiên đoán nhất cử nhất động của của địch giựa trên sự trinh sát xuất sắc, và khả năng đánh giá đia hình địa vật của chiến trường cũng như thòi quen của địch quân.

7.1.6. Khả Năng Lãnh Đạo

Trên phương diện lãnh đạo quân sự, có những vị chỉ huy sư đoàn, quân đoàn xuất sắc như Tướng Ngô Quang, Nguyễn Viết Thanh, Nguyễn Khoa Nam, Nguyễn Bảo Trị, Nguyễn Đức Thắng, Phan Trọng Chinh, Lê Minh Đảo, Lê Văn Hưng, Trần Quốc Lịch, Đỗ Cao Trí, Lý Tòng Bá, Trương Quang Ân, Lê Quang Lưỡng, và những vị tướng khác đã lãnh đạo quân lực VNCH một cách xuất sắc. Dưới các vị tướng này, là những sĩ quan cấp tá và cấp úy đã chiến đấu một cách xuất sắc, đã chiến thắng Cộng quân trong trận Mâu Thân 1968 và lại đánh bại quân chính quy Bắc Việt vào năm 1972. Họ đã được huấn luyện để đánh chiến tranh quy ước, và họ đã chiến thắng khi có cơ hội đụng trận và được trang bị đầy đủ để chiến đấu.Mặc dầu trong giai đoạn đầu của cuộc chiến, họ bị lúng túng khi phải đối mặt với hình thái chiến tranh "nhân dân" vì không được chuẩn bị, nhưng, như ta đã thấy, sau trận Mậu Thân, hình thái chiến tranh nhân dân đã không còn hiệu lực ở Việt Nam. Và đó là một trong những lý do khiến cho Bắc Việt đã phải sử dụng chiến tranh quy ước vào nặm 1972 nhằm gây dựng lại chiến tranh nhân dân. Nhưng họ đã thất bại.

7.2. Trận Tổng Công Kích 1972

Trong trận Tổng Công Kích 1972, Cộng Sản Bắc Việt nhắm vào ba mục tiêu chính: a/ sử dụng lực lượng chính quy để tấn công vào ba thành thị của Vùng I và Vùng II Chiến Thuật đẻ thu hút quân đội Miền Nam ra khỏi Đồng Bằng Cửu Long với mục đích gây dựng lại hạ tầng cơ sở của chiến tranh Nhân Dân tại đây; b/ Chứng minh rằng chính sách Việt Nam Hóa của Nixon là một thất bại; c/ Cố chiếm bằng được thị xã An Lộc để sử dụng nó làm thủ đô cho cái gọi là "Chính Phủ Lâm Thời Miền Nam, trong trường hợp đạt được kết quả đó. Cũng như nhiều lần trước đó, cuộc Tổng Công Kích trùng hợp với cuộc bầu cử tổng thống tại Hoa Kỳ nhằm tạo thêm tác dụng chính trị. Lần này Miền Nam tự lực chống đỡ cuộc xâm lăng sau khi Hoa Kỳ đã rút hết quân bộ chiến và chỉ hỗ trợ bằng không quân và sự hỗ trợ bằng pháo binh cũng ở mức hạn chế. Ngay sau khi kết thúc cuộc hành quân Lam Sơn 1971, Tổng Thống Nixon đã tuyên bố kế hoạch Việt Nam Hóa Cuộc Chiến đã thành công.

7.2.1. Thực tế của Việt Nam Hóa Cuộc Chiến

Đúng như tác giả Andrew Wiest ghi nhận, "*Từ một cao điểm 500,000 quân vào tháng Năm, 1968, tới tháng Năm 1971, lực lượng quân đội Hoa Kỳ đã bị cắt giảm mất một nửa, và riêng lực lượng chiến đấu đã đã rút đi hai phần ba*". Tiến trình giải kết nói trên đưa đến việc cắt giảm rất lớn sự hỗ trợ đối với khả năng ứng phó của Miền Nam cống lại cuộc Tổng Công Kích của Miền Bắc vào năm 1972.

Mặc dầu VNCH đã cố gắng bù đắp sự thiếu hụt do sự rút

quân của Hoa Kỳ, điều khó khăn là với một nhân số cố định, việc tạo ra những đơn vị mới không mang lại hiệu quả tức thời trên chiến trường. Mặc khác, những cố gắng của Miền Nam có gia tăng lực lượng phụ trách diện địa từ 400,000 lên 500,000 gồ có Địa Phương Quân, Nghĩa Quân, và Nhân dân Tự Vệ. Các lực lượng này đã chứng tỏ rất hữu hiệu trong việc chiến đấu chống lại cuộc tấn công 1972 của Bắc Việt.

Mặt khác, người ta khám phá ra rằng tác dụng xấu nhất của chính sách Việt Nam Hóa là khi người Việt Nam khám phá ra rằng Hoa Kỳ sắp bỏ rơi Miền Nam, thì tình thần của họ đã xuống rất thấp (Andrew Wiest, sđd, tr. 234). Từ góc nhìn của Hà Nội, cuộc Tổng Công Kích 1972 là một đòn xeo hữu hiệu để quyết định kết quả của Hòa Đàm Ba Lê.

7.2.2. Cuộc Tấn Công An Lộc, Quảng Trị, và Kontum

Cuộc Hòa Đàm Ba Lê bắt đầu từ năm 1968 bao gồm cả đại diện MTGPMN có tên là Chính Phủ Cách Mạng Lâm Thời Miền Nam Việt Nam (CPCMLTMNVN) và sẽ cần một thủ đô nếu cuộc hòa đàm thuận lợi cho phe Cộng Sản. Đó là lý do khiến Bắc Việt lựa cho An Lộc, tỉnh lỵ của Bình Long, vỏn vẹn có 15,000 dân, và định gọi nó là thủ đô cua CPCMLTMNVN. Và đó cũng là lý do khiến Cộng Sản đã đầu tư vào đó một lực lượng đồ sộ: 3 sư đoàn bộ binh, 1 sư đoàn pháo binh, 2 trung đoàn bộ binh độc lập, 1 trung đoàn chiến xa, và một dơn vị đặc công, tổng cộng 35,000 người.

Lực lượng trú phòng của VNCH gồm có 2 trung đoàn của Sư Đoàn 5 bộ binh, 1 Trung đoàn của Sư Đoàn 18 Bộ Binh, 3 tiểu đoàn của Trung Đoàn 3 Biệt Động Quân, lực lượng Địa Phương Quân và Nghĩa Quân, và sau đó được tăng cường với Lữ Đoàn 1 Nhảy Dù, Lữ Đoàn 81 Biệt Cách Dù, Sư Đoàn 21, và Trung Đoàn 15 của Sư Đoàn 9 Bộ Binh.

Chiến Dịch An Lộc bắt đầu ngày 15 tháng 4, 1972, với Sư Đoàn 5 Bộ Binh pháo kích đồng loạt vào bộ chỉ huy của lực lượng trú phòng của Trung Đoàn 9 thuộc Sư đoàn 5 VNCH. Đây là khởi sự của một trận chiến kinh hoàng về pháo binh. Hỏa lực của địch quân cực kỳ tàn khốc, gồm có các trọng pháo 105, 155, hỏa tiễn 122 và ca nông của xe tăng T-54. Tổng quát cuộc tấn công của địch gồm có ba đợt bộ binh xung phong với tổn thất nặng, nhưng không chiếm được thị trân nhỏ bé của An Lộc. Sự đứng vững của An Lộc một phần nhờ sự trợ giúp của pháo binh và B-52 của Hoa Kỳ với bom trải thảm. Pháo binh của lực lượng trú phòng không đủ số lượng để cản bước tiến của mấy chục ngàn binh lính địch trên một diện tích nhỏ bé của thị trấn An Lộc. Lực lượng Bắc Việt cuối cùng đã phải bỏ cuộc vào ngày 15 tháng 5 sau khi chịu đựng tốn thất quá nặng.

Cuộc chiến tử thủ anh dũng tại An Lôc là chiến công rất đáng ghi nhớ vì một số sự kiện sau đây: a/ cường độ tàn phá của pháo binh và hỏa tiễn của Cộng Quân đã san bằng thị trấn nhỏ bé của An Lộc; b/ sau khi một Nghĩa Quân đã bắn hạ một chiến xa T-54 của Liên Xô, tinh thần của binh lính trú phòng đã lên cao, và họ đã chiến đấu để tiêu diệt hoặc làm tê liệt 40 xe tăng địch; c/ số lượng đạn pháo binh và hỏa tiễn trút xuống thị xã nhỏ bé này lên tới 6000 quả mỗi đợt tấn công. Có lần con số đạn và hỏa tiễn lên tới 8000 quả. Trong khoảng thời gian một tháng ròng chịu đựng pháo kích, người ta chỉ có thể hy vong sống sót nếu có hầm trú ẩn. Nhiều người vạn bị mạng vong dù có hầm trú ẩn. Với sức công phá của nhiều ngàn đạn pháo, nhiều khi hầm trú ẩm cũng phải sập. Thế mà quân đội VNCH đã đứng vững tại An Lộc. Vị tướng chột mắt của Do

Thái là Mosh Dyan trong chuyến viếng thăm Việt Nam sau trận "Mùa Hè Đỏ Lửa" (Phan Nhật Nam) đã trỏ tay vào những người lính VNCH và gọi họ là "người An Lộc" với ý nghĩa thán phục.

Tại Mặt Trận Quảng Trị, trận đánh thực sự mở màn vào ngày 30 tháng 3 khi 3 sư đoàn Bắc Việt bất ngờ vượt Bến Hải để tấn công vào các vị trí của quân lực VNCH ở phía Bắc và phía Tây của thành phố Quảng Trị. Bị đánh bất ngờ, Sư đoàn 3 VNCH, do Tướng Vũ Văn Giai lãnh đạo, đã để Cổ Thành Quảng Trị nhanh chóng mất vào tay Cộng Sản Bắc Việt. Có 3 lý do chính đưa đến sự thất bại này: a/ ưu thế quân số của địch so với ta là 3/1; b/ sư đoàn 3 Bộ Binh là một đơn vị tân lập từ những nguồn gốc khác nhau, kể cả đào binh (700 đào binh); c/ tình báo chiến lược khiếm khuyết đã khiến cho phía VNCH bị bất ngờ khi 3 sư đoàn quân Bắc Việt vượt giới tuyến để tấn công. Cộng quân đã khai thác yếu tố bất ngờ để chiếm Cổ Thành Quảng Trị, một vị trí kiên cố, để chống lại nỗ lực tái chiếm của quân lực VNCH. Từ đó Cộng quân đã đe dọa Huế.

Tình hình bi quan đã kéo dài cho tới khi Tướng Ngô Quang Trưởng được bổ nhiệm thay Tướng Hoàng Xuân Lãm trong chức vụ Tư Lệnh Quân Khu I, và nỗ lực tái chiếm Cổ Thành Quảng Trị đã thành công với sự lãnh đạo tài ba của của Tướng Ngô Quang Trưởng. Các đơn vị Dù và Thủy Quân Lục Chiến đã chịu đựng nhiều tổn thất, và ngược lại đã gây tổn thất lớn hơn cho quân Bắc Việt khi tái chiếm Cổ Thành.

Cũng nên nhớ rằng 3 ngày sau khi chiếm Quảng Trị, Bắc Việt đã đưa 3 sư đoàn tấn công Bình Long, trước khi bao vây rồi tấn công An Lộc như ta đã biết. Sau đó 2 sư đoàn Bắc Việt tấn công thị xã Kontum và đe dọa sự sống còn của Nam Việt

Nam.

Kontum là nơi Đại Tá Lý Tòng Bá ghi chiến tích đánh bại quân Bắc Việt bằng chiến thuật giả đò rút lui để nhử mồi quân địch tiến vào địa điểm định trước, rồi quay lại bao vây và tiêu diệt địch.

Tổng kết lại, toàn bộ cuộc Tổng Công Kích 1972 tóm lược những chiến tích anh hùng nhất của quân lực VNCH trong cuộc chiến tranh Việt Nam. Sức chịu đựng gian khổ và khả năng lướt thắng hiểm nguy của quân đội nói chung và những hy sinh lớn lao cũng như sự hợp tác của người dân cho thấy tại sao Cộng Sản đi tới đâu là dân chúng bỏ chạy tới đó.

Đây cũng là cơ hội cho thấy rằng, nếu có cơ hội và đầy đủ vũ khí, người lính Cộng Hòa luôn luôn có ý chí và khả năng đánh bại Cộng Sản xâm lược. Điều này cũng chứng minh rằng chương trình Việt Nam Hóa đã thành công.

Mặt khác, mặc dù cuộc Tổng Công Kích 1972 kết thúc với sự thất bại của Cộng Sản, nó đã dẫn đến Hiệp Định Ba Lê 1973 để chấm dứt cuộc tranh chấp giữa Bắc Việt và Hoa Kỳ. Nhưng Ronald Reagan, lúc đó đương là Thống Đốc của tiểu bang California, đã bình luận như sau:

"...*Chấm dứt một cuộc chiến tranh không đơn giản như vậy, không phải chỉ là nghỉ chơi, và đi về nhà. Bởi vì cái giá phải trả cho cái loại hòa bình kiểu đó có thể là một ngàn năm tăm tối cho các thế hệ Việt Nam trong tương lai.*"

8. CHIẾN TRANH LẠNH VÀ MIỀN NAM THẤT THỦ

Việc Hoa Kỳ tham dự vào Việt Nam khởi đầu từ chiến

lược "be bờ" của Tổng Thống Trumanđể đối phó với sự bành trướng của Cộng Sản quốc tế trên khắp Đông Âu và các miền khác trên thế giới sau Đệ Nhị Thế Chiến. Chiến lược "be bờ" đã trở thành một vấn đề mấu chốt của cuộc Chiến Tranh Lạnh. Như đã ghi nhận trong phần đầu của bài này, Chiến Lược Be Bờ của Hoa Kỳ trên quy mô thế giới khiến Hoa Kỳ phải ủng hộ người Pháp một cách hạn chế chống lại Hồ Chí Minh trong cuộc chiến tranh Đông Dương lần thứ nhất. Do đó, yếu tố địa lý chiến lược (geopolitic) là động cơ chính cho chính sách đối ngoại của Hoa Kỳ vào giai đoạn hậu-thế-chiến II trong cuộc thi đua vũ trang với Liên Xô.

8.1. Từ Địa Lý Chiến Lược tới Chiến Tranh Hạn Chế

Sau khi Tổng Thống Eisnhower mãn nhiệm, Tổng Thống Kennedy lên thay thế và người kế nhiệm là Tổng Thống Johnson. Cơn ác mộng của chiến tranh hạch tâm và nguy cơ một cuộc can thiệp của Trung Cộng đã ám ảnh Tổng Thống Johnson và ban tham mưu, và khiến ông đặt nhầm lòng tin vào quan niệm 'chiến tranh hạn chế" và sử dụng nó để chống với "chiến tranh nhân dân" của Trung Cộng ở Đông Dương, một hình thái chiến tranh mà Johnson chưa bao giờ nhận ra và am tường. Thêm vào đó, Johnson và ban tham mưu cũng nhầm lẫn mà nghĩ rằng Liên Xô (và do đó, cả Bắc Kinh và Hà Nội) cũng suy nghĩ theo lý luận của "chiến tranh hạn chế". Vì thế quan niệm chiến tranh hạn chế đã thay thế quan niệm cứng rắn của địa lý chiến lược trong cuộc Chiến Tranh Đông Dương lần thứ nhì, khiến Tổng Thống Johnson và Tổng Trưởng Quốc Phóng McNamara đã sử dụng chiến lược "tấn công từ từ", chống lại ý kiến cố vấn của Bộ Tổng Tham Mưu gồm tập thể những quân nhân giàu kinh nghiệm và khôn ngoan.[105]

8.1.1. Thất Bại về Tình Báo – Tự Chế Trong Cuộc Thi Đua Võ Trang

Hoặc là vì trễ nải, hoặc là vì suy diễn sai những tin tức tình báo thiết yếu liên quan đến cuộc thi đua võ trang, năm 1965, McNamara nghĩ rằng mình đọc được tư tưởng của Liên Xô và đã viết như sau: "Liên Bang Sô Viết đã quyết định họ thua về số lượng trong cuộc thi đua võ trang .... Không có dấu hiệu gì cho thấy họ đang tìm cách phát triển một lực lượng hỏa tiễn hạch tâm lớn như của chúng ta".[106] Tin tưởng như vậy, McNamara liền đưa ra chủ thuyết "Tự Chế" (Self-Restraint), với hy vọng khiến Liên Xô đáp ứng lại trong cuộc điều đình Hiệp Ước Giới Hạn Vũ Khí Chiến Lược thứ nhất (SALT I) [107]. Cùng với hy vọng ngây thơ nói trên, việc điều hành chiến tranh theo lối "đo lọ nước mắm, đếm củ dưa hành"(micromanagement) của Johnson-McNamara đi theo chiến lược chiến tranh hạn chế ở Miền Bắc và Miền Nam Việt Nam (1965-1968).

8.1.2. Quan Niệm Tự Chế Song Phương hay Tự Chế Một Mình

Trong khi Liên Xô nhằm đạt tới thế tay trên (upper hand) về chiến lược, họ đã lợi dụng tối đa sự ngây thơ và chủ thuyết tự chế của McNamara. Dĩ nhiên hậu quả là Liên Xô đã đạt tới ưu thế rõ rệt đối với Hoa Kỳ.[108] Theo sự ước lượng của cơ quan CIA, chi phí quốc phòng của Liên Xô trong thập niên 1968-1978 là vào khoảng 11 tới 12 phần trăm Tổng Sản Lượng Quốc Gia, trong khi đó chi phí quốc phòng của Hoa Kỳ lại đi xuống từ 9 tới 5 phần trăm trong cùng khoảng thời gian đó.

Hơn nữa, người ta còn ước lượng từ năm 1973 tới 1978, "... Liên Xô đã chi gần 100 tỷ Mỹ Kim nhiều hơn Hoa Kỳ trong lãnh vực xây dựng và mua vũ khí..." Và người ta thấy rằng chủ thuyết "tự chế" của McNamara không đưa đến phản ứng "tự chế song phương" và sự "tương nhượng" như ông chiến lược gia xa-lông mong đợi, trái lại sự tự chế đơn phương của Hoa Kỳ đưa đến một hậu quả nguy hiểm về mặt chiến lược.

8.2. Hoa Kỳ Từ Thế Tay Trên Bắt Đầu Tụt Xuống Ngang Hàng Với Liên Xô

Trên phương diện võ khí hạch tâm, bắt đầu từ năm 1960, người đứng ra làm đầu tàu cho chủ trương "tự chế đơn phương" là McNamara đã để cho Liên Xô đuổi kịp rồi qua mặt Hoa Kỳ trên phương diện sản xuất Phi Đạn Liên Lục Địa (Inter-Continental Ballistic Missiles), ngay trong lúc hai bên đang điều đình thỏa ước SALT I (Strategic Arms Limitation Treaty I).[109]

Bảng số 1 cho thấy năm 1969 Liên Xô đã đuổi kịp (1050/1054) để rồi vượt qua Hoa Kỳ vào năm 1970 [110]. Đây là một cái mốc quan trong. Nó cũng là năm Tổng Thống Nixon đã vào Bạch Cung đươc 2 năm và gửi một phái đoàn đi Helsinki để điều đình sơ bộ với Liên Xô [111] về thỏa ước SALT I.

Bảng số 1. Table 1. So sánh số Phi Đạn Liên Lục Địa

Năm	1965	1966	1967	1968	1969	1970	1971
Liên Xô	270	300	460	800	1050	1300	1510
Hoa Kỳ	850	904	1050	1054	1054	1054	1054

8.3. Từ Thế Cân Bằng Liên Xô Tiến Lên Thế Thượng Phong

Người ta (McNamara) tưởng rằng thế cân bằng (parity) là điều kiện để ngăn cản một bên tấn công trước của Liên Xô. Nhưng thế cân bằng chỉ diễn ra trong một thời gian ngắn, sau đó Liên Xô vượt qua Hoa Kỳ trên phương diện Phi Đạn Liên Lục Địa: năm 1971, Bảng số 1 cho thấy vào năm 1971 Liên Xô đã có ưu thế quyết định (Bảng số 1, từ năm 1970 đến năm 1971). "Điều này đòi hỏi chúng ta phải xét lại giả thuyết căn bản đằng sau ý niệm về biện pháp gián chỉ (deterrence) của Hoa Kỳ", đó là lời bình luận của Tổng Thống Nixon trong cuốn *The Real War*. "Bây giờ chúng ta bắt buộc phải tưởng tượng ra một giải pháp "không thể tưởng tượng được".[112] (Trong số những "giải pháp không thể tưởng tượng được", người ta phải nói tới lá-bài Trung Cộng)

Sau vụ Watergate, Chính Quyền Nixon trở nên cực kỳ suy yếu trong việc đối phó với một Quốc Hội thiên tả "chống chiến tranh". Kết quả chung cuộc là tự làm mất Nam Việt Nam, Congo, Angola, và Liên Xô xâm lăng A Phú Hãn. Ngay sau khi mất Việt Nam vào tháng 4, 1975, lễ nhậm chức của Tổng Thống Jimmy Carter tháng giêng năm 1977 đã tượng trưng cho uy tín quốc tế và chính sách ngoại giao của Hoa Kỳ. Những hy sinh của bao nhiêu người con quý báu của Hoa Kỳ nhằm bảo vệ chính nghĩa cao quý tại Miền Nam Việt Nam, đã trải dài đoạn đường bi đát từ một lễ nhậm chức khác vào ngày 20 tháng Giêng, 1961 khi Tổng Thống John F. Kennedy long trọng tuyên cáo:

"Các nước trên thế giới nên biết rằng, dù họ mong muốn điều tốt hay điều xấu, chúng ta sẽ trả bất cứ giá nào, sẽ gánh bất cứ trách nhiệm nào, sẽ hỗ trợ bất cứ quốc gia thân hữu nào, sẽ chống lại bất cứ kẻ thù nào, để bảo đảm sự sống còn và để đạt được tự do. Chúng tôi tuyên hứa như vậy - và còn nhiều nữa".[113] Hùng hồn thay ! Nhưng đó là thói quen tuyên bố rỗng tuếch của Kennedy trước khi chém vè.

8.4. Một Nhãn Quan Xô Viết

Năm 1978, Arcady Shevchenko, một cựu đại sứ Liên Xô tại Liên Hiệp Quốc đã trở thành một viên chức Liên Xô cao cấp nhất đào ngũ sang Tây Phương.[114] Ngày 25 tháng Giêng, 1980, ông này đã có cơ hội trình bày với Ủy Ban Tình Báo của Quốc Hội Hoa Kỳ về quyết tâm của Liên Xô muốn "thống trị thế giới". Theo chính ông trình bày:

Đã có lúc tôi nghĩ rằng Liên Bang Xô Viết quyết tâm tài giảm vũ khí nhưng trái lại nhìn thấy Liên Bang đó đã theo đuổi một kế hoạch võ trang cấp tốc và cao độ hơn bất cứ thời nào kể tứ khi Hitler võ trang nước Đức trước Đệ Nhị Thế Chiến .... Tôi càng phục vụ trong ngành ngoại giao của Liên Xô, và càng lên chức vụ cao bao nhiêu, thì càng thấy khuynh hướng lừa bịp và gian lận trong ngành ngoại giao Liên Xô bấy nhiêu.... Tôi đã khám phá ra Chính Sách Hòa Dịu (Détente) chỉ là một chiến thuật - để theo đuổi cho hợp thời cơ trong khi họ theo đuổi mục tiêu tối hậu - tiêu diệt thế giới tự do.[115]

8.5. Một Suy Nghĩ Về Chuyện Đã Xẩy Ra và Có Thể Đã Xẩy Ra

Sự ngây thơ của người Mỹ và thiếu hiểu biết về bản chất của kẻ thù Cộng Sản đưa đến hai thập niên phạm phải những lỗi lầm chiến lược với những hậu quả bi đát khôn lường. Sau khi chống lại trận Tổng Công Kích mùa Hè 1972, Miền Nam đã bị Quốc Hội Mỹ phản bội và bỏ rơi vì nghe theo những lời tuyên truyền dối trá của phong trào phản chiến.[116] Nếu Bắc

Việt tuân thủ Hiệp Định Paris 1973 và nếu Hoa Kỳ phản ứng một cách thích đáng khi bản Hiệp Định chưa ráo mực bị vi phạm, thì câu chuyện Việt Nam có thể đã hoàn toàn khác. Nếu Miền Nam có cơ hội và điều kiện để chiến đấu thêm 5 năm nữa cho tới khi tổng thống Reagan vào Bạch Cung, thì ngày nay Miền Nam sẽ còn tồn tại trong phồn thịnh và tự do. Từ 1975 tới 1980 không đến nỗi quá lâu khi ta nghĩ tới tương lai của một dân tộc. Những chuyện đó đã không xẩy ra: Phong Trào chống tranh Việt Nam đã diễn ra vào lúc mối đe dọa của chiến tranh hạch tâm gia tăng dưới sự thúc đẩy của Liên Xô, đưa đến khẩu hiệu "Thà bị nhuộm đỏ còn hơn là chết!" Tổng Thống Reagan không nghĩ như vậy. Năm 1981, trong bài diễn văn nhậm chức, ông nói:

Đối với kẻ thù của tự do, những kẻ có thể là đối đầu với chúng ta, họ cần nhớ rằng hòa bình là ước vọng cao quý nhất của dân Mỹ. Chúng ta sẽ điều đình, sẽ hy sinh vì nó; nhưng chúng ta sẽ không đầu hàng vì nó - Không bao giờ ....[117]

Như đã trình bày trong bài này, có một số yếu tố khiến Hoa Kỳ giải kết khỏi cuộc chiến tranh Đông Dương lần thứ hai, một cuộc chiến tranh xâm lược do Miền Bắc hoạch định, tiến hành và Miền Bắc đã thắng. Cuộc giải kết của Hoa Kỳ vào giờ phút sinh tử đó là một bản án tử hình cho Miền Nam, một con cờ nhỏ trên bàn cờ địa lý chiến lược. Cũng trên bàn cờ đó, Liên Xô đã cho Hoa Kỳ một cơ hội ngàn năm một thuở để xích lại gần Trung Cộng để cùng chống Liên Xô. Câu chuyện xẩy ra không phải là tất yếu của lịch sử, nhưng là một tình cờ của lịch sử đưa đến Bản Thông Cáo Chung Thượng Hải.[118] Khi Hoa Kỳ rơi vào cái bẫy của Hòa Dịu (Détente) và xích lại gần Trung Cộng, Nam Việt Nam trở thành một quân cờ nhỏ và dễ dàng bị hy sinh. Cuộc Chiến Tranh Lạnh vừa là một biến cố có tính cách bối cảnh, vừa là một phần kết thúc đáng kể đưa đến sự sụp đổ của Nam Việt Nam và "sự thật bị lột trần" của lịch sử như bài này đã trình bầy.

Chú Thích

1. Burton Folsom, Jr. & Anita Folsom, *FDR Goes to War* (New York, NY: Threshold Edition, 2011). Chapter 11.

2. Charles L. Mee, Jr., *Meeting At Potsdam* (New York, NY: M. Evans & Company, 1975) p. 243.

3. Ibid., p. 239.

4. Vũ Quý Kỳ, *The First Republic of Vietnam* (San Jose: Nhân Ảnh, 2024), Chapter 4.

5. Ibid., pp. 308-313.

6. See Vũ Quý Kỳ, *The First Republic of Vietnam*, passim.

7. Ibid., pp. 363-368.

8. Ibid., p. 241.

9. Ibid., p. 149.

10. Ibid., pp. 150-232.

11. Ibid., p. 197.

12. Ibid., pp. 197-198.

13. Ibid., pp. 206-210.

14. Ibid., p 176 (VNQDĐ: Việt Nam Quốc Dân Đảng, the non-Communist Nationalist Party)

15. Ibid., p. 179.

16. Ibid., p. 182.

17. For a comprehensive review of how historians have perceived the Land Reform, see Alex Thai, D Vo, "Nguyễn Thị Năm and the Land Reform in North Vietnam, 1953." Journal of Vietnamese Studies (2015) 10 (1): 1-62, pp 4-14. (DOI:10, 1525/vs.2015.10.1.1).

18. Vũ Quý Kỳ, ibid., pp. 172-177.

19. Ibid., pp. 178-179.

20. Ibid., p. 180.

21. Ibid., p. 182.

22. Trần Đĩnh, *Đèn Cù*, (Việt Books, 2014), p. 111.

23. Vũ Quý Kỳ, ibid., pp. 94-98.

24. Thành Tín, *Mặt Thật*, (Turpin Press, 1994) pp. 37, 65.

25. Vũ Quý Kỳ, ibid., pp. 99, 100.

26. Ibid., pp. 109-116.

27. Ibid., pp. 131-134.

28. Tùng Phong, *Chính Đề Việt Nam* (Saigon, Nhà Xuât Bản Đồng Nai, 1965), p. 376.

29. Vũ Quý Kỳ, ibid., p. 249.

30. Ibid., p. 193.

31. Ibid., pp. 396,397.

32. Ibid., pp. 388, 396, 397, 398.

33. Ibid., 426, 427.

34. See Arthur Schlesinger Jr., *Robert Kennedy and His Times* (New York: Ballentine Books, 1979), p. 764. When an aid asked President Kennedy how the US could effect a withdrawal without loss of prestige, Kennedy reportedly replied: "Easy... Put a government in there that will ask us to leave". See also Hoang Ngoc Thanh & Than Thi Nhan Duc, *Why the Vietnam War* (San Jose: Tuan Yen & Quan Viet Mai-Nam Publishers, 2001), p. 161.

35. Stephen Pan & Daniel Lyon, *Vietnam Crisis* (New York, N.Y.: East Asian Research Institute, 1966), p. 108.

36. Vũ Quý Kỳ, ibid., p. 423.

37. Ibid., Appendix 3, pp. 325-329.

38. Ibid., pp. 447-452.

39. Ibid., p. 450.

40. Phillip Jenning, *The Politically Incorrect Guide to the Vietnam War* (Washington, DC: Regnery, 2010), p. 80.

41. Phillip E. Catton, *Diem's Final Failure*, University Press of Kansas, 2002, p. 91.

42. Ibid., pp. 128-131.

43. William Colby (with Janes McCargar), *Lost Victory: A First Hand Account of America.s Sixteen-Year Involvement in Vietnam* (Chicago: Contemporary Books, 1989), p. 115.

44. Phillip E. Catton, ibid., p. 117.

45. Vũ Quý Kỳ, *A Great Secret: Did The USA Lose the War*

in Vietnam On Purpose? (San Jose: Nhân Ảnh, 2023), p. 120.

46. Ibid., pp. 121,122.

47. Ibid., pp. 123-133.

48. Ibid., pp. 152-154, 161-164.

49. William Colby, Ibid., pp. 420-421.

50. Ibid. pp. 420-421.

51. Vũ Quý Kỳ, *The First Republic of Vietnam*, ibid., p. 263.

52. Douglas Pike, *The Vietcong Strategy of Terror* (Monograph published by United States Mission, Vietnam, 1970), p. 17.

53. Vũ Quý Kỳ, A Great Secret, pp. 379-384.

54. Hoi Chanh: a defectorto the South Vietnamese side.

55. Douglas Pike, ibid., p.18.

56. Xuân Vũ, *Đến mà Không Đến* (1992), p. 104.

57. Vũ Quý Kỳ, *A Great Secret*, ibid., p.363.

58. Vũ Quý Kỳ, *The First Repubilc of Việtnam*, ibid., pp. 504, 505.

59. Phillip B. Davidson, *Vietnam At War: 1946-1975* (New York: Random House, 1988), pp. 487-488.

60. Ashley Rindsberg, *The Gray Lady Winked: How the New York Times's Misreporting, Distortions & Fabrications Radically Alter History* (Midnight Oil Publishers, Kindle edition, 2021), p. 100. "...Richard Holbroke noted that Halberstam and Sheehan were not just in the know about the coup but act ...

as if they were part of the Conspiracy."

61. Vũ Quý Kỳ, *A Great Secret*, ibid., p. 75.

62. Mark Moyer, *Triumph Forsaken: The Vietnam War: 1954-1965* (New York, NY: Cambridge University Press, 2009), p. 234.

63. Vũ Quý Kỳ, ibid., pp. 342,343.

64. Ibid., pp. 342, 343.

65. Francias Winters, *The Year of the Hare* (University of Georgia Press, 1997), pp. 191, 192, assertions that Kennedy intended to cut and run from South Vietnam. For the case that Kennedy was committed to South Vietnam's defense, see Mark Moyar, *Triumph Forsaken*, Chapter 12.

66. Vũ Quý Kỳ, The First Republic of Vietnam, ibid., pp. $33-436.

67. William Colby, ibid., p. 195.

68. Vũ Quý Kỳ, A Great Secret, ibid., p. 34.

69. Ibid., p. 45.

70. See for example, Geoffrey Shaw, *The Lost Mandate of Heaven: The American betrayal of Ngo Dinh Diem, President of Vietnam* (San Francisco: Ignatius Press, 2015), passim.

71. Vũ Quý Kỳ, ibid., p. 45.

72. Ibid., pp. 59-60.

73. Ibid., pp 102, 105.

74. Ibid., p. 111.

75. Ibid., pp. 112,113.

76. Ibid., p. 123.

77. Margueritte Higgins, *Our Vietnam Nightmare* (Harper and Row: New York, 1965), p. 87. Following President Diem's removal and murder, there were six self-immolations within the space of five weeks.

78. Vũ Quý Kỳ, Ibid., pp., 152, 162 (Bình Giả and Đồng Xoài, repectively)

79. Ibid., p. 142.

80. Ibid., 148.

81. Ibid., p. 150.

82. U.S. Grant Sharp, *Strategy for Defeat: Vietnam in Reptrospect* (San Rafael: Presidio Press,1978), passim

83. Ibid., pp. 182-186.

84. Ibid..

85. Mark Moyar, ibid., p. 184.

86. Michael G. Kort, *The Vietnam War Reexamined* (New York: Cambridge University Press, 2018, Kindle edition, p.131. A memo form the Assistant Secretary of Defense to Robert McNamara re the building of SAM missile sites in North Vietnam advised as followed: "We won't bomb the sites, and that will be a signal to North Vietnam not to use them," an assessment McNamara shared.

87. Ibid., p. 26, "General Mathew Ridgeway ... thought of limited war as non-nuclear war while also using decisive

military force to achieve the desired objectives".

88. U.S. Grant Sharp, ibid., p. 296.

89. Ibid., pp. 275-282.

90. Ibid., pp. 299-304.

91. *Vietnam Document and Research Notes: Translation and Analysis of Significant Viet Cong/North Vietnamese Documents* (University Publications of America, 2011).

92. U.S. Grant Sharp, Strategy for Defeat, pp. 313-314. Whenn translated, captured Communist document revealed, "The Declined of VC capabilities in Sub-Region 5, COSVN, in 1969-1970.

93. Ibid., pp. 316, 331, 332.

94. Ibid., pp. 319-327.

95. Ibid., pp. 328-329.

96. Ibid., pp. 330-331.

97. Ibid., p. 332.

98. Ibid., pp. 332-334.

99. Ibid., pp. 334-336.

100. Ibid., p. 362.

101. Ibid., p. 369.

102. Ibid., p. 412.

103. William Colby, ibid., p. 310.

104. Louis Fanning, Betrayal in Vietnam (New

Rochelle, NY: Arlington House Publishers, 1976), p. 11.

105. Michael Kort, Ibid., pp. 26-32.

106. Richard Nixon, *The Real War* (New York, NY: Warner Books, 1980), p. 170.

107. Ibid., p. 165.

108. Ibid., pp. 170-171.

109. Ibid., p. 169.

110. Ray S Cline, World Power Assessment: A Calculus of Strategic Drift (Washington DC: Center for Strategic and International Studies, 1975), p. 57.

111. Ibid., p 57.

112. Richard Nixon, ibid., p. 172.

113. John F. Kennedy, "Inaugural Address, January 20, 1961," Washington DC, Transcript, John F. Kennedy Presidential Library and Museum, https://www.jfklibrary.org/archives/other-resources/john-f-kennedy-speeches/inaugural-address-19610120.

114. "Arkady Shevchenko." Wikipedia, 10 July 2021.

https://en.wikipedia.org/wiki/Akady_Shevchenko

115. Soviet Internal Developments: Hearings Before the Subcommittee on Program and Budget Authorization of the Permanent Select Committee on Intelligence, Ninety-Six Congress, Second Session, January 24 and January 25, 1980 (Washington: US Government Printing Office, 1980). Page 129.

116. Louis A. Fanning, *Betrayal in Vietnam*, passim.

117. Ronald Reagan, "Inaugural Address 1981," January 20, 1981, Washington, DC, Transcript, Ronal Reagan Presidential Library and Museum,

https://www.reaganlibrary.gov/archives/speech/inaugural-address-1981

118. "The Shanghai Communique," Richard Nixon Foundation, April 8, 2010,

https://www.nixonfoundation.org/2010/04/shanghai-communique/

Chương 5
Cuộc Cải Cách Ruộng Đất Tại Miền Bắc

Cuộc cải cách ruộng đất tại Miền Bắc Việt Nam, được CSVN mệnh danh là Cuộc Cải Tạo Nông Nghiệp, có một nội dung nghiên cứu khá phức tạp với rất nhiêu tình tiết phong phú.

Bối Cảnh Lịch Sử

Sau khi cuộc Thế Giới Chiến Tranh Thứ II chấm dứt, Đảng Cộng Sản Đông Dương đã nhanh tay hơn các đảng phái cách mạng khác, cướp chính quyền từ chính phủ Trần Trọng Kim, nhờ khả năng cướp diễn đàn trong cuộc biểu lớn trước Nhà Hát Lớn Hà Nội. Mặc dầu có khả năng "cướp diễn đàn", nhưng Hồ chí Minh và Đảng Cộng Sản (dưới danh hiệu Mặt Trận Việt Minh) vào lúc đó còn non yếu về nhân lực để hoàn toàn làm chủ tình hinh. Thế đứng của Hồ Chí Minh còn rất bấp bênh, nên buộc lòng phải thành lập Chính Phủ Liên Hiệp gồm nhiều thành phần Quốc Gia (không Cộng Sản) như Quốc Dân Đảng, Đại Việt, và Việt Nam Cách Mệnh Đồng Minh Hội.

Sự hợp tác gượng ép này rất bấp bênh vì các đảng phái Quốc Gia (theo dân tộc chú nghĩa) và Cộng Sản đã ở thế đối lập ngay từ khi còn lưu vong ở bên Tàu.

Mặt khác, nước Pháp ngay sau Đệ Nhị Thế Chiến còn nuôi mộng lấy lại thuộc địa cũ ở Đông Dương. Trong thế tranh chấp tay ba nói trên, người Pháp và phe Cộng Sản đã kín đáo hợp tác để tiêu diệt phe Quốc Gia trước khi đối mặt với nhau trong cuộc tranh chấp võ trang.

Cuộc Cải Cách Ruộng Đất đã bắt đầu trong cuộc chiến tranh Việt Pháp và tiếp theo sau hiệp định Genève 1954 cho tới năm 1956 mới tạm ngưng vì cuộc sửa sai. Nhiều người nghĩ rằng chiến dịch sửa sai đã chấm dứt cuộc Cải Cách Ruộng Đất. Sự thật không phải như vậy. Chiến dịch sửa sai chỉ là một bước lùi chiến thuật với mục đích làm xẹp phong trào chống đối của quần chúng nhân dân, để rồi sau đó Hồ Chí Minh và ĐCSVN hoàn tất Cuộc Cải Cách qua những giai đoạn Tổ Đổi Công, Hợp Tác Xã Cấp Thấp, Hợp Tác Xã Cấp Cao, Cải Tiến Kỹ Thuật, v.v...

Sự liên hệ giữa cuộc chiến tranh Việt Pháp và cuộc Cải Cách Ruộng Đất diễn ra hai chiều. Trước hết, họ Hồ và Đảng CSVN đã lợi dụng cuộc chiến tranh để xách động quần chúng yêu nước, tạo ra những kẻ thù tưởng tượng gọi là Việt Gian, Phản Động, và đem cái mũ Viết Gian, Phản Động chụp lên đầu những thành phần cách mạng hoặc trí thức chống đối. Như chúng ta sẽ thấy, hành động chụp mũ đã giúp họ Hồ tiêu diệt những thành phần chống đối xuyên qua mọi cuộc đấu tố của cuộc Cải Cách Ruộng Đất.

Mặt khác, Họ Hồ và CSVN đã lợi dụng Cuộc Cải Cách Ruộng Đất để tận thu tài nguyên vật chất trong cuộc Cải

Cách Ruộng đất cũng nhu tận thu nhân lực để giúp cho nỗ lực chiến tranh. Chúng ta sẽ lần lượt nhìn ra mối tương quan hai chiều khi đi vào diễn tiến của cuộc cải cách.

Cộng Sản Việt Nam khi tiến hành cuộc cải cách ruộng đất, được mệnh danh là Cải Tạo Nông Nghiệp với 3 mục đích chính:

Mục đích đầu tiên của cuộc cải cách ruộng đất là đoàn ngũ hóa khối nhân dân thành một bộ máy sản xuất dưới sự kiểm soát chặt chẽ của đảng CS.

Mục đích thứ hai của CSVN có tính chất ý thức hệ Mác xít lê nin nít, đó là thực hiện cuộc cách mạng quan hệ sản xuất, một trong ba cuộc cách mạng căn bản nhất để xây dựng xã hội chủ nghiã Mác xít.

Mục đích thứ ba, cũng là mục đích tối hậu của CSVN nhằm xây dựng cơ sở vật chất để chuẩn bị cho cuộc chiến tranh bành trướng giành quyền thống trị độc tôn của Cộng Sản tại Đông dương, nghĩa là bao gồm cả Việt-Miên-Lào. Việt Cộng mệnh danh kế hoạch này là thi hành nhiệm vụ quốc tế.

Phần I: Chuẩn bị cho Cuộc Cải Cách Ruộng Đất: Cuộc Đấu Tranh Giảm Tô

Những cuộc nghiên cứu dựa vào tài liệu phỏng vấn các nhân chứng của cuộc cải cách ruộng đất đã cung cấp cho ta một tầm nhìn sâu rộng đối với quan niệm chiến lược của Việt Cộng. Một số cán binh Việt Cộng xâm nhập từ Bắc vào Nam đã cung cấp những dữ kiện vừa phong phú, vừa chi tiết và cụ thể, giúp ta nhìn thấy những đường đi nước bước có lớp lang của Việt Cộng, và những chuẩn bị rất công phu.

Một hồi chánh viên tên là Nguyễn văn Thân, nguyên là kỹ sư thủy lợi, thuộc Bộ Thủy Lợi Bắc Việt, trước kia đã tham gia cải cách ruộng đất tại Xóm Chuối, tỉnh Ninh Bình, tóm tắt quan niệm chiến lược của Việt Cộng như sau:

"*Theo tài liệu của đại hội Đảng chuẩn bị cho cuộc cải cách ruộng đất thì việc đấu tranh giai cấp giữa địa chủ và nông dân đã được đặt ra ngay từ khi thành lập đảng Cộng Sản Việt Nam. Họ nhận xét rằng từ 90% đến 95% dân chúng Việt Nam là nông gia chuyên nghiệp, và trong số này thì chỉ có khoảng 5% là địa chủ phú nông, còn đa số đều là kẻ làm thuê, làm mướn, tá canh, tá điền. Do đó muốn làm cách mạng xã hội, họ phải lôi cuốn được khối đa số đó, phải thỏa mãn đa số đó bằng quyền lợi để sau này nắm chặt khối đa số đó bằng sắt máu*".

Câu tóm lược ở trên cho thấy sự khác biệt căn bản giữa cuộc cải cách ruộng đất của Cộng Sản Việt Nam so với chính sách cải cách ruộng đất của các nước Á Châu không Cộng Sản.

Dựa theo kinh nghiệm đấu tranh tại Trung Hoa lục địa, Màn I của cuộc cải cách ruộng đất ở Miền Bắc bắt đầu với ba giai đoạn sau đây:

thứ nhất: giai đoạn thi hành chính sách thuế nông nghiệp.

thứ hai: giai đoạn phóng tay phát động quần chúng đấu tranh chống phản động. Và

thứ ba: giai đoạn phóng tay phát động quần chúng đấu tranh giảm tô giảm tức.

Chính sách thuế nông nghiệp của chính quyền kháng chiến nằm trong toàn bộ chính sách thuế khóa gồm cả thuế Công nghiệp, Thương nghiệp, Sát Sinh, Lâm Sản, Thổ Sản, Xuất Nhập Cảng, v.v... ra đời từ ngày 1 tháng 7, năm 1951 do sắc lệnh số 40/SL.

Là một phần của chính sách cải cách ruộng đất, thuế nông nghiệp là đòn phủ đầu để đánh quỵ những thành phần có nhiều ruộng đất qua việc áp dụng sắc luật về nông nghiệp mà chưa cần dùng tới bạo lực.

Theo tài liệu chính thức được phổ biến trên tờ báo Cứu Quốc số 2080 xuất bản ngày 6-7-1952 thì tất cả mọi nông dân nào có lợi tức trung bình từ 71kg gạo một năm trở lên đều phải nộp thuế 5%. Thuế nông nghiệp là thứ thuế lũy tiến (progressive rate), nghĩa là lợi tức càng cao thì thuế càng nhiều. Mức thuế cao nhất là 45% đối với mức thu hoạch 1816 kg gao trở lên mỗi năm.

Nhưng có hai điểm tối quan trọng ở đây là:

<u>Thứ nhất</u>: chính quyền Cộng Sản dùng nông dân vô sản làm công cụ để sai khiến trong cuộc thi hành chính sách nông nghiệp, "mớm ý kiến" cho nông dân vô sản làm tiêu chuẩn trong việc ước lượng diện tích một mảnh đất, năng xuất của một mảnh đất, nhằm ấn định mức thuế cho mỗi nông dân..

Thứ hai: chính quyền Cộng Sản xếp hạng các nông dân theo từng cấp bậc: bần nông, trung nông, phú nông, và địa chủ. Và điểm quan trọng hơn cả là chính sách "*Bình Nghị*".

Chính sách bình nghị, trên danh nghĩa, là để cho nông dân ước lượng diện tích của các mảnh ruộng của địa chủ lớn hay nhỏ và năng xuất mỗi vụ mùa thu hoạch nhiều hay ít để đánh thuế. Thành ngữ của Việt Cộng gọi các công tác trên là "phân mảnh định hạng", và "bình sản lượng, bình diện tích". Bình sản lượng có nghĩa là nông dân đánh giá từng mảnh ruộng tốt xấu ra sao, có khả năng thu hoạch mỗi mùa gặt được nhiều thóc hay ít thóc. Bình diện tích có nghĩa là nông dân ước lượng diện tích của mỗi mảnh ruộng lớn nhỏ ra sao, mà không cần có sự đo đạc chính xác.

Điều cần ghi nhận là, do sự lãnh đạo của cán bộ Đảng, tức là Đảng mớm ý kiến, sau mỗi lần bình diện tích thì một mảnh ruộng của địa chủ bao giờ cũng bị gán cho một diện tích lớn hơn các hồ sơ địa bạ. Và do sự xúi dục của cán bộ Đảng, một số nông dân tá điền gán cho những mảnh ruộng mà họ cầy cấy thuê cho địa chủ có một năng xuất rất cao, khiến cho chủ đất nhiều khi phải trả thuế gấp đôi số thu hoạch thực sự.

Người chủ đất nạn nhân chỉ có hai sự lựa chọn, hoặc chịu đầu hàng bằng cách hiến đất cho chính quyền, hoặc ì ra đấy vì không đủ sức nộp thuế theo sự đòi hỏi của chính sách thuế nông nghiệp. Bằng cách thứ hai, họ đã gián tiếp kết bản án "phản động" cho mình trong giai đoạn đấu tranh chính trị tiếp theo được Việt Cộng mệnh danh là "**phát động quần chúng đấu tranh chống phản động**".

Để mở màn cho cuộc phát động quần chúng đấu tranh chống phản động, Đảng đã lấy đề tài thuế nông nghiệp, và lợi dụng việc nhóm họp Đại Hội Nông Dân để nêu câu hỏi: "Tại sao có người chưa thanh toán thuế?"

Anh Nguyễn văn Thân, một hồi chánh viên, đã kể lại tóm lược nội dung của một đại hội nông dân như sau:

"*Chủ tọa của buổi họp là những phần tử nông dân cốt cán, có nghĩa là đảng viên hoặc cảm tình viên, và họ đã nắm trong tay một danh sách những phần tử cần phải triệt hạ. Khi nêu câu hỏi về việc thiếu thuế nông nghiệp, Chủ Tọa Đoàn kêu tên một người thiếu thuế, và ra lệnh cho du kích trói người đó lại, treo lên, rồi dùng cực hình để tra tấn, đánh đập, mớm cung để nạn nhân khai tội "chủ mưu xúi dục" cho những người có tên trong một danh sách có sẵn, tức là nằm trong sổ đen của Đảng. Nhờ kỹ thuật này, Đảng đã bắt đầu bằng một người thiếu thuế mà kết tội những phần tử đối lập chính trị đã bị Đảng nhắm vào từ trước. Những người này không nhất thiết là những người thiếu thuế. Tất cả những nạn nhân, sau khi bị đánh đập và tra tấn theo kỹ thuật mớm cung, đã lần lượt từ người này chuyền tội lan sang người khác, để rồi cuối cùng họ bị bắt giam để chờ ngày ra Tòa Án Quân Sự Tỉnh*".

Mục đích trước tiên của cuộc đấu tranh chống phản động là: trước hết Đảng lợi dụng bạo lực của quần chúng để đánh quỵ bớt một số phần tử lừng khừng chống đối nguy hiểm, trong đó có một số địa chủ, nhưng vào thời điểm đó Việt Cộng chưa để lộ kế hoạch đấu tranh giai cấp hạ địa chủ. Tất cả những phần tử bất mãn đối với chính sách của Đảng, nhất là chính sách nông nghiệp, đều bị quy cho tội "phản động", hoặc "thông với giặc", hoặc tội "việt gian".

Mục đích thứ hai là chuẩn bị kỹ thuật đấu tranh bạo lực, chuẩn bị cho cán bộ quen với kỹ thuật *xâm nhập vào quần chúng, khai thác mâu thuẫn, đấu tranh bạo động,* dành cho cuộc cải cách ruộng đất sắp tới.

Mục đích thứ ba của Đảng là vơ vét dân công và tân binh, đồng thời làm áp lực thu thuế nông nghiệp. Đảng đã đạt được mục đích này vì nhiều người ở nông thôn đã bở vía vì cuộc đấu tranh bạo lực và xung phong đi dân công hoặc đi tân binh, giúp Đảng giải quyết được nhu cấu cấp bách của chiến tranh.

Cuộc đấu tranh chống phản động được phát động vào cuối năm 1952, đầu năm 1953, đã làm nông thôn kinh hoàng nghẹt thở, và tiếp theo cái đà đó, Đảng cho phát động "**Cuộc Đấu Tranh Giảm Tô Giảm Tức**".

Đây chính là cuộc thí nghiệm thực sự của kỹ thuật cải cách ruộng đất mà Việt Cộng học được của Trung Cộng. Giảm Tô có nghĩa là đi thẳng vào vấn đề tranh chấp giữa nông dân nghèo và địa chủ giàu, mở đầu cho cuộc đấu tranh giai cấp. Tại nông thôn Việt Nam, những người nông dân không có đất đai thường sinh sống bằng cách đi cày thuê cho những "địa chủ" là những người có nhiều đất mà thiếu nhân lực để canh tác. Những nông dân này được gọi là "điền tốt". Một số nông dân khác thuê ruộng của địa chủ để canh tác, gọi là "cấy rẽ" và họ được gọi là "tá điền" nghĩa là họ được hưởng hoa màu lợi tức của mảnh ruộng đó với điều kiện là cuối mùa hoặc mỗi năm họ trả cho địa chủ một số tiền hoặc thóc gạo. Số lượng đóng góp này gọi là "địa tô", tương đương với tiền thuê đất. Số địa tô này nhiều hay ít tùy theo sự thoả thuận giữa hai bên, thường thường là 50%. Nhiều khi gặp phải địa chủ tham lam, và tá điền cần canh tác, thì địa chủ bắt đóng một địa tô cao hơn.

Vậy "đấu tranh giảm tô" có nghĩa là Đảng đứng về phía nông dân nghèo và đưa ra chính sách hạ thấp địa tô.

Để phát động đấu tranh, Đảng tổ chức những "Đội đấu tố" gồm những cán bộ đã được Trung Cộng huấn luyện, và gửi họ xâm nhập vào làng. Những đội đấu tố này về sau trở thành các "Đội cải cách ruộng đất", đã giả dạng làm nông dân và được các ủy ban hành chánh làng, xã giới thiệu tới cư ngụ tại những gia đình nghèo nhất trong xã.

Các đội này áp dụng một kỹ thuật tâm lý chiến rất tinh vi để mua chuộc cảm tình của những gia đình nông dân nghèo nơi họ cư ngụ. Đó là kỹ thuật "**tam cùng**" nghĩa là: *cùng ăn* (góp phần ăn chung), *cùng ở* (cùng ở chung một nhà), và *cùng làm* (mà không lấy công). Đây là giai đoạn chuẩn bị đấu tranh quan trọng nhất, gồm ba mục tiêu:

- Mua chuộc cảm tình của nông dân nghèo.

- Gây căm thù giữa nông dân nghèo với địa chủ và xúi họ đấu tranh.

- Điều tra tỉ mỉ về các gia đình khác trong làng, xã.

Kỹ thuật "tam cùng" này rất thành công. Sau khi đã chịu sống cực khổ với bần nông, giúp đỡ họ tận tình trong mọi công việc trong nhà và ngoài đồng, mua chuộc được cảm tình của bần nông, "cán bộ tam cùng" bắt đầu rỉ rả nhồi sọ, tuyên truyền cho bần nông căm thù địa chủ và thuyết phục để bần nông tin rằng chính địa chủ đã gây nên cảnh cùng khổ của bần nông. Sau khi gây được căm thù, cán bộ tam cùng phải thuyết phục bần nông đứng lên đấu tranh tiêu diệt địa chủ.

Khi đã thuyết phục được một bần nông chịu đứng lên đấu tranh với địa chủ, cán bộ nói rằng "đã xây dựng được một rễ". Một rễ phải ưu tiên là một thân nhân gần nhất của địa chủ có tội, chẳng hạn như vợ bé, con gái, con nuôi, hoặc gia nhân ..., vì trong những trường hợp như vậy, lời tố cáo, hoặc vu oan giá họa bịa đặt của "rễ" đối với địa chủ sẽ có giá trị đáng tin hơn, và có tác dụng gây được xúc động tâm lý mạnh hơn. Nếu bất đắc dĩ không tìm được người có liên hệ gần với địa chủ thì đành phải tìm người có liên hệ xa hoặc người ngoài để "xây dựng rễ".

Khi móc nối được nhiều "rễ" với nhau, người ta nói rằng có một "chuỗi rễ". Trong tiến trình xây dựng "rễ" và "chuỗi rễ", có nhiều trường hợp xẩy ra "rễ thối" và bao nhiêu công lao xây dựng đã trôi theo dòng nước.

Sau khi đã chuẩn bị xong những nhân vật chính cho cuộc "đấu giảm tô", các Đội Cải Cách Ruộng Đất mới ra mắt công khai tại làng, xã, và lập tức các tổ chức cũ như uỷ ban hành chánh xã v.v... đều bị giải tán, để giao quyền hành lại cho "Đội Cải Cách" và những phần tử cốt cán đảm nhiệm. Làng, xã lúc đó lập tức bị phong tỏa, và chỉ riêng có Đội Cải Cách có thể liên lạc bằng đường giây điện thoại với Trung Ương hoặc cấp trên của họ là Đoàn Cải Cách Ruộng Đất ở cấp tỉnh. Các địa chủ liền bị cô lập, giam lỏng, hoặc bị quản chế thực sự tùy từng trường hợp, và tài sản của họ bị niêm phong.

Phần chính của tấn kịch "Đấu Giảm Tô" là phần "Thoái Tô", Đấu Địa Chủ" và "Xử Án Địa Chủ".

Việc giảm tô đã được chính quyền Kháng Chiến quy định bằng sắc lệnh số 78/SL ngày 14 tháng 7 năm 1948, ấn định một mức chung là 25%, nghĩa là theo luật mới địa chủ phải giảm bớt địa tô xuống một mức thấp hơn trước.

Vì lề lối làm việc luộm thuộm ở nông thôn, khi địa chủ giảm tô cho tá điền, không hề có việc ghi biên lai làm bằng chứng. Vì thế, 4 năm sau, khi có phong trào Đấu Giảm Tô, địa chủ bị coi như không hề giảm tô cho tá điền theo như sắc lệnh quy định, và Đội cải cách hướng dẫn tá điền "khai nợ" để đòi địa chủ "thoái tô" tức là hoàn trả lại số địa tô mà địa chủ đã lấy của tá điền một cách trái luật. Dĩ nhiên đây là do sự mớm cung của cán bộ cải cách và sự đồng lõa khai gian của tá điền. Số nợ thoái tô này nhiều hay ít là do cán bộ cải cách đã ấn định từ trước, tùy theo số tài sản nữ trang trong tay địa chủ mà Đội đã điều tra và biết được.

Trước khi trình diễn tấn kịch "đấu địa chủ" một cách hiệu quả, Đội Cải Cách phải nhồi sọ "chuỗi rễ" qua một khóa huấn luyện về "tội ác của địa chủ", dậy họ cách nói, cách kể tội... với những bằng chứng ngụy tạo. Cũng theo như lời anh Nguyễn văn Thân kể lại dưới đây:

"...*Chủ yếu là dậy họ tả chân những chúng cứ cụ thể, nhưng gian dối, để làm xúc động quần chúng khán thính giả. Ví dụ như một cái sẹo do bị té ngã từ hồi còn bé sẽ được trình bầy là do địa chủ ác ôn chém. Hoặc cặp mắt kèm nhèm hay mù lòa vì bị đau mắt hột hay lông quặm, sẽ được dùng để tố là địa chủ bắt thức khuya dậy sớm để nuôi heo nuôi gà, và không cho ngủ... Hoặc nếu "rễ" là một bà lão già rụng hết tóc vì già hay vì bệnh hoạn thì sẽ dùng chứng tích này để tố là bị địa chủ nắm tóc giật và đánh đập. Nếu "rễ" là phụ nữ thì sẽ tố là bị địa chủ hiếp dâm hằng trăm lần...*"

Sau khi lập xong "bản tội ác" của địa chủ, các đội viên cải cách bắt đầu tập dượt các "chuỗi rễ" cho thuần thục về "cách tố khổ địa chủ trước quần chúng", y như công việc của các đạo diễn và diễn viên trước khi trình diễn một vở kịch. Họ phải học tập từ cách ăn nói tới điệu bộ trước hình nộm của một địa chủ. Tiếp theo đó, Đội Cải Cách mới công bố "ngày đấu tố". Cũng theo lời anh Thân:

*"...Trong thời gian này, dân làng rất sợ sệt và ngoan ngoãn, nhất là các thành phần trung nông và phú nông, bảo họp là đi họp, bảo khóc là họ khóc, bởi ai cũng sợ bị "**nâng**" lên thành phần địa chủ. Đại Hội họp mấy đêm liền, mỗi đêm có một "rễ chính" lên kể tội ác của địa chủ, với sự phụ họa của một vài "rễ phụ". Đại Hội này được gọi là "**Ôn Nghèo Kể Khổ**". Trước khi lập báo cáo, Đại Hội được xem trình diễn phim "Bạch Mao Nữ" (một nhân vật với cốt truyện của Trung Quốc). Truyện phim nói về một cô gái đi ở đợ cho địa chủ, sau bị tên này hiếp dâm, áp bức, hành hạ, nên cô phải trốn lên núi theo "cách mạng", cho đến khi Đội Cải Cách Ruộng Đất về làng, cô mới trở lại thì tóc của cô đã bạc trắng.*

*"Ảnh hưởng của cuốn phim đã tác động sâu đậm lên tâm lý quần chúng nông thôn chất phác. Họ đã xúc động, khóc thật sự trước cảnh đối xử dã man tàn ác của tên địa chủ trong phim ảnh vừa chiếu thì Đội Cải Cách liền đưa các "rễ" ra trình diện nông dân và kể khổ. Thế là khí thế sắt máu của giai cấp bần cố nông đã nổi dậy theo tiếng khóc, tiếng kể lể của các "rễ" đã được Đội Cải Cách cho tập dượt từ trước. Khí thế ghê rợn đi từ việc hô các khẩu hiệu "**đả đảo địa chủ cường hào**" đến việc ký tên vào quyết nghị xin xử tử hoặc kết án tên địa chủ cường hào đó. Thư ký đội cải cách sẽ lập biên bản phiên đại hội, lập báo cáo điển hình và trình Đoàn Uỷ duyệt lại để xin quyết định của Trung Ương. Mấy hôm sau Đoàn sẽ gửi công văn xuống chỉ thị rằng Trung Ương đồng ý với bản án của toàn dân đưa ra".*

Sau phần "đấu địa chủ" nói trên là phần "Xử Án Địa Chủ", cốt yếu là tổ chức "pháp trường đấu". Trong phần này Đội Cải Cách không tham dự nữa, mà phải huấn luyện nhồi sọ cho các gia đình bần cố nông "chuỗi rễ" làm việc đấu tố và thành lập Tòa Án Nhân Dân gồm có chủ tịch đoàn và các ủy viên Hội Đồng Toà Án gồm các chuỗi rễ do các đội viên xây dựng, không có luật sư bào chữa cho các bị cáo. Việc xử án chỉ là việc diễn lại các cuộc đấu tranh giảm tô trước kia, và kết thúc là việc tuyên án bị can theo một bản án do Trung Ương đã soạn sẵn.

Sau khi thực hiện xong giai đoạn đấu tranh giảm tô vào đầu năm 1954, Hồ chí Minh và CSVN đã đạt được mục tiêu giai đoạn là động viên được nhân lực và tài lực cho cuộc chiến tranh, và tạm thời ngưng cuộc đấu tố khi chiến trường Điện Biên Phủ bước vào giai đoạn nghiêm trọng và quyết định.

Khi trận Điện Biên Phủ chấm dứt và đưa đến việc ký kết Hiệp Định Genève 1954, dân chúng Miền Bắc bỏ chạy khỏi vùng Cộng Sản kiểm soát qua phong trào di cư ồ ạt của gần một triệu nông dân và dân thành thị. Thêm vào đó, Việt Cộng phải đối phó với những khó khăn gây ra do việc di chuyển 50,000 cán binh Việt Cộng tập kết ra Bắc. Do đó, Hồ Chí Minh phải chờ ổn định tình hình trước khi tiếp tục và hoàn tất cuộc đấu tranh cải cách ruộng đất. Phần thứ hai của cuộc đấu tranh này là một biến cố đẫm máu mà Việt Cộng mệnh danh là cuộc cải cách "Long Trời Lở Đất" và đưa đến những hậu quả cực kỳ quan trọng đối với nhân dân Miền Bắc Việt Nam.

Phần II Giai Đoạn Cải Cách Ruộng Đất

Trận Điện Biên Phủ và hiệp định Genève là hai biến cố chính khiến cho chiến dịch đấu tranh giảm tô phải tạm ngưng. Mặc dầu sau hiệp định Genève, Cộng Sản hoàn toàn làm chủ Miền Bắc trong một khí thế đầy phấn khởi, bộ đội Cộng Sản Việt Nam về thủ đô Hànội với một vinh dự chiến thắng, nhưng Hồ chí Minh và giới đầu lãnh Cộng Sản phải đối phó với nhiều vấn đề cấp bách:

- Phong trào di cư của gần một triệu đồng bào Miền Bắc bỏ trốn vào Nam là một bước lùi chính trị quan trọng, nhất là trên phương diện uy tín quốc tế;

- Việc tập kết khoảng 50 ngàn bộ đội và cán bộ Cộng Sản từ Nam ra Bắc tạo nên nhu cầu ổn định tâm lý quần chúng cũng như nhu cầu củng cố an ninh;

- Chính quyền Cộng Sản tại Hà Nội còn bận lo tiếp thu các cơ sở tại Miền Bắc;

- Hà Nội cần phải tạm thời che dấu thủ đoạn tàn bạo của họ để trấn an lòng dân và để che dấu tai mắt quốc tế;

1. Cuộc Đấu Tranh Đẫm Máu

Ý nghĩa chính mà Cộng Sản gán cho giai đoạn đấu tranh cải cách ruộng đất là "đấu tranh giai cấp đẻ thực thi công bình xã hội", lấy ruộng đất của người giầu để chia đều cho người nghèo.

Trước hết ta bắt đầu với cuộc đấu tranh đẫm máu sau hiệp định Genève được áp dụng trên toàn Miền Bắc tại những vùng đồng bằng và trung du là những nơi có ruộng đất, còn ở các vùng đồi núi gọi là thượng du của các đồng bào thiểu số thì không có cải cách ruộng đất (Việt Cộng gọi các đồng bào thiểu số là "dân tộc ít người"). Vùng đồng bằng sông Nhị Hà trước kia chưa có đấu giảm tô, thì nay cả hai cuộc "đấu tranh giảm tô" và "đấu tranh cải cách ruộng đất" được xúc tiến cùng một lượt.

Thể thức đấu tranh cải cách ruộng đất cũng giống như thể thức đấu giảm tô, chỉ có khác là trong thể thức đấu tranh cải cách ruộng đất thì mức độ tàn bạo gia tăng và con số nạn nhân cũng tăng lên nhiều do sự "càn đi quét lại" và "kích tỷ lệ" mà ta sẽ có dịp thảo luận kỹ hơn ở dưới đây.

Cuộc đấu tranh cải cách ruộng đất được Trung Ương Đảng giao cho Trường Chinh lãnh đạo qua một Trung Ương uỷ viên phụ trách là Hồ Viết Thắng; dưới Trung Ương có các Đoàn Cải Cách Ruộng Đất ở cấp tỉnh và dưới Đoàn có các Đội Cải Cách Ruộng Đất cho mỗi xã. Các Đội và Đoàn đều trực tiếp nhận lệnh của Trung Ương mà không cần qua sự chỉ huy của Uỷ Ban Hành Chánh địa phương. Nguyên tắc chọn lựa các đội viên của các đội cải cách ruộng đất là phải chọn những thành phần cốt cán, bần cố nông, đảng viên trung kiên đã từng chiến đấu trong bộ đội. Đó là các đội viên của cuộc cải cách ruộng đất. Sau mỗi đợt lại có thêm một số thành phần cốt cán bần cố nông khác được bồi dưỡng để trở thành đội viên các đợt sau. Do đó, càng về sau chính sách cải cách ruộng đất càng trở nên khốc liệt bởi vì phần đông đội viên toàn là những người trẻ tuổi, cuồng tín, và được bồi dưỡng (nghĩa là được nhồi sọ) với tư tưởng đấu tranh giai cấp để căm thù thật sự. Và cũng do đó mà vào năm 1956 đợt cải cách ruộng đất được phát động lấy tên là đợt Tổng Tấn Công Điện Biên Phủ đưa số người bị tàn sát lên đến 10 ngàn người, riêng trong đợt này. Đội cải cách ruộng đất trở thành một công cụ khủng bố ghê gớm khiến nhân dân đồng thanh coi là "nhất đội nhì trời" mỗi khi đội về làng.

Kích tỷ lệ

Sở dĩ có sự tàn sát ghê gớm như vậy là vì chiến thuật "kích tỷ lệ" có nghĩa là nâng tỷ lệ của những địa chủ đáng bị xử tử. Thí dụ: cứ mỗi xã có 100 gia đình thì dù đủ hay không đủ, có hay không có, đội cải cách ruộng đất của xã đó phải tìm cho ra 5 gia đình địa chủ (theo tỷ lệ 5%), nếu hơn thì càng tốt. Trong số 5 gia đình này phải quy cho được 2 gia đình là cường hào ác bá để xử tử. Nếu đội không làm đủ tiêu chuẩn sẽ bị phê bình là thiếu ý thức đấu tranh giai cấp, công tác kém, v.v...Đây là tiêu chuẩn do Đoàn cố vấn Trung Cộng đòi hỏi phải đạt được theo kinh nghiệm của Trung Cộng.

Vậy "kích tỷ lệ" còn có nghĩa là hành động chụp mũ những người không đúng tiêu chuẩn đã định.

Khi cuộc cải cách ruộng đất lên tới mức độ tàn bạo nhất, tức là đợt cải cách Điện Biên Phủ, rất nhiều người thuộc thành phần trung nông, và ngay cả tiểu nông bị "kích" lên thành địa chủ phản động và bị đem đấu tố. Thê thảm hơn nữa là những cán bộ cao cấp có công với kháng chiến mà cũng bị kết tội là cường hào ác bá hoặc có chân trong tổ chức Quốc Dân Đảng.

Nhân chứng Nguyễn văn Thân mô tả một cuộc đấu tố chụp mũ như sau:

"...Cuộc đấu tố điển hình mà tôi được tham dự là lần đấu ông Nguyễn văn Đô, bí thư huyện uỷ tại Ô Cầu Giấy ngoại thành Hànội..." ..."Nạn nhân Nguyễn văn Đô rất có công với Kháng Chiến nhưng lại bị kết tội là cường hào ác bá và có chân trong tổ chức Quốc Dân Đảng. Chủ tịch Đoàn nói rằng ông lợi dụng chức

vụ của Đảng để hoạt động cho Quốc Dân Đảng. Người đứng kể tội là một nông dân trước kia đã đi chăn ngựa cho ông Đô. Một cụ già khác lên tố về việc cướp đất, cướp ruộng nương, và cô con gái của ông lên đấu tố là đã bị ông cưỡng hiếp 117 lần, v.v... Đến khi ông Đô được phép lên phát biểu ý kiến nhận tội, ông đã cứng cỏi trả lời: Ông không phải là Quốc Dân Đảng, ông chỉ làm việc cho Bác và cho Kháng Chiến mà thôi. Ông trả lời cô con gái là: "Thưa bà, bà còn quên đấy, tôi đã hiếp cả mẹ của bà để đẻ ra bà nữa". Câu trả lời này làm cho mọi người phải bật cười và làm đấu trường mất vẻ tôn nghiêm. Chủ tịch đoàn vội vàng hô khẩu hiệu "đả đảo tên Đô ngoan cố" để đàn áp và che lấp tiếng nói của ông này. Sau đó họ không cho ông nói tiếp. Họ nghị án và quyết định xử tử ông ngay tại chỗ. Cuộc đấu này kéo dài từ 5 giờ sáng tới 13 giờ trưa mới xong".

Trên đây là lời anh Thân kể lại một cuộc đấu tố chụp mũ điển hình mà chính anh tham dự. Rất nhiều đảng viên cộng sản có tham dự cuộc cải cách ruộng đất đều thắc mắc không hiểu ẩn ý của Đảng khi thẳng tay triệt hạ chính những cán bộ cao cấp và trung kiên, và triệt hạ luôn cả cơ cấu tổ chức của Đảng ở nông thôn, thay vào đó bằng những thanh niên, thiếu niên bần cố nông từ 15 tới 18 tuổi. Rất nhiều người thắc mắc không hiểu Đảng vô tình hay cố ý giết oan người của Đảng.

Nhưng nếu người ta có cơ hội nghiên cứu kỹ cuộc Cách Mạng Văn Hoá của Mao Trạch Đông người ta có thể đoán được ý định của Hồ chí Minh và Đảng CSVN. Đó là chủ trương đấu tranh liên tục trong nội bộ Đảng bằng những cuộc thanh trừng đẫm máu. Đảng phải luôn luôn đào thải những cán bộ đảng viên cũ không thuộc thành phần vô sản, những người đã lỗi thời, có thể trở thành nguy hiểm cho Đảng vì đã trau dồi những kinh nghiệm đấu tranh, đã có khả năng lãnh đạo, có uy tín, nắm vững tình hình Đảng, quy tụ được thế lực mạnh và có thể phản Đảng. Thay vì dùng nghị định, thông tư, sự vụ lịnh để thải hồi những phần tử này, Đảng đã mượn tay quần chúng nông dân để tiêu diệt những phần tử nguy hiểm trên cho hết hậu họa. Kết quả là chính nạn nhân của cải cách ruộng đất cũng không biết được thâm ý của họ Hồ và của Đảng, mà tưởng rằng cấp dưới làm sai. Vì thế có người trước khi chết còn tung hô "Hồ Chủ Tịch muôn năm".

1.1. Tổng số nạn nhân của Cải Cách Ruộng Đất

Cho tới nay, những tài liệu thống kê về con số nạn nhân của cuộc Cải Cách Ruộng Đất chỉ có thể tìm thấy được qua sách báo chính thức của Đảng. Trong cuốn Lich Sử Kinh Tế Việt Nam, Tập 2, thuộc Viện Kinh Tế Việt Nam, cũng như Viện Khoa Hoc Xã Hội Việt Nam chủ biên, và do Nhà Xuất Bản Khoa Học Xã Hội xuất bản vào năm 2005, tác giả Đặng Phong liệt kê con số 172.008 (một trăm bảy mươi hai ngàn lẻ tám) nạn nhân bị kết tội là địa chủ hoặc phú nông, có nghĩa là bị Đảng và Bác sát hại. Trong số nói trên có 123.266 (một trăm hai mươi ba ngàn hai trăm sáu mươi sáu) nạn nhân bị kết tội oan.

Những vụ tàn sát đẫm máu trong các cuộc đấu tố địa chủ đã đưa đến kết quả là hàng trăm ngàn người đã bị giết oan, và đã gây xúc động mãnh liệt ở khắp mọi vùng nông thôn Miền Bắc. Mặc dầu dân chúng chưa võ trang nổi dậy quy mô, nhưng những vụ phục kích giết cán bộ đấu tố và những vụ chém giết giữa bần cố nông và thân nhân của người bị đấu tố đã xẩy ra thường xuyên. Những người bị đẩy đến bước đường cùng đã liều mạng một sống một còn với kẻ thù của mình, bất chấp những đe dọa của Đoàn Cải Cách Ruộng Đất.

1.2. Cuộc Đấu Tranh Phi Quy Ước

Mức độ sắt máu của Cải Cách Ruộng đất đã được những thợ thơ tay sai của chế độ cổ võ để nịnh Đảng và nạt dân. Tố Hữu, một cán bộ lãnh đạo văn hoá của Cộng Sản Miền Bắc viết thơ về cải cách ruộng đất bằng những vần thơ khát máu:

"Giết, giết nữa, bàn tay không phút nghỉ
Cho ruộng đồng lúa tốt mau xong,
Cho Đảng bền lâu, cùng rập bước chung lòng
Thờ Mao Chủ Tịch, thờ Sít ta lin ...bất diệt"

Còn Xuân Diệu thì cổ võ cho những cuộc đấu tố sắt máu bằng những vần thơ như sau:

"Địa hào đối lập ra tro
Lưng chừng phản động đến giờ tan xương
Thắp đuốc cho sáng khắp đường
Thắp đuốc cho sáng đình làng đêm nay
Lôi cổ bọn nó ra đây
Bắt quỳ gục xuống đọa đầy chết thôi

(Trích dẫn từ "Trăm Hoa Đua Nở Trên Đất Bắc", trang 22 và 23)

1.3. Một số đặc điểm của đấu tranh phi quy ước

Những cuộc đấu tranh từ năm 1951 cho tới cuối năm 1956 mới chỉ là Màn I của vở kịch Cải Cách Ruộng Đất. Giai đoạn đấu tranh này đã đưa nhân dân Miền Bắc tới mức tức nước vỡ bờ, và đã có nhiều vụ nhân dân nổi dậy xẩy ra tại nông thôn Miền bắc. Giai đoạn đấu tranh cải cách ruộng đất này, tự căn bản, là một cuộc chiến tranh không có tiếng súng nổ, trước tiên nhằm giành giựt quyền lực vào trong tay họ Hồ và Đảng CS, và sau đó củng cố quyền lực độc tôn bằng cách đàn áp khủng bố người dân. Cuộc chiến tranh không có tiếng súng nổ đó là một cuộc chiến tranh **phi quy ước** với một số đặc điểm rất đáng cho ta lưu ý.

1.3.1. Lợi dụng lực lượng quần chúng

Ta có thể nhìn thấy đặc điểm của chiến tranh phi quy ước qua các cuộc thi hành thuế nông nghiệp, đấu tranh chống phản động, đấu tranh giảm tô. Để tiêu diệt mầm mống chống đối, họ Hồ và Đảng Cộng Sản đã không sử dụng những biện pháp theo quy ước thông thường của một chế độ pháp trị, như: biện pháp pháp lý, biện pháp hành chánh, hay sử dụng cảnh sát, công an, hay quân đội. Thay vào đó, CSVN đã huy động nhân dân bằng cách xúi dân nhóm họp đại hội nhân dân, dùng các đội đấu tố và các đội cải cách ruộng đất xâm nhập vào nông dân để xách động nhân dân, làm như thể nông dân đứng lên chủ động đòi tiêu diệt phản động địa chủ.

Họ Hồ còn công khai giải tán hệ thống hành chánh xã trong giai đoạn "đội cải cách" về làng phát động đấu tranh, bề ngoài làm như đề cao quyền lực của nhân dân, nhưng thực sự bên trong là gán ghép trách nhiệm cho nông dân, làm cho bàn tay nông dân có giây máu địa chủ, nghĩa là nếu họ không có chủ động thì ít ra cũng là đồng lõa tội ác. **Tại sao họ Hồ lại cần có liên minh tội ác đó?**

Theo sự suy đoán của các hồi chánh viên có liên hệ tới cải cách ruộng đất thì một trong những lý do có tính cách chiến lược là tương quan lực lượng giữa Đảng và giới địa chủ, phú nông, trung nông và tất cả nông dân hữu sản vào lúc đó cho thấy Đảng đứng ở thế thiểu số. Quan niệm "**dựa vào lực lượng quần chúng nông thôn**" vào lúc đó vừa là một đặc điểm của hình thái chiến tranh phi quy ước, vừa phù hợp với chủ trương cố hữu và kỹ thuật đấu tranh của Cộng Sản. Kỹ thuật đấu tranh cố hữu của Cộng Sản là '**lấy mâu thuẫn giải quyết mâu thuẫn**": nghĩa là tạo ra mâu thuẫn giữa các lực lượng thù địch để các lực lượng thù địch này tiêu diệt lẫn nhau và họ Hồ cùng đàn em ngồi rung đùi hưởng lợi vì đã giải quyết được cặp mâu thuẫn giữa Đảng và nhân dân .

Áp dụng vào cuộc cải cách ruộng đất, "lấy mâu thuẫn giải quyết mâu thuẫn" nghĩa là lấy bần cố nông giải quyết bài toán địa chủ, vừa nhanh vừa gọn, vừa đỡ mất sức. Nếu dùng biện pháp pháp lý để cải cách ruộng đất như các nước Á Châu khác, Việt Cộng phải quốc hữu hóa hoặc mua rẻ ruộng đất của địa chủ rồi chia cho nông dân. Làm như thế, đích thân Đảng phải đối phó với khoảng 1 triệu người địa chủ, phú nông và trung nông, mà trong đó có nhiều người có công với kháng chiến, có uy tín với dân. Tự lực đối phó với khoảng 1 triệu người có tư sản, trong khi đảng viên nòng cốt của họ Hồ lúc đó chưa đầy 500 ngàn người, là một việc nguy hiểm.

1.3.2. Bất chấp pháp lý, bất chấp quy tắc hành chánh:

Khi áp dụng hình thái chiến tranh phi quy ước vào cải cách ruộng đất, chẳng những họ Hồ và đàn em không sử dụng các biện pháp lý và các quy ước hành chánh thông thường, bọn họ còn trắng trợn vi phạm các quy tắc pháp lý và hành chánh vốn được coi là khuôn mẫu để duy trì trật tự quốc gia và xã hội các nước văn minh trong suốt 400 năm qua.

Luật sư Nguyễn mạnh Tường, qua bài tham luận đọc ngày 30-10-1956 trong một cuộc họp của Mặt Trận Tổ Quốc tại Hànội, đã nêu lên những vi phạm nguyên tắc pháp lý trong cải cách ruộng đất:

Nguyên tắc thứ nhất: không hành phạt các tội đã phạm quá lâu rồi mới bị khám phá vì khó xác định các bằng chứng buộc tội. Khi buộc tội một người với những bằng chứng hồ đồ, xã hội sẽ tạo ra những tiền lệ bất công làm mất uy tín của cơ chế cầm quyền và gây xáo trộn xã hội. Việt Cộng đã vi phạm thô bạo nguyên tắc thứ nhất khi mớm cung cho những bần cố nông vu oan giá họa cho nạn nhân cải cách ruộng đất về những tội đã phạm từ mấy chục năm trước, dựa vào những bằng chúng hồ đồ (như hồi chánh viên Nguyễn văn Thân đã tường thuật).

Nguyên tắc thứ hai: theo lời Luật Sư Nguyễn mạnh Tường, trách nhiệm của phạm nhân chỉ do một mình phạm nhân phải chịu, tòa án không có quyền bắt vợ con gia đình phải ghánh trách nhiệm của tội nhân như Việt Cộng đã làm. Chỉ có trong thời phong kiến dã man mới có luật chu di tam tộc để trừng phạt bà con họ hàng của phạm nhân. Riêng trong chế độ của Hồ chí Minh và Việt Cộng, không những thân nhân của phạm nhân phải trả nợ máu, mà ngay cả những người không có liên hệ máu mủ với nhau mà cũng bị chết dính chum với nhau vì mang cái nhãn hiệu chung là địa chủ, phú nông. "Kích tỷ lệ" là một vi phạm thô bạo của nguyên tắc thứ hai về pháp lý.

Nguyên tắc thứ ba: Theo luật sư Nguyễn mạnh Tường thì "*muốn kết án một người phải có bằng chứng xác đáng. Phải có nhân chứng là những kẻ đã mục kích sự phạm pháp và cung khai một cách cụ thể rõ ràng, và chắc chắn. Một nhân chứng thôi cũng chưa đủ, ít ra phải có hai nhân chứng khai phù hợp với nhau, mới được coi là đáng kể...*" Nguyên tắc thứ ba mà ông Nguyễn mạnh Tường nêu ra trên đây có thể được áp dụng vào mấy trường hợp mà anh Nguyễn văn Thân kể lại, ví dụ như: "*một vết sẹo cũ vì bị té ngã từ hồi còn bé sẽ được trình bầy là vết dao chém của địa chủ ác ôn"*, hoặc "*nếu một bà lão bị rụng tóc vì già hay vì bệnh hoạn thì sẽ dùng chứng tích này để tố địa chủ nắm tóc giật đánh*"...

Nguyên tắc thứ tư: "*Thủ tục điều tra xét xử phải bảo đảm quyền lợi của bị tố nhân. Bị tố nhân có quyền nhờ luật sư bào chữa cho mình, và khi thiếu điều kiện nhờ luật sư, khi nào là một trọng tội, tòa phải cử luật sư bào chữa không, cho bị can...Khi điều tra, thẩm vấn, tuyệt đối không được dùng biện pháp tra khảo, đánh đập, hành hạ bị can, dọa nạt hay dụ dỗ đương sự*"...

1.3.3. Thủ Tiêu Chế Độ Pháp Trị Chân Chính:

đây là đặc điểm thứ ba của cuộc cải cách ruộng đất. Một chế độ pháp trị chân chính phải xác định rõ đâu là quyền lợi, đâu là trách nhiệm của mỗi người từ thường dân cho tới người lãnh đạo tối cao. Hồ chí Minh và Đảng Việt Cộng chẳng những thủ tiêu quyền lợi thiêng liêng của người dân qua việc bất chấp những nguyên tắc pháp lý căn bản, mà còn lờ luôn trách nhiệm pháp lý của cấp đầu lãnh Đảng, nhất là họ Hồ, kẻ chủ mưu trong cuộc cải cách ruộng đất đẫm máu. Về điểm này, ông Nguyễn mạnh Tường viết: "*Trước hết, bức thư của ông Hồ viết Thắng tự phê bình và xin rút lui khỏi Mặt Trận Trung Ương chỉ là một giải pháp chính trị mà thôi...*" ..."*là một nhà luật học, tôi chưa thể nào nhận định được trách nhiệm của ông Thắng. Có thể trách nhiệm của ông ấy rất lớn, có thể rất nhỏ. Đứng trên tinh thần pháp lý, sự nhận tội lỗi của một người không đủ để quy định trách nhiệm của người ấy...*"

Lập luận của ông Nguyễn mạnh Tường có ý nói rằng:

Thứ nhất: Giải pháp hạ tầng công tác Trường Chinh và sự từ chức của ông Hồ viết Thắng chỉ là một mánh khóe chính trị để xoa dịu lòng dân, và nếu ngưng lại ở đó, thì Hồ chí Minh và

Đảng Việt Cộng đã cố tình xí xóa trách nhiệm pháp lý đối với những vụ sát nhân có mưu định rõ ràng. Và ông Nguyễn mạnh Tường gọi hiện tượng đó là "*chính trị lấn áp pháp lý*".

Thứ hai: Trách nhiệm của Hồ viết Thắng, có thể rất nhỏ, nghĩa là nếu Hồ viết Thắng chỉ là một kẻ thừa hành, thì cần phải truy nguyên ra cái trách nhiệm pháp lý cao chót vót là Trung Ương Đảng và Hồ chí Minh. Không xác định quyền lợi của người dân, và trách nhiệm pháp lý của Hồ chí Minh và Đảng Cộng Sản đưa đến việc thủ tiêu chế độ pháp trị chân chính. Mà thủ tiêu chế độ pháp trị chân chính là một đặc điểm có tính cách Mác xít Lê nin nít của tất cả các chế độ Cộng Sản.

1.4. Stalin Bị Hạ Bệ Ở Liên Xô - Biến Cố Ở Poznan Và Budapest

Đúng vào lúc đó, Đại Hội Đảng Cộng Sản Liên Xô lần thứ 20 đã đem lại một biến cố làm chấn động thế giới và có ảnh hưởng đến tình hình Đảng Cộng Sản Miền Bắc. Ngày 20 tháng 2 năm 1956, Krushchev đọc bài diễn văn trong đại hội đảng, công khai lên án bản chất khát máu của Stalin qua những vụ thủ tiêu hàng vạn đảng viên đối lập đồng thời tiết lộ nhiều tội lỗi khác của Stalin, kể cả tội bắt dân Nga sung bái cá nhân của Stalin như một vị thánh sống.

Cũng trong Hội Nghị lần thứ 20 này, Đảng Cộng Sản Liên Xô đã sửa đổi "*chủ thuyết Stalin*" bằng cách bác bỏ chủ trương quá khích đòi hỏi "*Cách mạng phải bạo động và càng tiến tới xã hội chủ nghĩa thì đấu tranh giai cấp càng quyết liệt*".

Việc hạ bệ Stalin và việc thay đổi đường lối chính sách tại Liên Xô chỉ là một chiến lược lừa địch và dụ khị địch. Trên phương diện đối nội, sau khi lật đổ Beria và Malenkov, phe của Krushchev có nhu cầu đánh gục "*bọn tàn dư*" của khuynh hướng Stalin và củng cố quyền lực cho phe phái của mình, chứ không hề có ý định thực hiện những cải cải cách dân chủ.

Trên phương diện đối ngoại, sách lược dụ khị của Krushchev nhằm quảng cáo món hàng "*sống chung hòa bình*", lôi kéo một số quốc gia Á Phi vào một khối trung lập thân cộng gọi là "*Khối Phi Liên Kết*", đồng thời mở đầu cho giai đoạn "*Hòa Dịu*" (Detente) nhằm ru ngủ các cường quốc Tây Phương nhất là Hoa Kỳ, với mục đích chính: trước hết mượn tiền và kỹ thuật của Tây Phương để phát triển kinh tế và kỹ thuật Liên Xô; đồng thời tạo nên phong trào đòi giảm vũ trang tại các nước Tây Phương, trong khi Liên Xô ngấm ngầm sản xuất vũ khí hạch tâm chiến lược nhằm đánh thắng trong một cuộc chiến tranh hạch tâm.

Với thâm ý như trên, Krushchev phái Mikoyan sang Hànội để giải thích cho Hồ chí Minh và CSVN về nhu cầu của sách lược "Xét Lại". Đúng vào lúc đó, Hồ chí Minh tâm sự với đàn em rằng "*Khí thế của cuộc đấu tranh cải cách ruộng đất đang phừng phừng bốc cháy, không lẽ lại dội một gáo nước lạnh vào đầu cán bộ và anh em nông dân*". Vì thế CSVN vẫn bít kín không phổ biến "*chính sách mới*" của Liên Xô. Tuy nhiên, đứng trước những phản ứng bạo động của nhân dân, cũng như những bất mãn của tầng lớp trí thức đã từng tham gia tích cực ủng hộ Việt Minh trong cuộc kháng chiến chống Pháp, vào tháng 3 năm 1956, Hồ chí Minh đã phải chuẩn bị kế hoạch dừng tay.

Những biến cố trên thế giới và phong trào chống đối trong nước đã liên tiếp đánh mạnh vào uy tín của Hồ chí Minh và giới đầu lãnh CSVN. Ngày 26 tháng 5 năm 1956, Mao Trạch Đông công bố chính sách "*Bách Gia Tranh Minh, Bách Hoa Tề Phóng*" có nghĩa là các môn phái tư tưởng được mặc sức phát biểu ý nghĩ của mình như trăm thứ hoa đua nở. Với chính sách mới, giới trí thức Trung Cộng được "*mở mồm nói trong phạm vi có sự kiểm soát của Đảng*".

Ngày 28-6-1956 công nhân Ba-Lan sát cánh với sinh viên biểu tình ở Poznan chống lại độc tài và đòi tự do cơm áo. Ngày 23-10-1956 công nhân Hung Gia Lợi nổi dậy làm cách mạng ở Budapest khiến Krushchev phải dùng vũ lực đàn áp một cách tàn bạo. Tại Bắc Việt, Hồ Chí Minh cố chờ cho cuộc Cải Cách Ruộng Đất kết thúc với đợt Điện Biên Phủ mới ra lệnh đình chỉ mọi vụ hành quyết địa chủ. Tháng 10-1956 Trung Ương Đảng CSVN ra nghị quyết "sửa sai".

1.5. Chiến Dịch Sửa Sai

Chiến dịch sửa sai được bắt đầu bằng các đợt học tập dành cho Đảng viên về nghị quyết của Hội Nghị lần thứ 20 của Đảng Cộng Sản Liên Xô, đồng thời báo chí nhà nước giải thích cho quần chúng về sự thay đổi bên Liên Xô. Tiếp theo đó, Hồ chí Minh và Đảng CSVN chọn Trường Chinh và Hồ Viết Thắng làm con vật tế thần. Trường Chinh mất chức Tổng Bí Thư Đảng và Hồ Viết Thắng mất chức Thứ Trưởng phụ trách Cải Cách Ruộng Đất. Mười hai ngàn đảng viên bị bắt chờ đấu tố nhưng còn sống sót trong tù đã được thả ra. Trong số này có nhiều người đã bị kết án tử hình. Hồ chí Minh đã khóc lóc và đổ tội cho cấp dưới quá tay phạm phải sai lầm. Khả năng trình diễn của họ Hồ rất cao khiến nhiều người dân Miền Bắc tưởng Hồ khóc thật, và ít nhiều tin vào sự vô trách nhiệm của Hồ.

Trong Hội Nghị thứ 10 của Trung Ương Đảng, Võ Nguyên Giáp được chọn để đứng ra thay mặt Đảng đọc một bản thú nhận những sai lầm trong cuộc cải cách ruộng đất. Hội Nghị

Mặt Trận Trung Ương họp để nghiên cứu các sai lầm trong cuộc cải cách ruộng đất và chính sách sửa sai. Sự sửa sai đưa ra là để xoa dịu lòng dân, không có nghĩa là chính sách Cải Cách Ruộng Đất của Đảng sai lầm, và theo như Võ Nguyên Giáp nhận định trong bản báo cáo lên Trung Ương Đảng thì thắng lợi cơ bản của cuộc Cải Cách Ruộng Đất là đã đạt được mục tiêu cốt yếu đề ra, đó là dánh đổ toàn bộ giai cấp địa chủ. Những sự sai lầm, theo đảng nhận định, là do sự "quá tay" của cán bộ.

Chiến dịch sửa sai của Hồ và Đảng CSVN chỉ là một "sách lược" để đối phó với tâm trạng công phẫn bất mãn của nhân dân Miền Bắc, và tạo một cơ hội cho sự công phẫn xẹp xuống để tránh nguy cơ một cuộc nổi loạn trên toàn Miền Bắc. Trong khi đó những cá nhân phạm lỗi chỉ bị khiển trách một cách tượng trưng. Không có ai bị truy tố ra trước Tòa Án của quốc gia, không có ai phải đền tội một cách đích đáng vì những hành động sát nhân có chủ mưu. Hồ chí Minh và Đảng CSVN ngang nhiên coi việc tàn sát giết người là quyền thiêng liêng của họ, không cần thắc mắc, và nếu có giết oan hơn trăm ngàn người thì chỉ cần đổ tội cho cấp dưới làm sai, và phủi tay xin lỗi với một thái độ hoàn toàn vô trách nhiệm.

Phần trình bày trên đây chỉ kết thúc một giai đoạn đặc biệt của cuộc Cải Cách Ruộng Đất ở Miền Bắc, và không có nghĩa cuộc Cải Cách Ruộng Đất của Hồ Chí Minh đã chấm dứt khi ruộng đất được lấy từ tay địa chủ để chia cho nông dân nghèo hoặc vô sản. Thực ra, đây mới là màn ảo thuật đầu của cuộc lừa bịp vĩ đại, vì chẳng bao lâu sau đó, Đảng CSVN đã từ từ lấy lại hết tất cả ruộng đất tài sản, nông cụ cầy bừa của nông dân qua các chiến dịch Tổ Đổi Công, Hợp Tác Xã Cấp Thấp, Hợp

Tác Xã Cấp Cao, chiến dịch Thao Diễn Kỹ Thuật, v.v...để cuối cùng biến các nông dân hữu sản thành những người thợ vô sản trong các tổ sản xuất của những hợp tác xã nông nghiệp.

2. Phản Ứng Của Nhân Dân Miền Bắc Đưa Đến Chiến Dịch Sửa Sai

Những vụ tàn sát đẫm máu trong các cuộc đấu tố địa chủ đã đưa đến kết quả là hàng trăm ngàn người đã bị giết oan, và đã gây xúc động mãnh liệt ở khắp mọi vùng nông thôn Miền Bắc. Mặc dầu dân chúng chưa võ trang nổi dậy quy mô, nhưng những vụ phục kích giết cán bộ đấu tố và những vụ chém giết giữa bần cố nông và thân nhân của người bị đấu tố đã xẩy ra thường xuyên. Những người bị đẩy đến bước đường cùng đã liều mạng một sống một còn với kẻ thù của mình, bất chấp những đe dọa của Đoàn Cải Cách Ruộng Đất.

Stalin Bị Hạ Bệ Ở Liên Xô - Biến Cố Ở Poznan Và Budapest

Đúng vào lúc đó, Đại Hội Đảng Cộng Sản Liên Xô lần thứ 20 đã đem lại một biến cố làm chấn động thế giới và có ảnh hưởng đến tình hình Đảng Cộng Sản Miền Bắc. Ngày 20 tháng 2 năm 1956, Krushchev đọc bài diễn văn trong đại hội đảng, công khai lên án bản chất khát máu của Stalin qua những vụ thủ tiêu hàng vạn đảng viên đối lập đồng thời tiết lộ nhiều tội lỗi khác của Stalin, kể cả tội bắt dân Nga sung bái cá nhân của Stalin như một vị thánh sống.

Cũng trong Hội Nghị lần thứ 20 này, Đảng Cộng Sản Liên Xô đã sửa đổi "*chủ thuyết Stalin*" bằng cách bác bỏ chủ trương quá khích đòi hỏi "*Cách mạng phải bạo động và càng tiến tới xã hội chủ nghĩa thì đấu tranh giai cấp càng quyết liệt*".

Việc hạ bệ Stalin và việc thay đổi đường lối chính sách tại Liên Xô chỉ là một chiến lược lừa địch và dụ khị địch. Trên phương diện đối nội, sau khi lật đổ Beria và Malenkov, phe của Krushchev có nhu cầu đánh gục "*bọn tàn dư*" của khuynh hướng Stalin và củng cố quyền lực cho phe phái của mình, chứ không hề có ý định thực hiện những cải cải cách dân chủ.

Trên phương diện đối ngoại, sách lược dụ khị của Krushchev nhằm quảng cáo món hàng "*sống chung hòa bình*", lôi kéo một số quốc gia Á Phi vào một khối trung lập thân cộng gọi là "*Khối Phi Liên Kết*", đồng thời mở đầu cho giai đoạn "*Hòa Dịu*" (Detente) nhằm ru ngủ các cường quốc Tây Phương nhất là Hoa Kỳ, với mục đích chính: trước hết mượn tiền và kỹ thuật của Tây Phương để phát triển kinh tế và kỹ thuật Liên Xô; đồng thời tạo nên phong trào đòi giảm vũ trang tại các nước Tây Phương, trong khi Liên Xô ngấm ngầm sản xuất vũ khí hạch tâm chiến lược nhằm đánh thắng trong một cuộc chiến tranh hạch tâm.

Với thâm ý như trên, Krushchev phái Mikoyan sang Hànội để giải thích cho Hồ chí Minh và Việt Cộng Miền Bắc về nhu cầu của sách lược "Xét Lại". Đúng vào lúc đó, Hồ chí Minh tâm sự với đàn em rằng "*Khí thế của cuộc đấu tranh cải cách ruộng đất đang phừng phừng bốc cháy, không lẽ lại dội một gáo nước lạnh vào đầu cán bộ và anh em nông dân*". Vì thế Việt Cộng Miền Bắc vẫn bít kín không phổ biến "*chính sách mới*" của Liên Xô. Tuy nhiên, đứng trước những phản ứng bạo động của nhân dân, cũng như những bất mãn của tầng lớp trí thức đã từng tham gia tích cực ủng hộ Việt Minh trong cuộc kháng chiến chống Pháp, vào tháng 3 năm 1956, Hồ chí Minh đã phải chuẩn bị kế hoạch dừng tay.

Những biến cố trên thế giới và phong trào chống đối trong nước đã liên tiếp đánh mạnh vào uy tín của Hồ chí Minh và giới đầu lãnh Việt Cộng. Ngày 26 tháng 5 năm 1956, Mao Trạch Đông công bố chính sách "*Bách Gia Tranh Minh, Bách Hoa Tề Phóng*" dịch nghĩa là các môn phái tư tưởng được mặc sức phát biểu ý nghĩ của mình như trăm thứ hoa đua nở. Với chính sách mới, giới trí thức Trung Cộng được "*mở mồm nói trong phạm vi có sự kiểm soát của Đảng*".

Ngày 28-6-1956 công nhân Ba Lan sát cánh với sinh viên biểu tình ở Poznan chống lại chế độ độc tài Cộng Sản và đòi Tự Do, Cơm Áo. Ngày 23-10-1956, công nhân Hung Gia Lợi nổi dậy làm cách mạng ở Budapest khiến Krushchev phải dùng vũ lực đàn áp một cách tàn bạo. Tại Bắc Việt, Hồ chí Minh cố chờ cho cuộc cải cách ruộng đất kết thúc với đợt Điện Biên Phủ rồi mới ra lệnh đình chỉ mọi vụ hành quyết địa chủ, và tháng 10-1956 Trung Ương Đảng Việt Cộng (lúc đó mang nhãn hiệu "Đảng Lao Động) mới đề ra nghị quyết "*Sửa Sai*".

Chiến dịch sửa sai bắt đầu bằng các đợt học tập dành cho đảng viên về nghị quyết của Hội Nghị lần thứ 20 của Cộng Đảng Liên Xô, đồng thời báo chí của Nhà Nước giải thích cho quần chúng về sự thay đổi bên Liên Xô. Tiếp theo đó Hồ chí Minh chọn Trường Chinh và Hồ viết Thắng làm con vật tế thần (Trường Chinh mất chức Tổng Bí Thư và Hồ viết Thắng mất chức Thứ Trưởng Cải Cách Ruộng Đất). Mười Hai Ngàn đảng viên còn sống sót trong đợt Cải Cách Ruộng Đất đã được thả. Trong số này có nhiều người đã bị kết án tử hình.

(Hình ảnh CCRĐ do Phóng Viên đảng CS Nga phái qua Hà Nội ghi lại)

Hồ chí Minh đã khóc lóc và đổ tội cho cấp dưới phạm phải sai lầm. Khả năng trình diễn của họ Hồ rất cao khiến cho nhiều người dân Miền Bắc tưởng Hồ khóc thật, và ít nhiều tin vào sự vô trách nhiệm của Hồ.

Trong Hội Nghị Trung Ương Đảng, Võ Nguyên Giáp thay mặt Đảng đọc một bản thú nhận những sai lầm trong cuộc cải cách ruộng đất. Hội Nghị Mặt Trận Trung Ương học tập để nghiên cứu các sai lầm trong cuộc cải cách ruộng đất đồng thời học tập về chính sách sửa sai. Mục đích của chiến dịch sửa sai đưa ra là nhằm xoa dịu lòng dân và không có nghĩa là chính sách cải cách ruộng đất của Đảng sai lầm. Theo như Võ Nguyên Giáp nhận định trong bản báo cáo gửi lên Trung Ương Đảng thì thắng lợi cơ bản của cuộc cải cách ruộng đất là đã đạt được mục tiêu cốt yếu đề ra, đó là đánh đổ toàn bộ giai cấp địa chủ. Những sự sai lầm, theo Đảng nhận định, là do sự quá tay của cán bộ, ví dụ như:

- Phủ nhận thành tích kháng chiến của những người bị đấu tố.

- Không đoàn kết trung nông, liên hiệp phú nông như đã hứa mà lại đẩy họ vào hàng ngũ kẻ thù.

- Xử oan người ngay, đả kích bừa bãi, tra tấn đàn áp người vô tội.

- Xúc phạm tới tôn giáo.

- Không nhẹ tay với vùng dân thiểu số mà Việt Cộng gọi là "*vùng dân tộc ít người*".

Hành động "*sửa sai*" của Việt Cộng chỉ là một "*sách lược*" để đối phó với tâm trạng công phẫn bất mãn của nhân dân, tạo một cơ hội để cho sự công phẫn bất mãn xẹp xuống, và tránh nguy cơ đưa đến một cuộc nổi loạn trên toàn Miền Bắc. Căn bản của cuộc sửa sai là xác nhận chính sách cải cách ruộng đất vẫn là đường lối lâu dài của Việt Cộng. Nếu có những "*sai lầm*" trong việc thi hành chính sách, thì đó là lỗi của một vài cá nhân đã "*quá tay*" làm nhiều người chết oan.

Điềm đáng quan tâm là những cá nhân phạm lỗi khiến hàng trăm ngàn người chết oan chỉ bị khiển trách một cách tượng trưng, không có ai bị truy tố ra trước toà án, không có ai phải đền tội một cách đích đáng. Hồ chí Minh và giới đầu lãnh Việt Cộng ngang nhiên coi việc tàn sát giết người vô tội là quyền của Đảng, không cần thắc mắc, không cần xét xử, và nếu có giết oan vài chục ngàn người hay vài trăm ngàn người thì chỉ cần đổ tội cho cấp dưới "quá tay", và phủi tay xin lỗi với một thái độ hoàn toàn vô trách nhiệm.

Nhân dân Miền Bắc có chấp nhận thái độ đó hay không? Và nếu họ không chấp nhận thì họ có thể làm được những gì, và làm được tới đâu?

3. Cuộc đấu tranh tiếp theo của nhân dân Miền Bắc.

Lợi dụng hành động phủi tay của họ Hồ khi đổ tội cho cấp

dưới đi quá trớn, các nạn nhân còn sống sót sau đợt đấu tranh Cải Cách Ruộng Đất đã tìm những cán bộ cải cách để trả thù. Cuốn "Trăm Hoa Đua Nở Trên Đất Bắc" đã mô tả tình trạng rối loạn như sau:

*"Sau khi các đảng viên trung kiên được tha từ nhà tù về, được khôi phục công quyền, khôi phục đảng tịch và chức vụ thì họ đã tìm ngay đến các "đồng chí" đã "tố sai" để trả thù. Do đó tình trạng xung đột, giết chóc giữa các đảng viên cũ và đảng viên mới lan rộng khắp mọi nơi. Uy tín của Đảng bị sụp đổ, cán bộ đâm ra hoang mang. Trong dịp này nhà văn Nguyễn Sáng đã nói một cách hài hước: "**Lạc quan sai; bi quan cũng sai; chỉ có hoang mang mới đúng**".* Còn nhân dân thì được dịp đòi lại ruộng nương nhà cửa bị tịch thu.

"Ở nông thôn các đảng viên đi họp phải mang búa theo để "thảo luận" với nhau. Những địa chủ được tha về, thấy tình trạng làng xóm như vậy, vội vàng chạy ra thành phố ở nhờ các gia đình "tiểu tư sản" hồi kháng chiến đã trú ngụ tại nhà mình. Các bần cố nông, chót nghe lời Đảng "tố điêu", nay sợ bị rạch mồm, cắt lưỡi, cũng vội vàng chạy ra thành phố để đạp xích lô và đi ở thuê. Vì vậy nên dân số Hànội, Nam Định đột nhiên tăng gấp bội và không khí căm thù ở nông thôn lan ra thành phố, lây cho công nhân, tiểu tư sản, sinh viên và trí thức. Đáp lại vụ nổi loạn của nông dân ở Quỳnh Lưu, thanh niên và công nhân "Nam Bộ tập kết" đập phá bót cảnh sát Bờ Hồ, Hànội (bên cạnh ga tầu điện, đầu phố Cầu Gỗ)."

Tại khắp các vùng nông thôn Miền Bắc, đâu đâu người ta cũng thấy những vành khăn tang của thân nhân những người bị giết trong cải cách ruộng đất. Cho tới nay không có ai biết một cách chính xác con số nạn nhân bị Việt Cộng tàn sát. Chỉ có một yếu tố then chốt để để giúp người ta ước lượng số nạn nhân đó là yếu tố "*kích tỷ lệ*" được đề cập ở phần đầu. Với dân số Miền Bắc vào giai đoạn 1956 vào khoảng 20 triệu người tức là vào khoảng 4 triệu gia đình nông dân, trong đó 2% bị Việt Cộng gán cho nhãn hiệu địa chủ cường hào để bị giết. Qua kỹ thuật "*kích tỷ lệ*", những tên cán bộ trung kiên trong các đội cải cách đã cố thực hiện đúng chỉ tiêu bằng cách phát hiện và đem ra giết cho đủ chỉ tiêu tối thiểu là 2% mỗi xã. Như vậy trên toàn Miền Bắc, những nông dân có thể bị giết trong cuộc cải cách ruộng đất ít nhất là 80,000 người do chính sách "kích tỷ lệ" theo đúng chỉ tiêu của Đảng đề ra.

3.1. Khả năng đấu tranh của nhân dân Miền Bắc

Trong lịch sử Việt Nam chưa ai nghe thấy có thời kỳ nào lực lượng ngoại bang thống trị đã tàn sát nhân dân Viết Nam một cách lạnh lùng máy móc như vậy. Nỗi căm thù uất hận của nạn nhân cải cách ruộng đất cùng thân nhân của họ đã lên tới mức cùng cực. Nhưng sau khi Hồ chí Minh đưa ra chính sách sửa sai, thì chế độ Việt Cộng đã thoát khỏi một cuộc nổi loạn lan rộng vì phe chống đối chế độ có một số khả năng hạn chế sau đây:

Thứ nhất: Đa số những người mà tính mệnh bị đe dọa đồng thời là những người có tiềm năng lãnh đạo nổi loạn thì đã chết rồi, còn lại một số nhỏ được tha về và được khôi phục lại quyền công dân, tự coi là mình đã thoát chết trong đường tơ kẽ tóc và cầu được yên thân. Mặc dầu có một số người liều mạng đi tìm đội cải cách để trả thù, nhưng hầu hết không ai giám có ý định chống lại kẻ chủ mưu đại gian đại ác là Hồ chí Minh và Đảng Lao Động, hoặc là vì họ tưởng cấp dưới làm sai chính sách Đảng, hoặc vì họ nhìn ra Hồ chí Minh và Đảng của họ Hồ quá nguy hiểm và quá mạnh. Nguy hiểm vì chúng ném đá dấu tay, xúi giai cấp nọ giết giai cấp kia để chúng bảo toàn lực lượng. Mặt khác, chúng quá mạnh vì có tổ chức và súng đạn trong tay, còn họ thì thân cô thế cô.

Thứ hai: Đại đa số nông dân còn lại là phú nông, trung nông và bần nông thì như cá nằm trốc thớt. Tuy tính mạng họ chưa bị đe dọa vì chưa bị liệt vào hạng cường hào địa chủ, nhưng trông gương những vụ đấu tố chụp mũ, họ biết rằng bất cứ ai cũng có thể bị gán ghép tội có liên quan với địa chủ cường hào, hoặc bị chụp mũ là phản động.

Thứ ba: hệ thống an ninh nhân dân của Việt Cộng đã giới hạn rất nhiều khả năng liên lạc giữa các vùng nông thôn. Và thiếu sự liên lạc để điều động, những nhóm chống đối lẻ tẻ không có cách gì gây thành một phong trào lớn trên toàn Miền Bắc.

Vì thế, mặc dầu rất nhiều người trong lòng còn căm hận, nhưng ngoài mặt không dám ngo ngoe. Duy có một thành phần trí thức văn nghệ sĩ dám hiên ngang đứng lên chống Đảng và kể tội Đảng.

3.2. Nhóm Trăm Hoa Đua Nở

Thành phần này gồm có những nhân vật đã tham gia kháng chiến từ những ngày đầu cho tới khi kháng chiến chống Pháp thành công. Đó là những người đã nằm trong lòng cuộc kháng chiến chống Pháp và đã nhìn ra bản chất Cộng Sản của Hồ chí Minh và đàn em. Là những người có tinh thần quốc gia, một số những người này đã ngây thơ và nghĩ rằng họ có thể lựa chọn con đường chống thực dân trước, cho tới khi thành công rồi sẽ thanh toán Cộng Sản sau (!!!). Một số còn lại đã tìm cớ nọ cớ kia để từ từ ngưng hợp tác với Đảng ngay từ trước khi kháng chiến chống Pháp thành công, mặc dầu họ vẫn được mọi người mến chuộng và được coi là giới trí thức và văn nghệ sĩ kháng chiến.

Là những người nặng lòng với đất nước, giới trí thức và văn nghệ sĩ kháng chiến về thủ đô đã rất đau lòng và căm hận chính sách tương tàn của bọn Hồ, và lợi dụng hoàn cảnh thuận lợi khi họ Hồ đề ra chính sách sửa sai, giới trí thức văn nghệ sĩ đã vùng lên đấu tranh, tạo nên một chấn động trong dư luận thế giới sau khi có cuộc nổi dậy của nông dân Quỳnh Lưu thuộc tỉnh Nghệ An.

Cuộc nổi dậy của nông dân Quỳnh Lưu gây một chấn động lớn vì nó xẩy ra ngay tại tỉnh Nghệ An, quê quán của Hồ chí Minh, và nó cho thấy ngay tại quê hương bản quán, Hồ chí Minh bị coi là đứa con phản bội và bị từ bỏ. Hồ chí Minh rất căm hận hành động nổi dậy, nên đã dùng các các đơn vị bộ đội Nam Bộ tập kết để đàn áp, giết và đầy ải hơn 6000 nông dân Quỳnh Lưu, đồng thời cố tình bưng bít để mọi tin tức liên quan đến cuộc nổi dậy này không lọt ra thế giới bên ngoài.

Trong khi nông dân Nghệ An nổi dậy, dùng gậy gộc giáo mác để đánh nhà cầm quyền Việt Cộng thì văn nghệ sĩ Miền Bắc dùng ngòi bút đánh Việt Cộng bằng văn thơ sắc bén như sắt thép. Phùng Quán trong bài "Lời mẹ dặn" viết:

Tôi muốn làm nhà văn chân thật trọn đời
Đường mật công danh không làm ngọt được lưỡi tôi
Sét nổ trên đầu không xô tôi ngã
Bút giấy tôi ai cướp giật đi
Tôi sẽ dùng dao viết văn trên đá

Trong khi thế giới biết rất ít về những chi tiết của cuộc nổi dậy của nông dân Quỳnh Lưu, thì trái lại những tài liệu của cuộc nổi dậy của văn nghệ sĩ Miền Bắc đã được bí mật gửi ra ngoài, bằng giấy trắng mực đen, khiến cho lịch sử văn học đã ghi được đầy đủ chi tiết về nội dung cuộc nổi dậy, về những văn nghệ sĩ tham gia trong phong trào chống đối, cũng như về đường lối đấu tranh của văn nghệ sĩ Miền Bắc v.v... Nhờ đó những văn-thi-họa phẩm của giai đoạn "Trăm Hoa Đua Nở" trên đất Bắc đã không bị mai một, dù Cộng Sản đã tìm cách thủ tiêu, và những tài liệu trên đã đóng góp vào kho tàng văn hóa dân tộc, tiêu biểu cho một trong những giai đoạn văn học phản ảnh trung thực sức đấu tranh dũng mãnh của dân tộc.

3.3. Nội Dung Cuộc Nổi Dậy Của Văn Nghệ Sĩ và Trí Thức Miền Bắc

Diễn đàn của giới trí thức văn nghệ sĩ đấu tranh khởi đầu là cuốn **Giai Phẩm** 1956, còn được gọi là **Giai Phẩm Mùa Xuân** được xuất bản vào khoảng tháng 3-1956, trước khi có chiến dịch sửa sai. Sau khi Mikoyan sang Hànội giải thích chính sách của Liên Xô, đưa đến vụ sửa sai, thì phong trào nổi dậy đã bung lên với **Giai Phẩm Mùa Thu** (29-8-1956), rồi **Giai Phẩm Mùa Đông** (cuối năm 1956), rồi tờ **Nhân Văn** (liên tiếp trong nhiều số), tờ **Đất Mới**, tuần báo **Trăm Hoa**, tờ nhật báo **Thời Mới**, và ngay cả báo **Văn** của Đảng. Tuy nhiên, tiêu biểu nhất trong những tài liệu và tác phẩm trên là báo Nhân Văn và các cuốn Giai Phẩm, cho nên người ta quen gọi phong trào nổi dậy của văn nghệ sĩ là **Phong Trào Nhân Văn – Giai Phẩm**.

Phong Trào Nhân Văn – Giai Phẩm có nội dung đấu tranh chống lại chế độ độc tài chuyên chính của Việt Cộng tại Miền Bắc vào đúng giai đoạn Cải Cách Ruộng Đất. Cuộc đấu tranh chống chế độ đã chĩa mũi tấn công vào hai lãnh vực chính:

- Đường lối chính sách của Đảng
- Hệ thống lãnh đạo của Đảng

Phong trào Nhân Văn – Giai Phẩm đánh vào đường lối chính sách tức là đánh vào tận gốc chủ nghĩa Cộng Sản, chĩa mũi dùi vào chủ trương **giai cấp đấu tranh người bóc lột người**, chính sách **cải cách ruộng đất**, chính sách **cải tạo công thương nghiệp tư bản tư doanh tại thành thị**, đồng thời tấn công vào **liên minh giai cấp đấu tranh của Việt Cộng và Trung Cộng.**

Một trong những tài liệu quan trọng nhất chứa đựng nội dung nói trên là cuốn "*nắng chiều*" của cụ Phan Khôi, gồm nhiều bài bút ký, tạp văn, bị Việt Cộng cấm xuất bản, may nhờ có Đoàn Giỏi, một cán bộ Đảng, đem ra mổ xẻ và phê bình trên báo *Văn Nghệ* của Đảng số 15, xuất bản tháng 8-1958 nên người ta mới biết về nó (nhưng đó là truyện sau này). Tội nặng nhất của cụ Phan Khôi "bị phát hiện" trong cuốn "*Nắng Chiều*" và nằm trong các chuyện "*Nuôi Vịt Ở Miền Nam*", "*Tiếng Chim*", "*Thái Văn Thu*" và chuyện "*Ba Ông Vua*" Càn Long, Quang Trung và Lê Chiêu Thống.

Trong chuyện "*Tiếng Chim*", cụ Phan Khôi đã thuật chuyện hai con quạ giành nhau miếng ăn để ngụ ý mỉa mai chủ trương giai cấp đấu tranh là chủ trương căn bản của chủ nghĩa Mác Lê-nin. Trong chuyện "*Nuôi Vịt ở Miền Nam*", cụ Phan Khôi thuật lại cách làm việc và cách sống của chủ và người làm thuê đều cực nhọc như nhau, đồng thời chủ chẳng những trả công cho thợ mà còn chia hoa hồng cho thợ mỗi khi được mùa. Cụ Phan có ý ám chỉ rằng cảnh người bóc lột người theo quan niệm giai cấp đấu tranh là không hoàn toàn có thực và còn có ý ám chỉ Đảng bóc lột con người hơn những người chủ nuôi vịt. Trong chuyện "*Ba Ông Vua*", Đoàn Giỏi giải thích rằng cụ Phan có ý ám chỉ "*quan hệ ngoại giao giữa Quang Trung và Càn Long ngày xưa không khác gì quan hệ hữu nghị giữa ta và Trung Quốc ngày nay,* ***một con cáo và một con sói đồng tình vật chết một con dê***". (Xem Trăm Hoa Đua Nở Trên Đất Bắc, trang 94).

Ngoài việc đả kích tư tưởng đấu tranh giai cấp, căn bản của chủ nghĩa Mác Lê-nin, Phong trào Nhân Văn – Giai Phẩm còn kêu gọi mọi người đứng lên chống lại chủ nghĩa đó. Trong bài "Tiếng Hát", một vở kịch thơ ngắn, Hoàng Cầm đã cất tiếng kêu gọi qua tiếng hát của Trương Chi:

Nào người quả phụ trắng khăn tang
Nào đứa em mồ côi khát sữa
Nào ai sống nhục chết oan
Nào ai tan lìa đối lứa
Nghe tiếng hát này...

để ám chỉ những nạn nhân của cải cách ruộng đất, và tiếp theo đó kêu gọi mọi người hãy theo "*Tiếng gọi của trời cao, của đất rộng*" quyết "*vượt qua tường đá*" của hệ thống kềm kẹp áp bức của họ Hồ và đảng Việt Cộng.

Một mặt chống chủ trương Đấu Tranh Giai Cấp của Đảng, một mặt khác phong trào Nhân Văn – Giai Phẩm đánh thẳng vào hệ thống lãnh đạo Đảng gồm có **con người lãnh đạo** và **tổ chức**. Về con người lãnh đạo, các văn nghệ sĩ đánh từ Hồ chí Minh trở xuống cho tới các cán bộ cao cấp trung ương như Trường Chinh, các cán bộ lãnh đạo văn nghệ như Tố Hữu, Hoài Thanh, Xuân Diệu mà mọi người gọi là những tên "*cai văn nghệ*".

Một nhà thơ trẻ là Lê Đạt đã dám ví Hồ chí Minh như "cái

bình vôi":

Những kiếp người sống lâu trăm tuổi
Y như một cái bình vôi
Càng sống càng tồi
Càng sống càng bé lại

Cụ Phan Khôi còn viết bài" *Ông Bình Vôi*" trong Giai Phẩm mùa Thu tập I, với một câu giải thích rằng cái bình vôi sống lâu "*cũng như pho tượng đất hoặc gỗ không nói năng, không nhúc nhích, thì người ta tôn thờ sùng bái mà gọi bằng "Ông"*". Chẳng những cụ đánh thẳng vào Hồ chí Minh mà còn đánh luôn những bọn văn nô đã tôn thờ sùng bái cá nhân họ Hồ. Cụ Phan Khôi còn chọc quê Hồ chí Minh là Ông Bình Vôi vì Hồ chí Minh đã phạm tội tầy đình trong cuộc cải cách ruộng đất, mà còn giả đò ù lỳ vô trách nhiệm, phủi tay chối tội và bắt trường Chinh chịu tội thay cho mình.

Bài thơ "*Nhất định thắng*" của Trần dần đã khiến nhà thơ này phải ngồi tù, bị đấu tố và đã dùng lưỡi dao cạo cứa cổ tự tử mà không chết. Trần Dần là nhà văn đảng viên thuộc giới trẻ trong phong trào Nhân Văn – Giai Phẩm, đã từng tham dự trận Điện Biên Phủ, sau đó vì chống Đảng mà bị đi tù ở Việt Bắc. Tới khi dư luận chống đối của giới trí thức kháng chiến trở nên quá sôi nổi, Trần Dần mới được Việt Cộng đưa về miền đồng bằng và bắt đi theo chiến dịch cải cách ruộng đất. Tiếp theo đó xẩy ra phong trào Nhân Văn – Giai Phẩm, Hoàng cầm là bạn của Trần Dần đã đem in bài thơ của Trần Dần vốn được viết từ năm 1954 với nội dung đấu tranh chống đối, đồng thời đề nghị Trần Dần viết thêm một đoạn cho có "*lập trường tốt*" như thế mới được phép xuất bản, và đặt tên bài thơ là "*Nhất định thắng*". Ngay trong phần đầu có tính cách đấu tranh, Trần Dần cũng đánh bằng những đòn rất kín khiến Việt Cộng dù đem ông ra đấu tố, cũng chỉ bắt bẻ bâng quơ về cách dùng chữ không ổn, "phạm húy". Đọc bài thơ "Nhất định thắng" của Trần Dần, người ta phải tự đặt mình vào khung cảnh 1954 với không khí bàng hoàng sau Hiệp Định Genève cắt đôi đất nước, hàng triệu người nông dân miền Bắc hốt hoảng bỏ trốn Cộng Sản để di cư về miền Quốc Gia, trong tâm tư của họ còn hằn vết thương đỏ lòm của đấu tranh Giảm Tô trước năm 1954, rồi cảnh gia đình xé đôi vì người đi Nam, kẻ ở lại Bắc (người vợ trẻ của Trần Dần lạc lõng giữa Hànội vì cha mẹ đã di cư), rồi cảnh bộ đội Nam Bộ tập kết được sử dụng để đàn áp cuộc nổi dậy ở Quỳnh Lưu. Có đặt mình vào hoàn cảnh 1954 người ta mới mường tượng đọc ra được những ẩn ý lên án Hồ chí Minh chia đôi đất nước bằng cách ký Hiệp Định Genève:

Tôi đi giữa trời mưa đất Bắc
Đất hôm nay tầm tã mưa phùn
Bỗng nhói ngang lưng, máu nhỏ xuống bùn
Lưng tôi có tên nào chém trộm
A! Cái lưỡi dao cùn
Không giết được, mà đau
Chúng định chém tôi làm hai mảnh
Ôi cả nước! Nếu mà lưng tôi lạnh
Hãy nhìn xem có phải vết dao
Không đứt được mà đau
Lưng Tổ Quốc hôm nay rướm máu

Và kế đến là cảnh đất nước Miền Bắc ngập trong điêu linh dưới chế độ mới:

Tôi bước đi
Không thấy phố
Không thấy nhà
Chỉ thấy mưa sa
Trên màu cờ đỏ...

Rồi bằng những câu hỏi có tính cách "buộc tội" đối với trách nhiệm về phong trào di cư, Trần Dần cầm bút chỉ vào Hồ chí Minh:

Họ vẫn ra đi
Nhưng sao bước rã rời
Sao họ khóc? Họ có gì thất vọng?

Và:

Ai dẫn họ đi?
Ai?
Dẫn đi đâu? Mà họ khóc mãi thôi?

Và cũng vẫn bằng những câu hỏi mà Việt Cộng không tài nào trả lời được:

Ai có **lý** và ai có **lực**?
Ai người tin? Ai kẻ ngã lòng tin?

Cuối cùng Trần Dần phang năm câu làm cán bộ lãnh đạo văn hóa của Việt Cộng hết nhịn nổi:

Ôi! Xưa nay **Người** vẫn thiếu tin **Người**
Người vẫn thường kinh hoàng trước tương lai
Người quên mất Mỹ là sư tử giấy
Người vẫn vội –
Người chưa kiên nhẫn mấy

Trần Dần bị hạch tội đã dùng danh từ "Người" viết bằng chữ lớn xưa nay được cán bộ Việt Cộng dùng để chỉ Hồ chí Minh với sự tôn sùng tột độ. Tuy Trần Dần bị bỏ tù nhưng cán bộ Việt Cộng không dám nói đích danh tội phỉ báng Hồ chí Minh của Trần dần cũng như của cụ Phan Khôi. Giống như dưới thời đại cực kỳ phong kiến trong quá khứ, riêng việc nhắc tới những lời "khi quân" phỉ bang *của người khác* cũng đủ là một tội phạm thượng đại nghịch, và không một tên Việt Cộng nào dám làm trong cái thế giới tôn sùng cá nhân Hồ chí Minh đó.

Ngoài việc tấn công tên đầu sỏ của Việt Cộng, các văn nghệ sĩ và trí thức Miền Bắc còn đả kích hệ thống lãnh đạo Việt Cộng qua tổ chức Hội Các Nhà Văn, tổ chức Mậu Dịch Quốc Doanh, đồng thời đả kích tính chất phi pháp của cải cách ruộng đất qua bài tham luận của Luật Sư Nguyễn Mạnh Tường mà ta có dịp đề cập tới ở trên.

Nói tóm lại, cuộc đấu tranh của Nhân Dân Miền Bắc tiếp theo chiến dịch sửa sai đã trở nên nổi bật qua sự lên án Hồ chí Minh đã phản bội đất nước và kết tội Hồ chí Minh chủ mưu trong cuộc cải cách ruộng đất.

Phong trào Nhân Văn - Giai Phẩm tượng trưng cho một cuộc nổi dậy có tổ chức và có tư tưởng chỉ đạo quy mô hơn các cuộc nổi dậy khác. Tuy nhiên nhược điểm của nó là không có quyền lực chính trị và vũ khi để đương đầu với quyền lực vũ khí sắt máu của một nhà cầm quyền độc tài chuyên chính. Hậu quả là nó bị dập tắt sau khi Hồ chí Minh ký sắc lệnh ngày 15-12-1956 chính thức hủy bỏ quyền tự do ngôn luận, cấm lưu hành tất cả các nhật báo, tạp chí, sách vở văn nghệ phẩm chống đối.

Trước khi ký sắc lệnh bịt miệng văn nghệ sĩ, Hồ chí Minh đã phóng ra một chiến dịch dùng báo Đảng chụp mũ tội "gián điệp" của Pháp và của Mỹ lên đầu nhóm Nhân Văn - Giai Phẩm, tổ chức học tập khắp nơi, và cán bộ Đảng thúc đẩy các đoàn thể công nông binh, học sinh và dân Nam Bộ tập kết ký kiến nghị tự xưng là "mọi tầng lớp nhân dân" đòi Nhà Nước trừng trị nhóm Nhân Văn.

Phần III. Màn II Của Tấn Kịch Cải Cách Ruộng Đất:

1. Công Hữu Hoá Toàn Bộ Ruộng Đất Vườn Ao

Sau khi dẹp xong các phong trào chống đối và nổi loạn, Hồ chí Minh và Việt Cộng thi hành những kế hoạch để hoàn tất cuộc cải cách ruộng đất. Ta nhớ lại rằng sau màn I của tấn kịch cải cách ruộng đất, mỗi bần cố nông được chia một mảnh đất nhỏ, một số nồi niêu xoong chảo, bàn ghế giường nằm của địa chủ, cuốc xẻng cầy bừa, kể cả chổi cùn rế rách. Ta cũng biết rằng số địa chủ bị tịch biên gia sản thì ít hơn số bần nông, do đó tài sản của ít người chia cho một số đông khiến cho mỗi bần nông chỉ cướp được một phần nhỏ tài sản của một địa chủ .

Tuy nhiên, đối với bần cố nông chất phác, đây là một cuộc đổi đời chưa bao giờ họ ngờ tới. Điều thứ hai mà họ không ngờ là cuộc "đổi đời" chỉ cho họ hưởng tài sản chiếm được trong một thời gian rất ngắn, và họ chỉ là một con tốt đã bị Đảng lợi dụng trong màn I của tấn kịch cải cách ruộng đất. Họ không biết rằng Đảng cho tay này nhưng lấy lại bằng tay kia qua những thủ đoạn tráo trở lừa lọc tinh vi như một màn ảo thuật. Sau khi đánh gục giai cấp địa chủ, họ Hồ và Việt Cộng dần dần tước hết tài sản của trung nông và kể cả bần cố nông qua chính sách **công hữu hóa toàn bộ ruộng đất vườn ao**.

Kể từ cuối năm 1955 và đầu năm 1956, chính sách ruộng đất của Việt Cộng Miền Bắc được lồng vào trong khuôn khổ đường lối công hữu hóa tư sản và tư bản được tiến hành qua nhiều bước kế tiếp nhau, gọi là những "kế hoạch kinh tế 3 năm" hoặc "kế hoạch kinh tế 5 năm". Những kế hoạch kinh tế này nhắm vào hai ngành chính là Nông Nghiệp và Công Nghiệp ("công nghiệp" là danh từ Việt Cộng tương đương với danh từ "kỹ nghệ" ở trong Nam). Ngành Thương Nghiệp sẽ bị Việt Cộng bóp chết dần qua cuộc Cải Tạo Công Thương Nghiệp Tư Bản Tư Doanh, theo đúng chủ trương đường lối Mác-xít không chấp nhận giới thương nhân trung gian trong guồng máy kinh tế Cộng Sản. Lồng vào những đợt Cải Tạo Công Thương Nghiệp Tư Bản Tư Doanh là những đợt "đổi tiền" để trấn lột hết tư bản của những người còn tích lũy được "tiền tươi" trong tay, ngoài vòng kiểm soát của Việt Cộng.

Trong giai đoạn từ 1955 tới 1970, Việt Cộng đã theo đuổi những kế hoạch kinh tế sau đây:

- Kế hoạch 3 năm lần thứ nhất (1955-1957).

- Kế hoạch 3 năm lần thứ hai 1958-1960).

- Kế hoạch hoàn thành và chuẩn bị cho kế hoạch 5 năm (1960-1961)

- Kế hoạch 5 năm lần thứ nhất (1961-1965).

- Kế hoạch 5 năm lần thứ nhì (1966-1970).

Trong khuôn khổ nói trên, Cuộc Cải Cách Ruộng Đất đưa đến "sửa sai" là một phần của kế hoạch 3 năm lần thứ nhất. Nó giúp Đảng đánh gục giai cấp địa chủ và nhất là các thành phần chống đối bị coi là nguy hiểm, để dọn đường tiến tới mục tiêu tối hậu là cướp lấy toàn bộ tài sản đã ban cho nông dân và sát nhập vào tài sản Nhà Nước. Tại sao Cộng Sản Việt Nam có thể ăn cướp một cách trắng trợn như vậy mà nông dân lại cam chịu ngậm đắng nuốt cay, và thế giới bên ngoài hầu như hoàn toàn không biết gì hết? Để trả lời câu hỏi trên, ta cần đi lần lượt qua các giai đoạn căn bản của chính sách công hữu hóa ruộng đất:

-Giai đoạn tổ đổi công

-Giai đoạn Hợp Tác Xã Cấp Thấp

-Giai đoạn Hợp Tác Xã Cấp Cao

Ba bước đi căn bản nói trên được tiến hành nhịp nhàng với các kế hoạch kinh tế 3 năm và 5 năm, nhưng có hai đặc điểm rất quan trọng trong việc Việt Cộng thi hành đường lối chính sách mà ta cần nắm vững.

Thứ nhất: Việt Cộng luôn luôn đặt ra những thí điểm để cho cán bộ học tập kinh nghiệm và dạy lẫn nhau.

Thứ hai: mỗi chính sách, mỗi giai đoạn không nhất thiết phải được tiến hành đều khắp trên toàn miền Bắc, nhưng tùy thuộc vào điều kiện thực tế từng vùng. Ví dụ Hợp Tác Xã Cấp Thấp có thể hoàn thành tại một vùng và đẩy lên hợp tác xã cấp cao, nhưng tại những vùng khác, nếu điều kiện chưa cho phép thực hiện hợp tác xã cấp cao, thì nông dân vẫn còn ở trong hợp tác xã cấp thấp. Tình trạng này dẫn đến những quy luật không đồng đều cho mỗi vùng, chẳng hạn như tiêu chuẩn lương thực khác nhau, và thuế nông nghiệp cũng khác nhau cho mỗi vùng.

1.1. Giai Đoạn Tổ Đổi Công

Sau khi ban phát cho mỗi nông dân nghèo một mảnh đất nhỏ để canh tác, Việt Cộng đã ve vuốt tinh thần tư hữu tư sản thiên nhiên của con người. Trong không khí vui vẻ phấn khởi đó, một số đông quần chúng nông thôn là bần nông đều cảm thấy hân hoan. Việt Cộng khơi thêm niềm hân hoan bằng cách phổ biến những vần thơ của các văn nô như hai câu dưới đây:

Từ đây ta có đất cầy
Con ơi! Bưng bát cơm đầy nhớ ai?

(Văn nô Trần Hữu Thung)

Không phải tất cả các bần nông đều hăng hái canh tác trên mảnh đất mới. Có một số bỏ ra thành thị sinh sống, một số khác cần tiền hoặc thiếu nông cụ sản xuất nên bán ruộng đi để làm thuê. Do đó những người có khả năng mua lại ruộng đất hoặc có khả năng canh tác trở nên sung túc hơn. Đó là điều Việt Cộng kỵ nhất, vì khi có sự tích lũy tư bản trong tay một số người là có sự suy yếu quyền lực của Việt Cộng. Nhưng tình trạng này không kéo dài vì Việt Cộng đã tung hàng loạt cán bộ về nông thôn tổ chức nông hội và các "nhóm sản xuất". Một nhóm sản xuất là một tập hợp từ 5 đến 10 hoặc 15 gia đình nông dân giúp nhau sản xuất trong tất cả các công tác nông nghiệp.

Nhóm sản xuất là hình thức giới thiệu cho "Tổ đổi công," một hình thức giống như nhóm sản xuất nhưng lớn hơn, khoảng từ 25 tới 30 gia đình tham gia. Một sự khác biệt quan trọng là trong tổ đổi công, sự giúp đỡ lẫn nhau dựa trên căn bản trao đổi "ngày công".

Để hướng dẫn về tổ đối công, cán bộ Việt Cộng giải thích cho nông dân như sau:

"Một anh nông dân A không có trâu để cầy hoặc bừa mảnh đất cho kịp gieo mạ có thể mượn trâu của của anh nông dân B. Khi mạ đã lên, tới lúc cần cấy lúa, anh nông dân B tuy có trâu nhưng không sử dụng vào việc cấy lúa được, mà trong gia đình lại neo người. Vậy anh nông

dân B có thể mượn người trong gia đình anh nông dân A để cấy lúa, cũng trên căn bản ngàycông".

Đó là ý niệm sơ khởi của việc trao đổi "ngày công". Một ngày công của một người cũng tính bằng một ngày công của trâu, và có thể trả bằng lúa, ví dụ 3 kg lúa một ngày công cho người thì cũng trả như vậy cho trâu. Với tổ đổi công, Đảng Uỷ Xã ấn định một lịch trình theo đó các gia đình trong tổ luân phiên làm giúp nhau, mang cày bừa, cuốc xẻng đi canh tác giúp, hoặc sửa nhà giúp, lợp mái giúp cho các gia đình trong tổ.

Quan niệm tổ đổi công đã tạo một ấn tượng tốt trong đầu óc nông dân, vì nó đưa ra những tiêu chuẩn đẹp và đề cao tinh thần liên đới hỗ tương. Không những thế, nó còn có vẻ hợp lý vì nó giúp nông dân giải quyết tình trạng bế tắc khi thiếu phương tiện hoặc nông cụ canh tác cho kịp "thời vụ". Ví dụ nếu không kịp có trâu để bừa thì không kịp gieo mạ lúc ruộng đang có nước. Nếu lấy sức người để cày bừa sẽ quá lâu, và sau một trận nắng lớn, đất khô sẽ không cấy lúa được nữa, và ngôn ngữ Việt Cộng gọi là "không kịp thời vụ".

Ngoài ra trên phương diện kinh tế, lối làm ăn trong tổ đổi công có các đặc điểm (trên nguyên tắc) như sau:

- Quyền tư hữu ruộng đất vẫn còn được duy trì như trước.

- Quyền làm chủ hoa mầu vẫn thuộc về người chủ đất nông dân

- Công của ai người ấy hưởng.

Duy có ba ý niệm mà Việt Cộng muốn mớm cho nông dân qua hình thức tổ đổi công là:

Thứ nhất: nếu có thể sử dụng trâu bò, nông cụ của nhau,

tại sao không tập trung vào một nơi để sử dụng chung (mở đầu cho giai đoạn hợp tác hoá nông nghiệp).

Thứ hai: Trong tổ đổi công, mọi người cùng chung vai làm việc tập trung nhân lực, khiến cho dân quen dần với lối làm ăn tập thể.

Thứ ba: Trong tổ đổi công có tổ trưởng, tổ phó, tổ nông hội, tổ thanh niên, tổ chức như công đoàn sau này, có sinh hoạt học tập đôn đốc chủ trương của Đảng, của Nhà Nước, đặc biệt là chính sách thuế nông nghiệp. Với guồng máy tổ chức này, một mặt Việt Cộng gài cán bộ vào làm tai mắt theo dõi hành vi và tư tưởng chính trị của mỗi nông dân, một mặt đôn đốc chuẩn bị cho nông dân sản xuất dưới chiêu bài *nhân dân làm chủ và Đảng lãnh đạo* (chưa tới giai đoạn *Nhà Nước Quản Lý*).

Trong mỗi buổi sinh hoạt tổ hoặc sinh hoạt rộng lớn hơn, thành phần đảng viên thường len lỏi vào chiếm chừng một phần ba, thành phần cảm tình viên cũng vào khoảng một phần ba, và đã được Đảng vận động trước để ủng hộ những đề nghị có lợi cho chính sách Đảng. Như vậy, bất cứ những nghị quyết nào quan trọng cũng đều được hai phần ba biểu quyết theo chiều hướng có lợi cho Đảng mà bề ngoài Đảng vẫn khoe là dân chủ vì dân được giành quyền quyết định mọi việc.

Trong giai đoạn Tổ Đổi Công, thuế nông nghiệp bắt đầu tăng cao. Ngay ở những vùng đất nghèo nàn cằn cỗi như phía Nam Thanh Hoá, Nghệ An, Hà Tĩnh, thuế nông nghiệp cũng từ 20% đến 25%, nghĩa là cứ 1000kg thóc, thì phải nộp tới 250kg, và số thóc đó phải phơi thật khô và quạt thật sạch. Ở những vùng đất tốt như Thái Bình, Nam Định, thuế nông nghiệp còn cao hơn nữa, và nói chung, thuế nông nghiệp có tiêu chuẩn cố định, bất kể thiên tai, hạn hán, và lụt lội.

Việc tiến hành kế hoạch Tổ Đổi Công không đồng loạt và đều khắp trên toàn cõi Bắc Việt, vì Việt Cộng rất dè dặt và tiến hành làm nhiều đợt tại nhiều thí điểm khác nhau. Tại Khu Tự Trị Việt Bắc (xem bản đồ đính kèm) gồm các tỉnh Tuyên Quang, Thái Nguyên, Lạng Sơn, Cao Bằng, Bắc Kạn, kế hoạch Tổ Đổi Công mãi tới năm 1964 mới bắt đầu. Như vậy cho tới tháng 12-1958 kế hoạch tổ đổi công vẫn chưa thực hiện xong hết trên toàn Miền Bắc, và chỉ mới có 65% gia đình nộng dân tham gia tổ đổi công. Tuy nhiên tại những nơi mà tổ đổi công tiến triển điều hòa thì chế độ hợp tác xã cấp thấp bắt đầu được thí nghiệm.

Trong giai đoạn tổ đổi công, đời sống tại nông thôn Bắc Việt còn tương đối dễ thở. Mặc dầu có một số cá nhân đi làm thuê, nhưng những gia đình đông người nhờ nhiều nhân công đã sản xuất nhiều, trở nên sung túc, đã mua thêm trâu cày, mua thêm nông cụ. Những gia đình ít người, tuy sản xuất ít hơn, nhưng vì ít miệng ăn nên cũng dành dụm được ít tư sản. Do đó lại xẩy ra hiện tượng "tích lũy tư bản" mà Cộng Sản không chấp nhận. Thực ra, giai đoạn công hữu hoá đã được hoạch định tiếp theo để giải quyết vấn đề tích lũy tư bản này.

Một ích lợi hiển nhiên trong giai đoạn tổ đổi công là Việt Cộng đã có cơ hội ước lượng chính xác năng xuất của nông dân, để đo lường trước xem tối thiểu có thể bóc lột được của nông dân là bao nhiêu khi bước lên hợp tác xã cấp thấp. Nhóm chữ của Việt Cộng dùng để chỉ hành động bóc lột này là "*Giải Phóng Sức Sản Xuất*" của nông dân.

1.2. Giai Đoạn Hợp Tác Xã Cấp Thấp

Trong khi kế hoạch Tổ Đổi Công chưa hoàn tất đều khắp trên toàn Miền Bắc, thì vào năm 1958, Nghị Quyết 14 của Trung Ương Đảng Lao Động Bắc Việt đề ra nhiệm vụ và mục đích của Kế Hoạch 3 Năm Lần Thứ Hai là để "**Xây Dựng Nền Kinh tế Dân Chủ Nhân Dân**", khác với nền kinh tế trong giai đoạn Tổ Đổi Công mà Việt Cộng gọi là **Nền Kinh Tế Dân Tộc Tư Sản**.

Cán bộ Việt Cộng tổ chức học tập khắp nơi về nhu cầu phải vượt qua giai đoạn **Kinh Tế Dân Tộc**: "*Cảnh làm thuê cho chủ vẫn còn*", từ đó đưa đến tình trạng bất bình đẳng, và kềm chế sức sản xuất, vậy phải tiến lên giai đoạn kinh tế dân chủ nhân dân để "*giải phóng sức sản xuất và thành lập quan hệ kinh tế bình đẳng giữa con người*".

Hệ thống sản xuất mới trong ngành nông nghiệp được gọi là **Hợp Tác Xã Cấp Thấp**. Cùng lúc với Hợp Tác Xã Cấp Thấp tại nông thôn, Việt Cộng tiến hành cuộc **Cải Tạo Công Thương Nghiệp Tư Bản Tư Doanh** ở thành thị. Mặc dầu từ cuối năm 1957, trong khi các tổ đổi công chưa hoàn tất, một số Hợp Tác Xã Cấp Thấp đã được phát động làm thí điểm, nhưng chính thức vào năm 1958, phong trào Hợp tác Xã Cấp Thấp mới ra đời, và được thực hiện sớm muộn tùy nơi. Nhất là tại Khu Tự Trị Thái Mèo và ở Việt Bắc như Tuyên Quang, Thái nguyên v.v... phong trào hợp tác xã được thực hiện rất muộn vì Đảng cần phải ve vuốt các nhóm thiểu số.

Khi chế độ hợp tác xã mới ra đời, Việt Cộng chưa bắt buộc toàn thể nông dân phải gia nhập, và phần lớn chỉ có đảng viên, các bần nông gia nhập trước và được hưởng những ưu quyền như con em được đi học, xã viên được cấp phân bón, nông cụ v.v...

Những khẩu hiệu tuyên truyền trong giai đoạn này là:

Đảng viên đi trước
Làng nước đi sau
Đoàn viên đầu tầu
Vào hợp tác xã.

Việt Cộng đã phát động phong trào vào hợp tác xã một cách rầm rộ như một đại hội, với bích chương, biểu ngữ, chiêng trống, chương trình phát thanh, báo chí, phim ảnh cổ động cho quan niệm hợp tác xã làm ăn, với những khẩu hiệu như:

"*Buôn có bạn, bán có phường*
Làm ăn có xóm có làng mới vui",

hoặc:

"*Làm ăn riêng lẻ như nghé không đàn*
Có tổ, có đoàn mạnh lắm ai ơi"

Để diễn tả sức mạnh của lối làm ăn hợp tác xã, các văn nô nghĩ ra những lời thơ nghe rất phấn khởi và khoái lỗ tai như:

"*Nghiêng đồng đổ nước ra sông*"

để ngợi ca cảnh tát nước từ những cánh đồng bị úng nước để cứu cho lúa khỏi chết, hay là:

"*Vắt đất ra nước thay trời làm mưa*"

để tả cảnh tát nước từ sông vào cánh đồng bị hạn hán. Ngoài ra, hai câu trên còn đề cao khả năng "*cải tạo thiên nhiên*" của lối làm ăn tập thể.

1.2.1. Nguyên Tắc Căn Bản Của Hợp Tác Xã Cấp Thấp

Hợp tác xã cấp thấp có một số khác biệt căn bản so với tổ đổi công.

Thứ nhất: Trong hợp tác xã cấp thấp, những xã viên không còn làm chủ đất đai và dụng cụ làm ruộng của mình (Việt Cộng gọi là "phá vỡ quyền tư hữu tư liệu sản xuất của tư nhân"). Những nông dân, sau khi được chia ruộng đất qua cuộc cải cách ruộng đất, được cán bộ tuyên truyền gia nhập hợp tác xã bằng cách nộp hết ruộng đất cho hợp tác xã, nông cụ được tập trung vào một nơi gọi là kho vật liệu.

Thứ hai: Ban quản trị hợp tác xã gồm những thành phần đảng viên ưu tú mà thôi. Ban quản trị này lãnh đạo việc "*Phân phối sức kéo*" (tức là người và trâu bò), phân phối nông cụ cho các đội hoặc tổ sản xuất. Một xã viên sẽ không còn làm việc trên mảnh đất cũ của mình, mà sẽ làm trên mảnh ruộng của hợp tác xã, vì một lý do giản dị là các ranh giới của mỗi mảnh đất đã biến mất trong hợp tác xã.

Thứ ba: Người nông dân, sau khi vào hợp tác xã không còn làm chủ hoa mầu do mình sản xuất, không còn gánh thóc về nhà sau mỗi mùa gặt, mà gánh thóc vào kho lẫm của hợp tác xã. Thay vì hoa mầu thu được, người nông dân xã viên được trả lương như một công nhân viên Nhà Nước. Tiêu chuẩn trả lương ra sao là điều ta sẽ nói đến trong những đoạn tới.

Mặc dầu những nguyên tắc trên đi ngược lại tinh thần tư sản cố hữu của người nông dân, nhưng cán bộ Đảng đã vẽ ra trước mắt người dân quê Việt Nam một hình ảnh huy hoàng của tương lai: nhờ hợp tác làm ăn, năng xuất sẽ cao hơn trước, và người hưởng lợi trực tiếp là các xã viên. Những khẩu hiệu như "*hợp tác cánh đồng năm bảy tấn*" trở thành những chỉ tiêu về gia tăng năng xuất trong những kế hoạch 3 năm và 5 năm. Ngoài ra cán bộ Đảng còn hứa hẹn những tiến bộ kỹ thuật để nâng cao đời sống xã viên như máy cày, máy bơm nước, điện khí hóa nông thôn v.v...

Nông dân Miền Bắc nói chung vốn cầu an và có tinh thần làm ăn theo xóm theo phường, nên ban đầu cũng có nhiều người nghe theo lời tuyên truyền của Đảng và gia nhập hợp tác xã. Có một số ít chưa gia nhập hợp tác xã vì lúc này chưa có sự bó buộc. Theo lời một nông dân tên là Lê văn Hùng (một hồi chánh viên) thì lúc này tại làng Hàm Cách của anh thuộc Huyện Thanh Hà, tỉnh Hải Dương, ban đầu chỉ có 20% nông dân tham gia hợp tác xã cấp thấp. Những nông dân không tham gia hợp tác xã nghĩ rằng họ có thể làm ăn riêng lẻ được, và Việt Cộng cũng tạm để cho họ yên trong giai đoạn đầu.

Đối với những nông dân gia nhập hợp tác xã, chỉ trong vòng một thời gian ngắn họ đã vỡ mộng vì những thu hoạch mà họ mang về cho gia đình không tương xứng với một phần nhỏ của mồ hôi nước mắt mà họ nhỏ xuống gốc rạ. Họ đã phải đóng góp rất nhiều cho hợp tác xã, nhưng đến cuối mùa họ tổng kết lại thì thấy phần lớn những đóng góp của họ rơi vào một cái thùng không đáy. Sở dĩ như vậy là vì sự cách biệt quá xa giữa một bên là chế độ đóng góp (gồm có lao động, thuế, và các quỹ xã hội...), và một bên là chế độ hưởng thụ theo công điểm (ghi công làm việc của mỗi người).

Chế độ lao động ấn định mức làm việc của mỗi người. Chế độ thuế ấn định bổn phận tài chánh của mỗi công dân. Còn các quỹ đóng góp thì trên lý thuyết tượng trưng cho sự để dành hoặc sự đầu tư của nông dân giống như quỹ an sinh xã hội hoặc những quỹ bảo hiểm của những nước tự do. Chế độ công điểm ghi chép số giờ lao động mỗi người đóng góp mỗi ngày để dựa vào đó trả tiền công cho mỗi người.

Để dễ dàng nhìn thấy sự lợi hại của hợp tác xã, ta hãy đặt lên bàn cân để so sánh sự đóng góp công sức tài vật của nông dân, với những số thù lao mà họ được hưởng.

1.2.2. Chế độ đóng góp của xã viên

Một đặc điểm quan trọng và nổi bật của chế độ hợp tác xã là "*hạch toán kinh tế*" một từ ngữ của Việt Cộng để chỉ mọi tính toán chi thu lời lỗ, và ở đây chỉ sự tính toán về những đóng góp cũng như hưởng thụ của xã viên. Đây là đặc điểm quan trọng vào bậc nhất vì nó liên quan mật thiết đến tình trạng đói no của xã viên, vì thế cho nên hầu như bất cứ hồi chánh viên nông dân nào khi được phỏng vấn cũng biết tính toán một cách rành mạch từng đồng, từng xu những đóng góp và những hưởng thụ của xã viên. Vì những con số đó tượng trưng cho sự no đói của xã viên nên sẽ được trình bày một cách khá tỉ mỉ trong phần nghiên cứu này.

Sơ Đồ Tổ Chức Của Một Hợp Tác Xã Nông Nghiệp

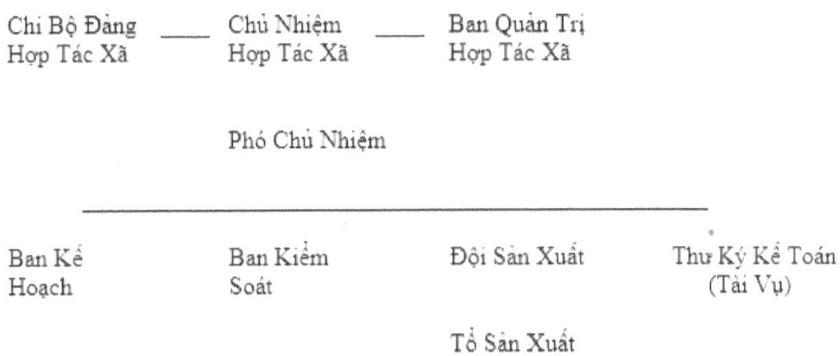

1.2.2.1. Đóng góp lao động

Sự đóng góp lao động của các xã viên trong một hợp tác xã nông nghiệp nằm dưới sự kiểm soát và đánh giá của một hệ thống tổ chức chặt chẽ và rất hữu hiệu. Trong hợp tác xã nói trên, ban quản trị gồm những người được Đảng lựa chọn từ trước và được vận động ngầm trước khi có cuộc bầu cử. Và cuộc bầu cử vào ban quản trị chỉ là hình thức bề ngoài để tuyên truyền cho cái "vỏ dân chủ". Sơ đồ tổ chức ở trên cho thấy vai trò của xã viên chỉ là một phần rất khiêm tốn và bé tí tẹo trong cơ cấu quyền lực.

Trong bảng sơ đồ tổ chức, các xã viên nằm trong các đội và các tổ sản xuất tượng trưng cho bộ máy sản xuất. Các đội trưởng sản xuất điều khiển bộ máy này theo nguyên tắc "làm việc tại đồng, phân công tại sở" có nghĩa là từ cấp đội trưởng trở lên đến ban quản trị hợp tác xã chỉ việc ngồi rung đùi tại sở để phân công tác, và các xã viên mới là người phải đổ sức lao động ra trên cánh đồng. Các tổ trưởng là các phần tử bần nông trung kiên vừa làm việc vừa đôn đốc, và ban kiểm soát theo rõi ở trên, đánh giá sự làm việc của mỗi người theo từng loại:

- Loại A: là loại khỏe mạnh, tích cực đi làm sớm.
- Loại B: là loại làm việc trung bình.
- Loại C: là loại làm việc kém, hay đi trễ, không tích cực.

1.2.2.2. Bình Công Chấm Điểm

Sau mỗi ngày làm việc, mỗi người được đánh giá lao động bằng cách Bình Công Chấm Điểm tức là dựa vào một người giỏi nhất để làm tiêu chuẩn cho điểm những người khác, và gọi tiêu chuẩn đó là "*mốc khoán*".

Ví dụ: trên một mảnh ruộng do một số người làm việc gồm đủ cả 3 loại A, B, và C. Khi chấm điểm mỗi người, loại A được 10 điểm nếu làm đủ 12 giờ một ngày; loại B, nếu cũng làm việc đủ 12 giờ một ngày thì chỉ được 8 điểm, và loại C chỉ được 6 điểm. Và số 10 điểm trong một ngày làm việc của một xã viên loại A được dùng làm chuẩn, gọi là một "công". Một người loại A làm việc 3 ngày được số điểm tương đương với 3 công lao động, trong khi một người loại C làm việc 3 ngày chỉ được ghi có 18 điểm, tức là chưa được hai công lao động. Muốn đạt được 3 công, xã viên loại C chỉ có hai cách: một là làm thêm ngày, hai là tăng thêm giờ làm việc mỗi ngày. Nhưng cách thứ nhất không thể thực hiện được, vì không ai có ngày nghỉ để làm bù, nên xã viên loại C chỉ còn một sự lựa chọn là tăng số giờ làm việc mỗi ngày. Do đó mới có câu "*làm ngày không đủ, tranh thủ làm đêm*".

2. Tại sao phải làm cho đủ công?

Ban quản trị giao khoán cho mỗi gia đình phải làm đủ một số công điểm cho mỗi vụ mùa, và từ ngữ Việt Cộng gọi là "*mức giao điểm*", tùy theo số nhân khẩu trong mỗi gia đình. Nếu gia đình đông người thì "mức giao điểm" cao.

Ví dụ: một gia đình có 2 lao động chính và một lao động phụ thì mức giao điểm là 5000 điểm trong một vụ 6 tháng, tức là tương đương với 500 công (10 điểm là một công). Như thế mỗi lao động chính phải làm khoảng 170 công và lao động phụ 140 công. Nghĩa là trung bình mỗi người trong gia đình đó phải làm 170 ngày trong 6 tháng (180 ngày) và mỗi ngày 12 giờ mới hy vọng đạt được mức điểm giao để được tính khẩu phần theo loại A.

Nói như vậy, có phải cứ 6 tháng thì có 10 ngày nghỉ không?

Không đúng như vậy. Con số 170 ngày công là con số lao động được trả lương gọi là "lao động sản xuất", như cày, bừa, gặt, hái v.v... Mỗi năm, nông dân còn phải làm lao động không công gọi là lao động "*Nghĩa Vụ*". Việt Cộng đặt ra hai loại nghĩa vụ chính:

- Loại A: Lao Động Thủy Lợi, đó là lao động bắt buộc như đắp bờ đập, tát nước, khai mương v.v...mỗi năm từ 15 đến 30 ngày công.

- Loại B: Lao Động Xã Hội, như đắp đường, xây trụ sở, xây cầu, đi gác ban đêm.

Hai loại lao động trên không tính công để lãnh lương, trái lại chỉ có phạt nếu thiếu nghĩa vụ. Ví dụ một người được ban quản trị hợp tác xã phân công đi đắp đường mà vì lý do gì đó không đi thì bị phạt từ 1 ngày công cho tới 3 ngày công.

Như vậy, nếu gồm cả lao động nghĩa vụ với lao động sản xuất, một xã viên không có đủ số ngày trong một năm để làm cho đủ công điểm. Vì thế cho nên ai cũng phải làm thêm bằng cách ra đồng sớm hơn và ở lại tới khuya để làm thêm. Nhưng không phải ngày nào cũng có thể ở lại khuya để làm thêm, vì còn phải đi họp để học tập về chính sách nông nghiệp, học tập chính trị và đủ thứ học tập khác.

Điều đó có nghĩa là dù muốn làm cho đủ công điểm cũng không có đủ thì giờ để làm theo ý muốn. Và thiếu công điểm là thiếu ăn.

Dù có làm đủ công điểm cũng chưa có nghĩa là đủ ăn, vì đến lúc thu hoạch vào cuối mùa, hợp tác xã cộng số điểm của toàn gia đình và khấu trừ ra 25% gọi là "*Điểm Kiến Thiết Xã Hội Chủ Nghĩa*", còn lại bao nhiêu mới tính ra giá bằng lúa tùy theo từng vụ. Số lúa tương ứng với mỗi công điểm cũng không nhất định, vì gặp năm mất mùa, số lúa cũng giảm theo, mặc dù công điểm không thay đổi.

Anh nông dân Lê văn Hùng giải thích rất rõ như sau:

"*Tiền chia cho mỗi điểm tùy theo số thu tổng kết của hợp tác xã. Cứ mỗi tháng, hợp tác xã cộng chung số điểm của toàn thể dân làng. Đem số tiền tổng thu chia cho số điểm chung của cả dân làng, ta có tiền cho mỗi điểm. Thí dụ hợp tác xã tổng thu được 10000 đồng và số điểm chung của hợp tác xã là 100000, ta có tiền cho mỗi điểm là 10 xu. Mặt khác nếu tổng số thu chỉ có 8000 đồng, thì giá trị mỗi điểm chỉ có 8 xu. Tóm lại trị giá của mỗi điểm tùy thuộc số tổng thu, cho nên, nếu nông dân muốn được số tổng thu cao thì phải gia tăng sản xuất. Hạn hán hay mất mùa là một thảm họa cho nông dân*".

Hình thức bình công chấm điểm bắt buộc mọi người, đàn ông cũng như đàn bà, ông già cũng như bà lão phải làm việc như máy suốt ngày:

"*Mệt nhọc đến độ tình vợ chồng cũng bị ảnh hưởng, không còn sức mà yêu thương ân ái với nhau được nữa*". (Lời anh Lê văn Hùng)

Tuy số giờ làm việc chính thức là 12 giờ một ngày, nhưng vì ai cũng sợ đói, và nếu có một hai đứa con thì phải làm việc suốt từ 4 giờ sáng tới 10 giờ đêm (18/24 giờ một ngày) mới đủ ăn.

3. Đóng Góp Thuế Nông Nghiệp Và Thuế Đảm Phụ

Khi Nhà Nước đã nắm toàn bộ sinh hoạt, lợi tức của dân, thì nông dân có còn phải đóng thuế nữa không?

Câu hỏi này được anh Lê văn Hùng trả lời như sau:

"Người nông dân đâu còn gì là của riêng nữa mà đóng thuế. Nhưng trên thực tế họ vẫn gián tiếp phải đóng thuế vì hợp tác xã nhân danh tập thể đóng thuế cho Nhà Nước: Thuế Nông Nghiệp, Thuế Đảm Phụ Nghĩa Vụ, Thuế Đảm Phụ Nghĩa Thương.

"Khi hợp tác xã đóng thuế cho Nhà Nước, dĩ nhiên số thóc còn lại để chia cho xã viên phải ít đi. Tại làng Hàm Cách của tôi chẳng hạn, mỗi vụ lúa phải đóng 15 tấn thóc thuế nông nghiệp, 5 tấn thóc thuế đảm phụ nghĩa vụ, và 3 tấn thóc thuế đảm phụ nghĩa thương. Tổng số thu hoạch mỗi mùa là 100 tấn thóc, đóng thuế xong chỉ còn 77 tấn. Thuế nông nghiệp được ấn định là 15%, thuế đảm phụ nghĩa vụ tùy theo tình hình chung nhưng không quá 5% sản lượng".

Thuế đảm phụ nghĩa vụ được cán bộ giải thích như là một thứ thuế đóng thế chân cho việc đi lính làm nghĩa vụ quân sự. Còn thuế đảm phụ nghĩa thương là để giúp các thương bệnh binh bị đau ốm hoặc bị thương trong khi đi làm nghĩa vụ quân sự.

Thuế nông nghiệp là một thứ thuế nặng nề nhất đối với nông dân Bắc Việt, và cán bộ Đảng trong hợp tác xã thi hành rất khắt khe. Ví dụ: một cán bộ làm thổ sản ở Thanh Thủy, tỉnh Thanh Hóa tên là Hoàng văn Kính, là cán bộ phụ trách của tỉnh, có người cha thiếu thuế hai năm liền, tức là phạm vào tội "*dây dưa thuế nông nghiệp*". Anh Hoàng văn Kính đã bị Đảng thi hành biện pháp kỷ luật bằng cách khai trừ khỏi

Đảng. Sau đó anh Kính đã "thắc mắc" với chính quyền địa phương nên bị đi cải tạo.

Chẳng những thuế nông nghiệp là một sự bóc lột rất khắt khe, nhưng nông dân oán hận nhất là Nhà Nước bắt trả các thứ thuế bằng thóc, chứ không phải bằng tiền. Nông dân Lê văn Hùng đã giải thích tại sao trả thuế bằng thóc lại thiệt hại cho dân hơn là trả bằng tiền:

"Nhà Nước mỗi mùa lấy 23 tấn thóc (gồm thuế nông nghiệp, thuế đảm phụ nghĩa vụ và đảm phụ nghĩa thương, áp dụng cho làng Hàm Cách mỗi mùa sản xuất 100 tấn phải đóng thuế 23 tấn) như vậy nghĩa là dân mất đi 23 tấn thóc mỗi mùa. Tại Miền Bắc, mỗi hột thóc quý như hột vàng. Nếu Nhà Nước lấy tiền thay thóc thì hợp tác xã thay mặt tập thể dân chúng chỉ phải trả 6200 đồng (giá chính thức 270 đồng một tấn thóc). Như vậy đổ đồng mỗi người dân (làng tôi có 100 dân) đóng 62 đồng. Với 62 đồng đó, trên thị trường chợ đen chỉ tương đương với 70 kg thóc hay 50 kg gạo mỗi mùa. Như vậy nếu dân đóng thuế bằng tiền thì được giữ lại 23 tấn thóc, chia đều cho mỗi người được 230 kg thóc (tương đương với khoảng 164 kg gạo, và nếu chia cho 6 tháng thì trung bình mỗi ngày một nông dân được thêm gần 1 kg gạo, tức là 4 bát cơm đầy). Giá trị một hột thóc là ở chỗ đó ".

(Chú thích: giá thóc chính thức là 270 đồng một tấn, trong khi giá chợ đen là khoảng 800 đồng tới 900 đồng một tấn vào lúc anh Hùng còn ở làng Hàm Cách).

Sau khi đã "được" đóng góp sức lao động, đóng các thứ "thuế nghĩa vụ cao cả" nghe khoái lỗ tai, nông dân còn được Đảng thương cho đóng góp nhiều thứ quỹ khác nữa.

4. Đóng Góp Cho Các Thứ Quỹ Của Hợp Tác Xã

Hợp tác xã cũng “thay mặt xã viên” để đóng vào các thứ quỹ dưới đây, theo lời anh Hùng:

Quỹ Thủy Lợi: “*Ban quản trị nói là để mua dụng cụ máy móc làm công tác thủy lợi như dẫn nước vào ruộng khô, hút nước ra khỏi ruộng ngập nước, hoặc hệ thống đập nước v.v...Nhân đã đóng khá nhiều cho quỹ này nhưng trên thực tế, quỹ thủy lợi thực sự đi đấu mất tiêu và không ai thấy có bằng chứng cụ thể là quỹ thủy lợi được dùng vào mục tiêu thủy lợi. Quỹ thủy lợi đã như nước ngấm vào sa mạc hết trơn, máy bơm nước, máy hút nước không thấy đâu, chỉ thấy nông dân tiếp tục dùng gầu để tát nước thấy ông bà nội*”.

(Chú thích của tác giả: anh Hùng đã sử dụng một vài thành ngữ Miền Nam sau khi hồi chánh và tiếp xúc với xã hội Miền Nam Việt Nam).

Quỹ Tích Lũy: “*Cán bộ Việt Cộng tuyên truyền rằng quỹ này được dùng để giúp đỡ xã viên gặp hoàn cảnh khó khăn. Trên thực tế, một số nhỏ được dùng để mua dụng cụ làm việc, còn phần lớn để tổ chức những buổi liên hoan của ban quản trị hợp tác xã, tức là các ông trời con ở nông thôn*”. (Lời anh Lê văn Hùng)

Quỹ Xã Hội: “*Được dùng để xây dựng trường học, xây nhà thương. Tất cả quỹ này được nộp cho xã và từ xã đưa về huyện, hoàn toàn do Nhà Nước nắm giữ, nhân dân làm chủ nó nhưng không hề biết mặt mũi nó ra sao, nghĩa là không hề biết nó được chi tiêu như thế nào*. (Lời anh Lê văn Hùng)

Quỹ Bảo Hiểm: Cán bộ Việt Cộng tuyên truyền cổ động như sau về quỹ bảo hiểm:

"Lao động phải an toàn,
An toàn để lao động"

Việt Cộng đã lên tới đỉnh cao trong việc sản xuất những khẩu hiệu nghe qua thấy mê mẩn tâm thần nhưng kết quả thực tế chỉ là những chiếc bánh vẽ. Các xã viên sau khi "nhờ" hợp tác xã "đóng tiền dùm" vào các quỹ bảo hiểm thì chẳng biết những quỹ này đi đâu, mà cũng chẳng bao giờ được hưởng những quyền lợi do quỹ này mang lại. Tuy biết rằng mất của nhưng đa số nông dân vẫn đành để cho "của đi thay người" mà không dám thắc mắc, sợ rằng sẽ được Việt Cộng cho "đi xa để tìm ra sự thật" như trường hợp anh Hoàng văn Kính.

Tuy nhiên họ cũng phản ứng lại bằng nhiều cách khác như ta sẽ thấy sau này. Trong hiện tại, nông dân còn nhẫn nhịn thì Việt Cộng còn tiếp tục nhẩn nha làm tới. Việt Cộng coi nông dân Miền Bắc như một thứ trái cây có nhiều lớp vỏ ngọt ngào tha hồ bóc lột từ lớp vỏ này tới lớp vỏ khác để mà ăn. Từ Hồ chí Minh cho tới tên cán bộ hạng bét của Việt Cộng đều thi đua phát huy sáng kiến để bóc lột nông dân.

Sau khi bắt dân góp sức lao động, đóng các thứ thuế, góp các thứ quỹ, hợp tác xã còn "phát huy sang kiến" đẻ ra một thứ "nhiệm vụ tình nguyện" nuôi gà nuôi heo cho nhà nước.

Anh Lê văn Hùng kể lại như sau:

"Về chăn nuôi, mỗi gia đình bắt buộc phải nuôi một số lợn tương đương với 100 kg thịt mỗi năm để bán cho hợp tác xã. Việc nuôi lợn là việc cưỡng bách và người nuôi không được bán ra ngoài hoặc giết ăn thịt. Mỗi gia đình còn phải nuôi hai con gà cho hợp tác xã. Không ai muốn nuôi lợn vì bị lỗ vốn, nhưng vẫn bị bắt buộc phải nuôi".

Vấn đề nuôi heo lỗ vốn đã thành quy luật của xã hội chủ nghĩa Việt Cộng. Anh Lê văn Hùng giải thích lý do tại sao:

"Hợp tác xã không cung cấp lợn giống, mà cũng không bán lợn con cho nông dân. Vì thế người nuôi lợn phải mua lợn giống ở ngoài với giá tự do. Những người nuôi lợn giống được bán lợn con tự do. Một con lợn con nặng 10 kg giá 30 đồng (tiền Miền Bắc). Lợn ở ngoài Bắc thì nhỏ và chậm lớn. Phải nuôi tới tám chín tháng mới lớn tới 5 kg. Lợn được nuôi bằng cám, mà cám thì rất đắt. Mỗi con lợn ăn hết 4 hào tiền cám, nghĩa là 12 đồng một tháng, hay là 96 đồng trong 8 tháng. Hai con lợn mất 196 đồng tiền cám và giá mua hai con hết 60 đồng, tổng cộng là 252 đồng tiền vốn. Hai con lợn nặng 100 kg bán cho hợp tác xã 1 đồng mỗi kg thịt theo giá chính thức, tức là lỗ hết 152 đồng không kể công lao khó nhọc trong tám tháng. Do đó không ai muốn nuôi lợn nếu không bị cưỡng bách. 152 đồng là ***tiền công 4 tháng lao động cực nhọc ở ngoài đồng.*** *Nhưng nếu không chịu nuôi lợn thì không được ăn thịt và bị kết tội là phản động chống lại xã hội chủ nghĩa, chỉ biết nghĩ đến quyền lợi ích kỷ làm hại quyền lợi chung.* ***Ngoài ra còn bị phạt 30% số thóc được mua của hợp tác xã****..."*

Lý do căn bản khiến việc nuôi lợn bị lỗ vốn là vì phải nuôi lợn con và thức ăn ở thị trường tự do (gần như chợ đen) và cuối cùng bán thịt heo theo giá chính thức cho Nhà Nước. Khi tất cả nông dân bị lỗ thì chỉ có một bọn hưởng lời trên sức lao động của nông dân. Ai cũng đoán được bọn đó là bọn nào. Khi anh Hùng nói đến việc "bị phạt 30% số thóc được mua của hợp tác xã" thì những ai chưa nếm mùi Việt Cộng có thể không hiểu điều đó có gì quan trọng, và có thể đặt câu hỏi :"**cần chi phải mua thóc của hợp tác xã?"**

Thực ra đây là vấn đề căn bản của chế độ hưởng thụ, tức là vấn đề no đói của xã viên mà ta sẽ phân tích dưới đây.

5. Chế độ hưởng thụ của hợp tác xã cấp thấp

Chế độ hưởng thụ của hợp tác xã cấp thấp thay đổi theo từng mùa hay từng vụ tùy theo sự thu hoạch.. Vì thế cứ tới mùa gặt hái là tất cả ba ban kiểm soát, kế hoạch và kế toán châu đầu lại họp với ban quản trị hợp tác xã để ấn định mức hưởng thụ của xã viên, và từ ngữ Việt Cộng gọi việc này là "làm phương án kết toán ăn chia".

5.1. Định giá trị của một công

Phương án kết toán ăn chia là đường lối đại cương để trả công mỗi vụ mùa. Sau khi phương án làm xong, ban quản trị quyết định mức ăn chia tức là mức độ hưởng thụ dựa trên giá trị của mỗi công theo cách thức mà anh Lê văn Hùng đã mô tả (một công có thể từ 8 xu tới 10 xu). Cán bộ Việt Cộng đi kiểm tra tất cả các mảnh ruộng bằng cách đo năng xuất mỗi mảnh, rồi từ đó tính ra mức tổng thu.

Xã viên không được trả công dựa trên mức tổng thu. Hợp tác xã trích một phần của số tổng thu để đóng các loại thuế, các loại quỹ, các loại công tác khác. Còn lại mới chia cho số điểm tổng cộng của toàn thể xã viên để ấn định giá trị của công điểm.

Hợp tác xã sẽ tùy theo công điểm của mỗi xã viên để trả tiền cho từng người, và với số tiền đó xã viên đến hợp tác xã để mua gạo về ăn. Dĩ nhiên , ai cũng muốn mua gạo của hợp tác xã theo giá chính thức thay vì mua gạo ở ngoài theo giá chợ đen. Nhưng điều đó không có nghĩa là "có tiền mua tiên cũng được". Thật ra ít có xã viên nào có đủ công điểm để mua gạo theo đúng tiêu chuẩn ăn của mình. Và dù có dư công điểm, số gạo mua được cũng bị hạn chế bởi cái "**mức ăn quy**

định" giống như công cùm để kềm kẹp cái miệng và bao tử.

6. Mức ăn quy định

Mức ăn quy định có nghĩa là tiêu chuẩn lương thực, hoặc khẩu phần của mỗi cá nhân theo luật định, bao gồm những cấp bậc ăn uống khác nhau tùy theo khả năng lao động cũng như loại lao động của mỗi người. Khả năng lao động được chia theo cấp bậc A, B, C như đã nói ở trên. Còn các loại lao động gồm có:

- *Lao động chính*: những người sản xuất nông nghiệp.

- *Lao động phụ:* những người làm những nghề khác như đánh cá, thủ công nghiệp, chăn nuôi, thợ nề, thợ mộc.

- *Mất sức lao động:* những người già cả.

- *Không lao động:* con nít dưới 8 tuổi.

Mức ăn quy định còn tùy theo vùng và tùy theo từng giai đoạn. Anh Nguyễn văn Việt, một cán binh xâm nhập từ Bắc vào Nam, sinh năm 1952, khi hồi chánh năm 1970 mới tròn 18 tuổi. Anh cho biết về vấn đề tiêu chuẩn ăn uống ở tỉnh Tuyên Quang (Khu Tự Trị Việt Bắc, là nơi anh sinh trưởng).

Trước khi Hoa Kỳ oanh tạc Miền Bắc vào năm 1965, thì anh Việt còn nhỏ tuổi nên không lưu ý về khẩu phần gạo là bao nhiêu, nhưng, theo lời anh Việt:

"*...Sau khi người Mỹ ngừng oanh tạc Miền Bắc, đời sống của nhân dân, riêng tỉnh Tuyên Quang trở nên sung túc hơn...Tiêu chuẩn gạo hàng tháng của người dân Khu Tự Trị Việt Bắc là 21 cân gạo (21 kg) cho một lao động chính, học sinh được 18 cân, trẻ em được 6 cân*".

Về lý do tại sao người dân ở khu Tự Trị Việt Bắc được tiêu chuẩn gạo cao trong khi đa số người dân vùng đồng bằng Miền Bắc chỉ được tối đa từ 13 đến 18 cân gạo, anh Việt giải thích như sau:

"Người dân ở Khu Tự Trị Việt Bắc vốn được ăn uống tự do, nên tiêu chuẩn gạo 21 cân một tháng cũng là quá ít ỏi. Nếu phải ăn ít hơn nữa, họ sẽ không tin tưởng vào Nhà Nước".

Tình trạng mà anh Việt mô tả là tình trạng tương đối dễ thở tại khu Tư Trị Việt Bắc mà Việt Cộng cần ve vuốt nhẹ tay để tránh sự nổi loạn của các sắc tộc thiểu số. Ở những vùng khác như Thanh Hóa, vào năm 1967-1968, tiêu chuẩn lương thực đại khái như sau:

7. Tiêu chuẩn gạo mỗi tháng

(Lao động cừ, thừa công điểm)	**Loại A**
	Số lượng gạo
Lao động chính	9,6 kg
Lao động phụ	7 kg
Mất sức lao động	6,4 kg

(Trung bình, vừa đủ công điểm)	**Loại B**
	Số lượng gạo
Lao động chính	8,4 kg
Lao động phụ	6 kg
Mất sức lao động	4,8 kg
8 tuổi trở xuống	4-6 kg

(Lao động kém, thiếu công điểm) **Loại C**

Số lượng gạo

Lao động chính 7 kg

Lao động phụ 5,25 kg

Mất sức lao động 4 kg

8 tuổi trở xuống 2-3 kg

Ở làng Hàm Cách, huyện Thanh Hà, tỉnh Hải Dương, tiêu chuẩn gạo cao hơn vùng Thanh Hoá, nhưng câu hỏi đáng đặt ra ở đây là: "Nếu đã trả tiền theo công điểm thì cần gì Việt Cộng phải ấn định tiêu chuẩn lương thực?"

Anh Lê văn Hùng đã trả lời câu hỏi trên theo hoàn cảnh ở làng Hàm Cách, nhưng ý nghĩa câu trả lời của anh cũng áp dụng được cho tất cả các địa phương khác:

"Vấn đề mức ăn quy định thực sự không giản dị. Nhà Nước ấn định cho mỗi lao động chính là 14,4 kg gạo một tháng, lao động phụ là 12 kg gạo một tháng, trẻ nhỏ dưới 10 tuổi được 6 hoặc 7 kg gạo. Thí dụ gia đình tôi 2 vợ chồng, 2 đứa con dưới 10 tuổi, tôi được quyền mua gạo theo tiêu chuẩn 14,4 kg cho tôi, 12 kg cho vợ tôi, và 12 kg cho 2 đứa con, tổng cộng 38,4 kg gạo một tháng. Hợp tác xã tính công điểm trả thành tiền. Tôi lấy tiền đó mua thóc (hoặc tính ra gạo) ở hợp tác xã. Nếu tôi làm khỏe được nhiều điểm, tôi mua thóc đủ tiêu chuẩn, còn thừa tiền mang về tiêu riêng, và mua thực phẩm, chứ không được quyền mua thêm quá tiêu chuẩn. Nếu chẳng may vì ốm đau hay vì một lý do nào đó tôi làm không đủ điểm, nhất định tôi không đủ tiền mua thóc, thì nguy hiểm vô cùng. Thí dụ cho dễ hiểu: Tháng X, tôi làm ít công điểm, cả gia đình chỉ đủ mua 24 kg gạo, tức là thiếu 14,4 kg gạo. Theo như tiêu chuẩn ấn định, tôi không được quyền mua 14,4 kg gạo đó, cho dù tôi có

đủ tiền".

Tới đây, người đọc có thể hiểu "*bị phạt 30% số thóc được mua của hợp tác xã*" nghĩa là gì, và thiệt hại ra sao đối với nông dân. Đó là 30% số lương thực để ăn trong cả vụ mùa. Nếu bị phạt 30% số thóc được mua của hợp tác xã, người ta phải mua bù ở chợ đen với giá cắt cổ thì chỉ có nước treo cổ lên xà nhà để tự vận. (nhưng khổ là Đảng không cho ai chết vì Đảng cần lao động để sản xuất).

8. Phản ứng của nông dân đối với hợp tác xã cấp thấp

Sau khi đa số nông dân dại dột nghe theo Đảng để vào hợp tác xã cấp thấp, cuộc đời của họ tuy được sống những năm hòa bình và ổn định hơn thời kỳ đấu tranh sắt máu trước đó, nhưng điều kiện làm việc thật là khắt khe và sự thu hoạch về cho gia đình không đủ sống, dù đã làm việc vất vả như trâu bò. Hơn nữa, họ hoàn toàn mất hết quyền tư hữu, quyền tự do, lại thêm bị nhồi sọ ngày đêm về chính trị, riết rồi họ phát khùng. Nông dân nhìn ra hợp tác xã không nhằm mục đích giúp đỡ dân, mà thực ra là để bóc lột dân đến kiệt quệ, và họ đã phản ứng.

Nhưng rút kinh nghiệm của cuộc đấu tranh cải cách ruộng đất, những nông dân bất mãn không dám tỏ ra chống đối hoặc vi phạm những quy luật chính trị, mà chỉ dám phản ứng trong phạm vi có thể được. Vì Đảng nói rằng không ép buộc mọi người vào hợp tác xã nên những nông dân bất mãn đã làm đơn rút ra khỏi hợp tác xã.

Có hai loại gia đình xin ra khỏi hợp tác xã.

Loại thứ nhất gồm những gia đình có đông người mạnh khỏe, có trâu bò, và họ lại là những người lao động giỏi, siêng năng. Nhưng ở trong hợp tác xã, dù làm giỏi, dư công điểm cũng phải bán hết số thu hoạch cho nhà nước theo chế độ "thu mua".

Loại thứ hai gồm những gia đình thiếu người lao động giỏi, nên vụ mùa nào cũng thiếu điểm, mang nợ liên tiếp trong nhiều vụ mùa, mà còn bị nhục mạ là lười biếng, ích kỷ, không tích cực đối với quyền lợi tập thể.

Khi những cá nhân riêng lẻ này rút ra khỏi hợp tác xã thì họ đã hành động đơn phương chứ không dám rủ nhau, nhưng vì nhiều người đơn phương rút ra nên tình cờ đã biến thành phong trào xẩy ra khắp nơi, làm cho nhiều hợp tác xã phải giải tán. Ví dụ ở vùng Bình Cát, Thanh Thủy, tỉnh Thanh Hoá, Cộng Sản phải giải tán 3 hợp tác xã để gom lại làm một. Ở vùng xích Thổ, tỉnh Ninh Bình, nhiều hợp tác xã phải giải tán toàn bộ để tổ chức lại.

Đối với Khu Tự Trị Thái Mèo, vì đồng bào thiểu số chống đối mạnh nên cho mãi tới năm 1964 vẫn chưa tiến lên được hợp tác xã cấp thấp. Nói chung, trên toàn Miền Bắc, trước kia vẫn có một số nông dân đứng ngoài hợp tác xã và Cộng Sản vẫn để yên cho họ sống. Những người này trao đi đổi lại những sản phẩm với nhau và làm thành một thứ thị trường tự do và chợ đen.

8.1. Cộng Sản đối phó ra sao trước những phản ứng của nông dân?

Khi những người xã viên rút ra khỏi hợp tác xã, lối làm ăn cá thể và thị trường tự do đột nhiên lớn hẳn lên và đe dọa quyền lực của Đảng, do đó Việt Cộng chỉ thị cho các chính quyền địa phương và ban quản trị hợp tác xã phải có biện pháp đối phó. Có ba biện pháp chính được áp dụng.

8.1.1. Biện pháp tuyên truyền giáo dục và dùng đoàn viên vận động với gia đình

Đối với các đoàn viên (nghĩa là chưa phải là đảng viên) có gia đình ra khỏi hợp tác xã, Đảng và Đoàn áp dụng biện pháp kỷ luật như phê bình kiểm thảo, áp lực để đoàn viên dùng tình cảm lôi kéo gia đình trở lại hợp tác xã. Nếu không thành công, có thể dùng biện pháp khai trừ khỏi Đoàn.

Biện pháp này không đạt nhiều kết quả, và Việt Cộng phải tiến thêm một bước nữa.

8.1.2. Biện pháp cấp thẻ xã viên

Thẻ xã viên có công dụng cho xã viên có thể mua đồ dùng hay thực phẩm ở Mậu Dịch Quốc Doanh. Biện pháp này tương đối hữu hiệu hơn vì đa số xã viên sống bằng nghề nông, nên khi ra khỏi hợp tác xã chỉ có thể cấy lúa. Nhưng khi muốn có muối ăn, vải mặc, họ phải tới cửa hàng mậu dịch Diêm-Nghiệp hoặc mậu dịch của hợp tác xã dệt vải để mua (các ngành này đều được tổ chức thành hợp tac xã). Nếu không có thẻ xã viên thì không mua được muối, được vải. Biện pháp này tương đối có hiệu quả hơn và đã buộc nhiều người quay trở vào hợp tác xã.

8.1.3. Biện pháp khoanh vùng

Nói chung, đối với các xã viên ra khỏi hợp tác xã, ban quản trị phải trả lại đất. Nhưng vì những bờ ruộng đều phá hết cả, nên không ai có thể nói rằng đất cũ của mình ở đâu. Lợi dụng tình trạng này, hợp tác xã đã đưa ra biện pháp "**khoanh vùng**" để bóp chết những nông dân này. "khoanh vùng" nghĩa là Hợp tác xã dành những mảnh đất thật xấu hoặc ở những vùng cao không có nước, lại bị ruộng của hợp tác xã bao vây, muốn lấy nước vào ruộng không được vì hợp tác xã không cho nước chảy qua. Cuối cùng, nhiều người đành phải trở vào hợp tác xã, và tất cả đều phải bị phạt công điểm rất nặng.

Cũng vào khoảng mùa Đông năm 1957, Miền bắc bị mất mùa rất trầm trọng, khắp nơi bị đói, và Đảng đã tổ chức cứu trợ, nhưng chỉ cứu những người ở trong hợp tác xã mà thôi. Dĩ nhiên, những ai ở ngoài hợp tác xã, nếu muốn khỏi chết đói, thì phải gia nhập hợp tác xã. Thật ra nếu năm 1957 không có nạn đói thì sớm muộn cũng có một nạn đói khác để giúp Đảng thanh toán hợp tác xã cấp thấp vì từ năm 1956 tới 1968 Miền Bắc đã trải qua 7, 8 lần mất mùa đói kém.

Tại những nơi mà đa số nông dân đã phải quay trở lại hợp tác xã, Đảng bèn thừa thắng xông lên, đẩy mạnh phong trào **Hợp Tác Xã cấp Cao**. Điển hình là tại làng Hàm Cách, lúc này nông dân đã hoàn toàn bị đoàn ngũ hoá và Đảng đề ra "*Chiến Dịch Cải Tiến Đợt I*" với khẩu hiệu "*công hữu hóa ruộng đất trâu bò*", và thanh toán nốt số 5% hoa mầu mà nông dân được hưởng trong hợp tác xã cấp thấp.

9. Giai Đoạn Hợp Tác Xã Cấp Cao

Đồng thời với chiến dịch công hữu hóa toàn bộ ruộng đất, vườn ao, Việt Cộng Miền Bắc đã gần như hoàn toàn chấm dứt quyền tư hữu của nông dân trong Hợp Tác Xã Cấp Thấp. Chỉ còn sót lại một chút quyền tư hữu của mỗi nông dân, đó là "mảnh đất rau xanh" trong hợp tác xã cấp Thấp. Đây là một mảnh đất nhỏ khoảng 2 hoặc 3 mét vuông mà mỗi gia đình được giữ lại để trồng rau mà nông dân rất trân quý, một phần vì "bản năng tư hữu", một phần vì có rau tươi để ăn. Rau mua của hợp tác xã nhiều khi không có, hoặc năm thì mười họa nếu có thì thường là hư thối. Vì được trân quý và được chăm bón nên "mảnh đất rau xanh" có năng xuất rất cao so với năng xuất của đất hợp tác xã. Đó là sự thật chua chát của xã hội chủ nghĩa.

Sau khi chuyển từ Hợp Tác Xã Cấp Thấp lên Hợp Tác Xã Cấp Cao, mảnh đất rau xanh không còn tồn tại và chút xíu quyền tư hữu của nông dân cũng không còn nữa.

Nói tóm lại, **phần cốt yếu của cải cách ruộng đất** dưới chế độ Việt Cộng là phần công hữu hóa toàn bộ ruộng vườn ở nông thôn, để tóm thâu tất cả tài sản toàn dân vào trong tay Đảng và Nhà Nước, với mục đích biến mỗi nông dân thành một tên nô lệ vô sản, làm ngày không đủ, phải tranh thủ làm đêm mà vẫn luôn luôn bị đói. Chính cái đói ấy của người dân biến thành vũ khí hữu hiệu của Đảng để đe dọa, để kềm kẹp, và để sai khiến.

PHẦN III Hậu Quả Của Cuộc Cải Cách Ruộng Đất

1. Hậu Quả Ngắn Hạn Và Trực Tiếp

Kết quả của cuộc cải cách ruộng đất có thể được tóm lược như sau:

Thứ nhất: Việt Cộng đạt được mục tiêu đoàn ngũ hóa toàn dân thành một bộ máy sản xuất biết vâng lời tuyệt đối. Đồng thời với việc đoàn ngũ hóa nông dân, Việt Cộng tiến tới việc kiểm soát toàn bộ tài nguyên lương thực, khởi sự xây dựng các nông trường quốc doanh.

Thứ hai: Từ thủ đoạn kiểm soát bao tử của người dân, Việt Cộng phát triển khả năng kiểm soát người dân về mặt văn hóa tư tưởng, và trên hết là khả năng kiểm soát và đàn áp về chính trị và an ninh. Các cuộc cải cách ruộng đất đã thực hiện việc định chế hoá cơ cấu quyền lực tại nông thôn qua tổ chức hợp tác xã. Các hợp tác xã nông nghiệp tại địa phương chính htức trở thành các cơ sở ban phát quyền lực, thực thi chính sách của chế độ. Bi thư hợp tác xã, Bí thư Chi Bộ Xã là những kẻ có toàn quyền sinh sát tại nông thôn, và biến thành các cường hào ác bá, các lãnh chúa dưới triều đại phong kiến mới mệnh danh là “xã hội chủ nghĩa”.

Và thứ ba: từ khả năng kiểm soát chính trị và an ninh, Việt Cộng động viên được khối nhân lực tại nông thôn thành một lực lượng quân sự phục vụ cho mục tiêu bành trướng xâm lược.

Chủ trương nói trên của Hồ chí Minh và Việt Cộng tạm thời đưa đến kết quả là đất nước mạnh về quân sự so với nhiều quốc gia trong vùng nhưng cũng đưa đến nhiều hậu quả cực kỳ tai hại một cách lâu dài cho đất nước và dân tộc trong nhiều thế hệ.

Hậu quả tai hại thứ nhất là năng xuất nông nghiệp suy giảm nghiêm trọng khi người nông dân không còn mảnh đất riêng của họ. Người nông dân không còn hăng hái sản xuất khi biết rằng họ không được hưởng lợi nhuận gia tăng của mảnh đất, mặc dầu họ gia tăng năng xuất. Ngày nay, họ chỉ là những tên nô lệ nông nghiệp, càng làm nhiều thì càng bị bóc lột sức lao động nhiều hơn do chế độ công điểm.

Hậu quả tai hại thứ hai là do việc kiểm soát chính trị và tư tưởng một cách độc tài và chuyên chính, người dân mất hẳn sự tiếp xúc với thế giới văn minh tiến bộ ở bên ngoài. Họ trở thành cực kỳ lạc hậu, chẳng những về phương diện kiến thức khoa học kỹ thuật, mà còn trên phương diện kiến thức chính trị, dân chủ.

Hậu quả tai hại thứ ba là việc kiểm soát tư tưởng một cách độc tài chuyên chính khiến người dân mất dần đi khả năng suy nghĩ, lý luận, và nhất là khả năng sáng tạo, vốn là khả năng phong phú của dân tộc Việt Nam.

Hậu quả tai hại thứ bốn là một hậu quả nghiêm trọng đối với văn hóa đất nước: trong cuộc đấu tranh cải cách ruộng đất. Việt Cộng khuyến khích sự ganh ghét thù hằn giữa con người với con người, với mục đích gây chia rẽ giữa các giai cấp. Sự gây chia rẽ này giúp Việt Cộng làm suy yếu tiềm năng chống đối, đồng thời làm tha hóa con người. Chẳng những thế, cuộc đấu tranh Cải Cách Ruộng Đất còn làm đảo lộn cả trật tự xã hội, làm đảo lộn các giá trị luân lý, khiến cho con cái bịa đặt tố cha mẹ, chửi bới cha mẹ, vợ chồng bò buộc phải tố cáo lẫn nhau, bạn bè nghi ngờ lẫn nhau, dòm ngó lẫn nhau để báo cáo cho Đảng và Nhà Nước. Nền văn hóa dưới chế độ Việt Cộng đi đến chỗ suy đồi cùng cực qua nhiều thế hệ.

2. Hậu Quả Gián Tiếp và Lâu Dài Của Cuộc Cải Cách Ruộng Dất

2.1. Hợp Thức Hóa và Kéo Dài Quyền Độc Tài Chuyên Chính

Như ta đã thấy, sau khi họ Hồ đưa ra chính sách Sửa Sai, phong trào chống đối dữ dội của nông dân đã xẹp xuống, Mặt dầu những bất mãn còn âm ỉ kéo dài trong một thời gian, nhưng trên thực tế, họ Hồ và đàn em đạt được mục đích "hợp thức hóa nền độc tài chuyên chính" tại Miền Bắc vì không có ai từ bên ngoài có khả năng tìm hiểu đầy đủ về tình hình Miền Bắc vào lúc đó để can thiệp giúp nhân dân Miền Bắc.

Sự hợp thức hóa nền Độc Tài Chuyên Chính của một **bọn cướp có tổ chức tinh vi nhất trong lịch sử loài người** đã được củng cố qua nhiều giai đoạn với nhiều lý do chủ quan và khách quan, Trong xã hội đóng kín ở Miền Bắc, chính quyền nắm chặt hệ thống tuyên truyền, bưng bít thông tin, và người dân chỉ được nghe những nguồn tin một chiều, chỉ được biết những "sự thật một chiều" do Nhà Nước độc quyền và báo Nhân Dân của chế độ xuất bản từ ngày này qua ngày khác, và radio của nhà nước phát thanh suốt ngày từ sáng đến tối, Nhân Dân Miền Bắc do đó chỉ biết nhắm mắt mà nghe theo lời Đảng và họ Hồ nói và tưởng đó là sự thật qua nhiều giai đoạn biến chuyển về chính trị. Trong khi họ Hồ xây dựng cơ sở vật chất ở Miền Bắc và xiết chặt khẩu phần gạo của nhân dân Miền Bắc để chuẩn bị xâm chiếm Miền Nam thì bộ máy tuyên truyền của Đảng nói rằng: "Nhân dân Miền Bắc cần tiết kiệm gạo để tiếp tế cho đồng bào ruột thịt Miền Nam nghèo đói khổ sở".

Trong khi nhà máy cơ khí Trần Hưng Đạo sản xuất mìn, súng đạn, và cơ phận xe tăng để xâm lăng Miền Nam, thì bộ máy tuyên truyền của họ Hồ nói rằng đang sản xuất máy bơm nước cho nông dân. Nông dân tuy chờ dài cả cổ, không thầy máy bơm nước nhưng vẫn tin, vì nghe tuyên truyền suốt ngày suốt đêm quen rồi, đành sống bằng hy vọng suông.

Tuyên truyến một chiều và lừa bịp là một trong những vũ khí mà họ Hồ và đàn em sử dụng thường xuyên trong nỗ lực kéo dài nền độc tài chuyên chính của một đảng cướp.

2.2. Từ Độc Tài Chuyên Chính đến Tham Nhũng Thối Nát

Nền Độc Tài Chuyên Chính của Hồ Chí Minh là một chế độ kiểm soát toàn diện từ cấp thấp nhất là một tổ trong hợp tác xã nông nghiệp, hoặc trong các hợp tác xã của mọi ngành nghề thủ công nghiệp, kỹ nghệ, và các nông trường, nông trường, v.v... trên toàn quốc. Hậu quả của chế độ kiểm soát toàn diện có nhiều cái lợi nhưng cũng có nhiều cái hại như ta sẽ thấy sau này.

2.2.1. Năng Xuất Tụt Dốc

Ta hãy lấy thí dụ của một hợp tác xã nông nghiệp, đứng đầu là bí thư Hợp Tác Xã, người giữ vai trò lãnh đạo. Dưới chức bí thư là các cán bộ phụ trách công tác quan trọng nhất là kiểm soát và thúc đẩy các xã viên làm ruộng từ 6 giờ sáng đến 6 giờ tối, không một phút nghỉ ngơi. Ngoài ra còn có các cán bộ phụ trách công tác an ninh, tài chánh, tuyên văn giáo, v.v... Trong các mặt công tác thì công tác thúc đẩy và kiểm soát việc sản xuất là công tác quan trọng nhất của hợp tác xã, và ban lãnh đạo hợp tác xã phải dùng mọi mánh khóe như thi đua sản xuất, bầu anh hùng lao động.

Mặc dầu vậy, sau khi Hồ và Đảng Cộng Sản công hữu hóa toàn bộ ruộng đất, ao hồ, nghĩa là Nhà Nước hoàn toàn làm chủ tất cả ruộng đất và các phương tiện sản xuất, thì năng xuất của hợp tác xã từ từ đi xuống trên toàn bộ các mặt "tập thể sản xuất". Lý do đơn giản là khi mỗi cá nhân không còn còn quyền tư hữu thì tất cả là của chung, và "cha chung thì không ai lo", mỗi xã viên đều nhìn xem người bên cạnh hành xử ra sao. Khuynh hướng chung là "ai sao tôi vậy" và "ai làm bậy thì tôi làm theo". Khi 9 người chây lười và chỉ có 1 người nỗ lực sản xuất thì người đó dĩ nhiên được coi là người gương mẫu và được khen thưởng và được "công điểm" cao hơn những người khác. Và cuối năm người đó sẽ được hưởng mức gạo nhiều hơn. Vấn đề là sự tưởng thưởng đó có xứng đáng với nỗ lực trong 365 ngày, đổ mò hôi, nước mắt, xuống gốc rạ hay không? Trên thực tế, đa số xã viên coi sự tưởng thưởng không xứng đáng vói những hy sinh. Hậu quả là năng xuất của hợp tác xã khắp mọi nơi đều tụt dốc.

2.2.2. Một Ngày Làm Việc Bằng Hai

Đứng trước tình trạng tụt dốc của năng xuất, lẽ ra Đảng Cộng Sản Việt Nam phải sử dụng biện pháp tưởng thưởng lao đông hay hơn để khuyến khích nông dân làm việc nhiều hơn. Biện pháp thực tế nhất là nhìn thăng vào tình trạng bất bình đẳng trắng trợn giữa cán bộ và xã viên. Khi xúc tiến cải cách ruộng đất, Cộng Sản kêu gọi thực hiện công bình xã hội giữa người giàu và người nghèo. Sau cải cách ruộng đất tất cả mọi người đều nghèo trắng tay như nhau, trừ một giai cấp mới là giai cấp cán bộ đảng viên điều khiển hợp tác xã, bỗng nhiên trở thành giai cấp ăn trên ngồi trốc, và bắt đầu tích lũy tư sản dưới hình thức những "đài" (Miền Bắc gọi "máy radio" là "đài"), đồng hồ, bút máy, xe đạp. Dĩ nhiên sự tích lũy tư sản "nho nhỏ này" là hậu quả của lạm dụng quyền lực và tham nhũng ở cấp thấp nhất.

Lạm dụng quyền lực còn khiến cán bộ hợp tác xã đòi hỏi tình dục từ các nữ xã viên trong công tác đếm công điểm. Vì nghèo đói, một số phụ nữ trong hợp tác xã phải bán thân cho cán bộ để được ưu đãi khi ghi công điểm.

Tình trạng nghèo đói của các xã viên vô sản đã xuống dốc một cách thê thảm, song song với sự tích lũy tư sản của cán phụ trách hợp tác xã. Sau nhiều năm được "Bác và Đảng chiếu cố", mức nghèo khổ của xã viên đã xuống thấp tới mức, theo sự tiết lộ của các hồi chánh viên, trong nhà không còn một cái bát sành, và phải thay thế bằng gáo dừa.

Đứng trước tình trạng tuyệt vọng về năng xuất thấp, Hồ Chí Minh đưa ra một lời kêu gọi nhân dân "mỗi ngày làm việc bằng hai", một lời kêu gọi "để đời" và khiến nhân dân Miền Bắc chế nhạo bằng những vần thơ như:

Một ngày làm việc bằng hai,
Để cho cán bộ mua "đài", mua xe.

Và:

Một ngày làm việc bằng ba,
Để cho cán bộ xây nhà, xây sân.

Hoặc tệ hơn:

Một ngày làm việc bằng năm,
Để cho cán bộ nó nằm, nó ăn.

Mấy câu thơ châm biếm ở trên cho tấy tình trạng tham nhũng rất phổ biến ngay ở nông thôn, nơi người dan đã bị bóc lột trần trụi không còn gì để ăn, ngoài gạo.

2.2.3. Tham Nhũng Thối Nát Trong Chế Độ của Họ Hồ

Tham nhũng và thối nát là một căn bệnh hiện diện trong mọi xã hội, nhiều hay ít tùy theo chế độ chính trị dân chủ hay độc tài, nhiều hay ít. Nói chung, một chế độ càng độc tài chuyên chính thì mức độ tham nhũng thối nát càng có khuynh hướng phát triển mạnh. Đó là trường hợp của đảng Cộng Sản Việt Nam. Tham nhũng và thối nát bắt nguồn từ sự chênh lệch quyền lực giữa giới lãnh đạo và giới bị trị, đưa đến sự chênh lệch trên mức độ hưởng thụ, ở mọi cấp khác nhau. Mặt khác, càng lên cao trong bực thang lãnh đạo, mức độ tham nhũng càng gia tăng gấp bội.

Trong chế độ của họ Hổ, cóp nhặt của Mao, tham nhũng thối nát được che đậy bằng những "quy chế" theo cấp bậc. Ví dụ quy chế ăn uống cho cấp lãnh đạo là "tiểu táo" (bữa ăn cho một nguòi) và "đại táo" (bữa ăn cho nhiều người, nghĩa là cho cả đơn vị). Dĩ nhiên một bữa ăn tiểu táo gồm những món ăn ngon nhất, hấp dẫn nhất. Ngay trong thời kỳ chiến tranh ở Miền Nam, các ông lớn của Trung Ương Cục Miền Nam cũng được đãi ngộ đặc biệt, như rượu Mao Toại hoặc rượu Tây, và thịt quay thú rừng đặc biệt như gà gô, chim trĩ, v.v...

Đó là nói về chế độ ăn uống. Những sự đãi ngộ khác dành riêng cấp lãnh đạo chóp bu như Trần Văn Trà, Nguyễn Chí Thanh, Lê Duẩn, v.v... là đàn bà đẹp (xem "Về R" của Kim Nhật, và "Bên Thắng Cuộc" của Huy Đức).

Ở ngoài Bắc, những trường hợp như của Trà, Thanh, và Duẩn lại càng phổ biến hơn trong giới lãnh đạo, mặc dầu "đạo đức cách mạng" được đề cao. Cuộc Chiến tranh Không Tập tuy không gây nhiều tổn thất sinh mạng như Hà Nội rêu rao, nhưng những tệ đoan xã hội và tình trạng những lạm và ăn cắp của công đã khiến chính quyền phải công bố hai sắc lệnh ngày 23 tháng 10, 1970, trừng trị những tội ăn cắp tài sản xã hội chủ nghĩa và của tư nhân. Tình trạng tham nhũng và ăn áp của công phát triển mạnh tại những cơ quan phụ trách thu mua hoặc cung cấp vật liệu.

Dưới chế độ Cộng Sản, Tham Nhũng và Thối Nát đã trở thành Lối Sống Của Cả một Dân Tộc. Rất nhiều công dân Việt nam dưới chế độ Cộng Sản ngày nay, khi ra nước ngoài đã làm nhục quốc thể vì nổi tiếng là hay ăn cắp.

Kết Luận

Bài học về cuộc cải cách ruộng đất là một bài học cay đắng cho dân tộc ta vì nó ảnh hưởng tới đa số nhân dân trong nước. Bài học này cần được ghi lại trong lịch sử nước nhà để các thế hệ tương lai hiểu rõ hơn về bản chất thật sự của chế độ đương thời, và vì sao chúng ta đã phải bỏ nước ra đi và luôn luôn tìm cách thay đổi chế độ đương thời để có thể quay trở về xây dựng lại quê hướng khốn khổ, và giúp đưa dân tộc ra thoát cảnh lầm than.

Sách đã xuất bản của tác giả:

1. Những Vấn Đề Tham Luận (Việt ngữ)

2. Những Vấn Đề Than Luận Tập 2 (Việt ngữ)

3. The First Republic of Vietnam (Anh ngữ)

4. A Great Secret: Did the United States Lose The War in Vietnam On Purpose? (Anh ngữ)

Nhân Ảnh
2025

Liên lạc tác giả:
kyqvu@yahoo.com

Liên lạc Nhà xuất bản
han. le3359@gmail. com
(408) 722-5626

www.ingramcontent.com/pod-product-compliance
Lightning Source LLC
LaVergne TN
LVHW090224051026
849517LV00001B/173
9798349530272